सकारात्मकतेतून यशाकडे

जयप्रकाश भालचंद्र झेंडे

सकाळ प्रकाशन

सकारात्मकतेतून यशाकडे

© जयप्रकाश भालचंद्र झेंडे
२, समर्थ अपार्टमेंट्स, ४, नीलकमल सोसायटी,
कर्वेनगर, पुणे - ४११०५२

प्रथमावृत्ती : ऑगस्ट, २०१७

अक्षरजुळणी आणि मांडणी
सकाळ पुस्तक प्रकाशन विभाग

मुखपृष्ठ
मधुमिता शिंदे, पुणे

प्रकाशक
सकाळ पेपर्स प्रा. लि.
५९५, बुधवार पेठ, पुणे ४११ ००२

ISBN : 978-93-86204-67-7

अधिक माहितीकरिता :
०२०-२४४० ५६७८/८८८८८ ४९०५०
sakalprakashan@esakal.com

मला, सकारात्मकतेसाठी प्रोत्साहित करणारे...
माझा मुलगा परेश आणि सून सौ. प्रांजली
भाचे आणि सुना;
नितीन आणि माधुरी कुलकर्णी,
डॉ. निलेश आणि डॉ. अंजली,
मनीष आणि मुग्धा कुलकर्णी,
राहुल आणि सुषमा कुलकर्णी,
नचिकेत आणि तृप्ती कुलकर्णी,
त्याचबरोबर
सकारात्मक होऊन यशस्वी होण्याचा प्रयत्न करणाऱ्या प्रत्येकासाठी...

- जयप्रकाश भालचंद्र झेंडे

प्रस्तावना

एकविसाव्या शतकाकडे वाटचाल करताना आज अनेक समस्या भेडसावत आहेत. त्यातून योग्य मार्ग कोणता आणि तो कशा प्रकारे चोखाळला गेला पाहिजे याविषयी सर्वसामान्यांच्या मनात संभ्रमावस्था निर्माण झाली आहे. त्याचे परिणाम माणसाच्या आयुष्यावर होताना दिसत आहेत. आपण चालत असलेला मार्ग हा नेहमीच राजमार्ग असतो असे नाही. त्या मार्गावर खाचखळगे, काटेकुटे येतात, अवघड समस्या पुढे येऊन उभ्या ठाकतात. प्रत्येकाच्या जीवनात कमी-अधिक प्रमाणात ही स्थिती येते. जीवन ही एक अडथळ्याची शर्यत आहे. प्रत्येक व्यक्तीला या अडथळ्यांना दूर करतच यश प्राप्त करून घ्यावे लागते. काही व्यक्ती स्वसामर्थ्यावर आपल्या ध्येयांना थेट भिडून हे अडथळे पार करू शकतात. काही व्यक्ती घनमार्गाने जाऊन म्हणजे परिश्रमांची पराकाष्ठा करून हे अडथळे पार करतात, तर काही व्यक्ती वाममार्गाने जाऊन ही शर्यत जिंकतात म्हणजे अशा व्यक्ती समाजमान्य नसणारे मार्ग, हीन दर्जाच्या कृती करण्याचा मार्ग आचरतात आणतात आणि ध्येयप्राप्ती करतात.

अशा वेळी कधी पदरात यश येते, कधी अपयश! पण आपल्या पदरी अपयश आले तरी अपयश ही यशाची पहिली पायरी आहे, असे समजून काही विचारी व्यक्ती अपयशातून पार पडून यशाप्रत जाऊ शकतात. बहुसंख्य व्यक्तींना निराशा गाठते, आशेचा किरण दिसत नाही. अशा वेळी त्या व्यक्ती भोवंडत राहतात. त्यांच्यातील मानसिक ताकद कमकुवत होते आणि मग यशाप्रत जाणे त्यांना अशक्य होते. अशा प्रकारच्या व्यक्तींना जयप्रकाश झेंडे यांचे हे पुस्तक दीपस्तंभासारखे प्रकाशवाट दाखविणारे आहे.

विचारशक्तीच्या दोन बाजू असतात, एक सकारात्मक व दुसरी नकारात्मक. जो सकारात्मक विचारसरणी अवलंबतो तो यशाप्रत नक्कीच जातो आणि जो नकारात्मकतेला मनात स्थान देतो तो अपयशाचा धनी होतो. कवी मंगेश पाडगावकरांची एक कविता आहे, त्यात पाडगावकर म्हणतात -

पेला अर्धा सरला आहे, असंसुद्धा म्हणता येतं
पेला अर्धा भरला आहे, असंदेखील म्हणता येतं
सरला आहे म्हणायचं / का भरला आहे म्हणायचं?
तुम्हीच ठरवा
सांगा कसं जगायचं? कण्हत कण्हत का गाणं म्हणत

पुढील कवितेत पाडगावकरांनी असेही म्हटले आहे की 'पायात काटे रुतून बसतात हे अगदी खरं असतं; पण त्याच वेळी कुठेतरी फुलंही फुलून येत असणारच ना! फुलांकडे बघून हसायचं का काटे सलतात म्हणून दुःखी व्हायचं हे आपलं आपणच ठरवायला हवं; पण त्यासाठी तुमच्या हाती काही निश्चित विचारधारा असणं नितांत गरजेचं आहे.' या पुस्तकाचे लेखक जयप्रकाश झेंडे म्हणतात, 'यश मिळविणे हा माझा जन्मसिद्ध हक्क आहे आणि तो मी मिळविणारच' अशी मनाची धारणा याकरता उपयुक्त ठरेल.

तुमच्यात अदम्य इच्छाशक्ती असते. ती तशीच पडून राहते निष्क्रियतेमुळे, ती सकारात्मक विचारसरणीमुळे प्रज्ज्वलित होणे शक्य असते. एकदा ही इच्छा प्रज्ज्वलित झाली की पुढचा मार्ग सोपाच होऊन जातो. मग यशाचा मार्ग दिसू लागतो. याचे उत्तम उदाहरण म्हणजे छत्रपती शिवाजी महाराजांच्या माता जिजाऊ आईसाहेब. हे राज्य हिंदवी साम्राज्य व्हावे ही प्रबळ इच्छा त्यांच्या मनात प्रकटली. मग यशाचा मार्ग दिसू लागला. ध्येय नजरेसमोर ठेवले गेले आणि ते साध्य करण्यासाठी पराक्रमाची पराकाष्ठा झाली. लढण्याची आणि जिंकण्याची जिद्द दऱ्याखोऱ्यातल्या मावळ्यांमध्ये निर्माण झाली. प्रचंड आत्मविश्वास, चिकाटी, प्रयत्नांची पराकाष्ठा व सातत्य यांमुळे छत्रपती शिवाजी महाराज यांनी हिंदवी स्वराज्याची गुढी उभारली, हा इतिहास प्रेरणादायी आहे.

या सर्व प्रयत्नांत अनेक खाचखळगे होते, अपयश वाट्याला आले, अडचणी आल्या; पण दोन गोष्टी झाल्या. अदम्य इच्छाशक्ती, साहस आणि निष्ठा यांच्या आधारे विजय प्राप्त होऊ शकला. 'नाही' हा शब्दच त्यांना माहीत नसावा असे वाटते म्हणूनच हे शक्य झाले असावे.

'प्रयत्नें वाळूचे कण रगडिता तेलही गळे' ही उक्ती सार्थ करणाऱ्या अनेक व्यक्ती आताच्याही काळात आपल्याला दिसतात. त्या साऱ्यांची उदाहरणे लेखकाने

आपल्यासमोर ठेवली आहेत आणि ती अत्यंत परिणामकारक पद्धतीने लिहिलेली आहेत.

चलेजाव चळवळ उभारून अहिंसक मार्गाने भारताला स्वातंत्र्य मिळवून देणारे महात्मा गांधी ते ज्यांचा पहिला अग्निबाण जमिनीवरच कोसळला होता, पण ते या गोष्टीमुळे खचले नाहीत. ते आपल्या अद्‌भुत बुद्धिसामर्थ्याने जगाचे डोळे दिपविणारे माजी राष्ट्रपती अब्दुल कलाम; परिस्थितीला शरण आणून भवितव्याला आकार देणारे धीरुभाई अंबानी. माननीय कलामजी आणि धीरुभाईंनी फार मोठी स्वप्ने बघितली, ती प्रत्यक्षात आणण्यासाठी प्रयत्नांची पराकाष्ठा केली. त्यांच्या चरित्रांकडे पाहिले, की कुसुमाग्रजांच्या ओळी आठवतात 'अनंत आमुची ध्येयासक्ती अनंत अन् आशा, किनारा तुला पामराला.'

हे पुस्तक वाचल्यावर, या महनीय व्यक्तींची उदाहरणे बघितल्यावर प्रत्येक व्यक्तीच्या मनात आशादायक सकारात्मक स्थिती निर्माण होऊ शकेल, अशी खातरी आहे. या प्रत्येक व्यक्तीच्या जीवनात रात्रीचा अंधःकार कधी ना कधी आला होता; पण रात्रीच्या गर्भात उद्याचा उषःकाल आहे अशी खातरी त्यांनी मनात बाळगली होती. कुसुमाग्रजांच्या या संदर्भात काही ओळी आहेत -

किरणांचा उघडून पिसारा देवदूत कोणी
काळोखावर खोदित बसला तेजाची लेणी
उज्ज्वल त्याची पहा प्रभावळ दूर मनोऱ्यात
अन् लावा हृदयात सख्यांनो आशेची वात

जयप्रकाश झेंडे यांनी हा आपल्या सर्वांचा जिव्हाळ्याचा विषय या पुस्तकात सोप्या शब्दांत अनेक रंजक व प्रत्यक्ष घडलेल्या उदाहरणांच्या मदतीने मांडला आहे. तो सर्व वाचकांना नक्कीच प्रेरणादायी ठरेल असे वाटते. या पुस्तकात ज्यांची उदाहरणे दिली आहेत त्या सर्वांनी काळोखावर तेजाची लेणी खोदली आणि यशप्राप्ती खेचून आणली. त्यांच्या मनातली आशेची ज्योत तुमच्याही मनात तेवू देत ही सदिच्छा देते आणि थांबते.

– डॉ. माधवी वैद्य
माजी कार्याध्यक्ष, महाराष्ट्र साहित्य परिषद पुणे,
माजी अध्यक्ष, अखिल भारतीय मराठी साहित्य महामंडळ
भ्रमणध्वनी : ९८२२०३६५४४,
इमेल : madhavivaidya@ymail.com

मनोगत

प्रिय वाचक मित्रहो!

सकारात्मकतेवरील माझे हे नवीन पुस्तक आपल्या हाती देताना मला विशेष आनंद होतो आहे. खरे तर माझी लेखनाला सुरुवात आपल्या प्रोत्साहनामुळेच झाली आणि त्याबद्दल मी आपला आभारी आहे. मी 'यशाची मनोभूमिका' या विषयाचे प्रशिक्षण सत्र घेतो. त्यात, यश कसे मिळवायचे या चर्चेत यशाची प्रणाली सांगताना आठ मुद्यांवर स्पष्टीकरण करीत होतो, ते असे -

कर्तव्यापेक्षा अधिक काम, श्रद्धा/विश्वास ठेवा आणि साध्य मिळवा, उद्दिष्ट/ध्येय ठेवा, सकारात्मक विचार करा, परमेश्वराच्या संपर्कात राहा, विनोदी वृत्ती जोपासा, उत्साही राहा, प्रयत्न कधीच सोडू नका.

यावर सर्वसाधारण प्रतिक्रिया असे, की हे एवढे मुद्दे पटकन लक्षात ठेवायला जरा अवघड वाटतात, त्यातील अधिक महत्त्वाचे कोणते आहेत ते सांगा. त्यावर विचार करून मग मी त्यांना ज्वलंत इच्छा, अतूट श्रद्धा आणि सातत्य/चिकाटी हे मुद्दे सांगे. काहींना हेदेखील जरा जास्तच वाटत आणि अजून काही कमी करता येतील का अशी विचारणा होई. त्यावर माझे उत्तर असे, की नेहमी सकारात्मक विचार करा.

साहजिकच मला या विषयाबद्दल खूप आकर्षण वाटायला लागले आणि यावर वाचन, मनन आणि चिंतन सुरू झाले. यातूनच या पुस्तकातील 'समृद्ध जीवनासाठी सकारात्मकता' हे प्रकरण तयार झाले. त्याचबरोबर सकारात्मकता ही केवळ तात्त्विक भूमिका आहे की व्यवहार्य गोष्ट आहे याचा शोध घेताना मला अशा अनेक व्यक्तींची चरित्रे सापडली, की ज्यांनी सकारात्मक विचारांची कास धरून, आपली व आपल्या भोवतीच्या माणसांची जीवने समृद्ध केली. ती आपल्याला प्रेरणा देतील असे वाटले. त्यातूनच 'आव्हानातून सकारात्मकतेकडे', 'अपंगत्वातून सकारात्मकतेकडे',

'अनुकंपेतून सकारात्मकतेकडे', 'चिकाटीतून सकारात्मकतेकडे' अशा प्रकरणांचा जन्म झाला. त्यानंतर मनात विचार आला तो म्हणजे नुसतीच सकारात्मकता कितपत उपयोगी आहे? त्यावर मला असे वाटले की, सकारात्मक विचारांचे रूपांतर जोपर्यंत सकारात्मक कृतीत आणि शेवटी यशात होत नाही तोपर्यंत सकारात्मक विचारांचा खरा उपयोग नाही म्हणून 'सकारात्मकतेकडून यशाकडे' हे प्रकरण दिले आहे, त्यामुळे सकारात्मक विचारातून, सकारात्मक कृतीत आणि त्यातून यशाकडे ही या पुस्तकाची वैशिष्ट्ये ठरावीत, असा मला विश्वास वाटतो.

सकारात्मक विचारांना सकारात्मक विश्वासाची जोड असणे आवश्यक आहे. आपला आपल्या क्षमतांवर विश्वास असायला हवा. या क्षमतांचे प्रकटीकरण कसे करायचे? इथे मला माउंट एव्हरेस्टवर पहिले पाऊल ठेवणाऱ्या सर एडमंड हिलरी यांची आठवण होते. हे शिखर गाठण्याच्या प्रयत्नात जेव्हा त्यांना काही वेळेस अपयश आले तेव्हा त्यांनी त्या शिखराचा फोटो समोर ठेवला आणि ते त्याला म्हणाले, ''तू मला अनेक वेळा नाकारलेस तरी एक दिवस मी तुझ्या माथ्यावर पाय ठेवणारच आहे, कारण एव्हरेस्ट असलास तरी तुझ्या वाढीला मर्यादा आहेत, आता तू फारसा वाढू शकणार नाहीस; परंतु माणूस म्हणून माझा मात्र सतत विकास होत राहणार आहे.'' केवढा हा सकारात्मक विश्वास. याच्या जोरावरच २९ मे १९५३ रोजी त्यांना असामान्य यश प्राप्त झाले. ही आहे सकारात्मक विश्वासाची ताकद.

सकारात्मक कृतीसाठी अमर्याद साधने व संधी उपलब्ध करून घेण्याच्या आड येणारी गोष्ट म्हणजे समाधान; ज्याचा आपण चुकीचा लावलेला अर्थ. आज असलेल्या गोष्टीत समाधान याचा अर्थ उद्याबद्दल विचार करायचा नाही, असा नाही. कारण आज आपण जे करतो त्यावर आपला उद्या अवलंबून असतो. आपल्या उद्याबद्दल आपण जरूर महत्त्वाकांक्षी असले पाहिजे. त्यासाठी आजच्या समाधानातून उठून बाहेर पडायला हवे. चांगल्या उद्यासाठी कष्ट करायला हवेत. यासाठी बऱ्याच वेळा आळस आडवा येतो. एक उदाहरण बघू. झोपायला आपल्या सगळ्यांनाच आवडते. त्यावर झोप कमी करा हे उत्तर नाही. समजा आज पहाटे चार वाजता आपला जवळचा मित्र परगावाहून आपल्याकडे येणार आहे, तेव्हा आपली आवडती झोप बाजूला ठेवून आपण त्याला आणायला जाताच ना? म्हणजे झोपेपेक्षा काही तरी उच्च उद्दिष्ट आपण आपल्यापुढे ठेवले तर आपली झोप आपोआपच कमी होते. यासाठी उच्च उद्दिष्टे आपल्यापुढे ठेवायला हवीत. त्याचप्रमाणे हे करणार, ते करणार अशी अनेक स्वप्ने आपण पाहत असतो. १०० गोष्टी आपल्याला करायच्या असतात. आपल्यात केंद्रितता (फोकस) नसते. केंद्रितता म्हणजे फक्त एकाच गोष्टीला होय म्हणणे नाही, तर बाकी ९९ गोष्टींना नाही म्हणणे हेदेखील आहे. एक गोष्ट निश्चित करून, त्यासाठी सगळी ऊर्जा कामाला लावायला हवी. यामुळे यश मिळते.

एक घनदाट जंगल होते. जंगलातून खळखळणाऱ्या नदीचा मोठा प्रवाह वाहत होता. जंगलात अनेक प्राणी राहत होते. गुण्यागोविंदाने म्हणता येणार नाही कारण जंगलात 'बळी तो कान पिळी' या नियमाचे अधिराज्य असते. अर्थात मानव समाजदेखील याला अपवाद नाही. असे असले तरी जंगलात लहान-मोठे, ताकदवान-कमकुवत, क्रूर-मवाळ प्राणी आपापल्या पद्धतीने जीवन जगत असतात. स्वसंरक्षणाचे ज्ञान निसर्गाने सर्व प्राण्यांना उपजतच दिलेले असते आणि त्याचा पुरेपूर उपयोग ते करीत असतात.

अशीच एक हरिणी. तिची प्रसूतीची वेळ जवळ आली होती आणि त्यासाठी लागणाऱ्या सुरक्षित जागेच्या शोधात ती होती. शोधता, शोधता ती खळाळणाऱ्या नदीप्रवाहाजवळ असणाऱ्या दाट जंगलात पोचली. सर्व दृष्टीने ही जागा योग्य आहे असे तिला वाटले. त्याच वेळी, एकदम तिला प्रसूती वेदना सुरू झाल्या. जणू तीच वेळ साधून आकाश मेघांनी भरून आले आणि प्रचंड विजा कडाडू लागल्या. त्याचा परिणाम म्हणून जंगलात मोठी आग लागली. एकदा का संकटांची सुरुवात झाली की कधी त्यांची मालिका तयार होते हे लक्षातच येत नाही. हरिणीचे हृदय भीतीने धडधडू लागले. सहजच तिची नजर आपल्या उजव्या बाजूला गेली तेव्हा तिच्या लक्षात आले की एक शिकारी तिच्यावर बंदूक रोखून उभा आहे. भीतीने थरथरतच तिने डाव्या बाजूला बघितले तो काय एक भुकेला सिंह तिच्यावर आक्रमण करण्याच्या इराद्याने पुढे पुढे सरकत होता.

आता या हरिणीने काय करायचे? ती सुरक्षित राहू शकेल का? ती आपल्या बाळाला जन्म देऊ शकेल का? जन्म दिलाच तरी तिचे बाळ सुरक्षित राहू शकेल का? की हे सारेच जंगलातल्या वणव्यात भस्मसात होणार आहे? कोण वाचविणार आहे तिला सिंहाच्या जबड्यापासून? अर्थात या सर्वांतून वाचल्यावरही तो शिकारी तिला जगू देणार आहे का? क्षणोक्षणी काळ हरिणीच्या जवळ येत होता.

हरिणीच्या एका बाजूला जंगलातील आग, दुसऱ्या बाजूला वेगाने खळाळत वाहणारा पाण्याचा मोठा प्रवाह, तिसऱ्या बाजूला बंदूकधारी शिकारी आणि चौथ्या बाजूला भुकेलेला सिंह तिच्यावर झडप घालण्यासाठी टपून बसलेला आहे. अशा सर्व बाजूंनी संकटांनी घेरलेल्या परिस्थितीचा सामना ती गरीब बिचारी हरिणी कसा करणार होती? दशदिशांपैकी दोनच बाजूंनी मदत मिळण्याची शक्यता होती ती म्हणजे आकाश आणि पृथ्वी. या परिस्थितीतही हरिणात आपल्या नवजात बालकाला जन्म द्यायचे ठरवले. त्यावरच लक्ष केंद्रित केले. हेच आपले प्रथम कर्तव्य आहे याची जाणीव तिला झाली.

त्या नंतर घडलेल्या सर्वच गोष्टी आश्चर्यकारक आणि तर्कापलीकडच्या होत्या. काय झाले पुढे?

कडाडलेल्या विजेमुळे शिकाऱ्याच्या डोळ्यांपुढे क्षणभर अंधारी आली आणि त्याने हरिणीवर धरलेला बंदुकीचा नेम चुकला आणि त्यातील गोळी सरळ भुकेल्या सिंहाला लागली. आकाशातून पडणाऱ्या मुसळधार पावसामुळे जंगलात लागलेली आग हळूहळू विझायला लागली. अग्नीदेवता शांत झाली. गरीब हरिणीला निसर्ग देवतेनेच केलेली

मदत बघून शिकाऱ्याचे हृदयपरिवर्तन झाले, त्याला हरिणीची दया आली आणि त्याने तिची शिकार न करण्याच निर्णय घेतला.

या गडबडीतच हरिणीने एका गोंडस पाडसाला जन्म दिला.

नेमके असेच तुमच्या-माझ्या आयुष्यात घडत असते नाही का? जेव्हा आपण चहूबाजूंनी संकटांनी घेरले जातो, नकारात्मक विचार आपल्या मनाचा ताबा घेत असतात, बचावाची कोणतीही शक्यता दिसत नाही, अशा वेळेस खूपच नकारात्मक विचार आपल्या डोक्याचा भुगा करून टाकतात. विचार करण्याची आपली शक्तीच नष्ट होते. आता आपल्या बाबतीत सर्व काही संपलेले आहे असे वाटते, तेव्हा या हरिणीवर बेतलेल्या प्रसंगाची आठवण करा. आपल्या मूलभूत कर्तव्यावर लक्ष केंद्रित करा. अशाच संकटात सापडल्यावर आपण परमेश्वराची आर्ततेने आठवण करायला हवी. त्याच्यावर श्रद्धा ठेवायला हवी तोच आपला खरा साहाय्यक आणि रक्षणकर्ता आहे.

सकारात्मक विचारसरणीत कोणत्याही भयानक परिस्थितीत, आपत्तीत उपयुक्त बदल घडवून आणण्याची ताकद, सामर्थ्य असते, त्यामुळे समोरचे वातावरण आनंदात रूपांतरित होते. सुखकारक बनते. आपल्या क्षमता आणि कौशल्ये वाढतात. सकारात्मक विचारसरणीमुळे अशक्य, अवघड वाटणाऱ्या गोष्टी सोप्या आणि सुलभ होतात. आपल्याला नेमके काय करायला हवे यावर लक्ष केंद्रित करता येते. आपण उत्साही बनता. अचानक नवीन आणि उपयुक्त कल्पना सुचतात. सकारात्मक भावनांमुळे अनेक शक्यता दृष्टोत्पत्तीस येतात. मन अनेक पर्यायांसाठी खुले होते. सकारात्मक विचारसरणी ही मानसिक आणि भावनिक प्रक्रिया आहे. त्यामुळे माणूस आयुष्यातील चांगल्या बाजूंवर लक्ष केंद्रित करतो आणि सकारात्मक परिणामांची अपेक्षा करतो. सकारात्मक विचारसरणी आनंदाच्या, आरोग्याच्या आणि यशाच्याच अपेक्षा करते आणि त्या मिळविण्यासाठी कोणत्याही अडचणी, समस्या पार पाडण्याची तयारी ठेवते. चमत्कार नाही तर परिस्थितीत बदल घडतात. ज्वलंत इच्छा, अतूट श्रद्धा आणि सातत्य/चिकाटी यांचाच हा परिणाम असतो.

पत्नी सौ. जयश्री, मुले योगेश, परेश आणि सून सौ. प्रांजली यांच्या सक्रिय मदतीशिवाय मला माझा हा लेखनाचा छंद जोपासता आला नसता. माझा लाडका नातू आयुष याच्या प्रेमळ सहवासाचा मोह टाळूनच हे काम करावे लागते, हे नमूद करणे मला आवश्यक वाटते. 'सकाळ' प्रकाशनाची विशेषतः दीपाली चौधरी आणि ऐश्वर्या कुमठेकर यांची साथ नसती तर पुस्तकाने हे सुंदर रूप घेतले नसते. या सर्वांचे आभार कसे मानू? फक्त कृतज्ञताच व्यक्त करतो.

वाचकांचे प्रचंड प्रेम आणि प्रोत्साहनच माझ्या लेखनाची खरी प्रेरणा आहे. त्यांचा मी शतशः ऋणी आहे. माझा हा प्रयत्नदेखील त्यांच्या पसंतीस उतरेल, अशी आशा करतो. धन्यवाद!!!

– जयप्रकाश भालचंद्र झेंडे

अनुक्रमणिका

जीवन म्हणजे यश-अपयशाची सरमिसळ

अपयशाने खचून न जाता सतत प्रयत्न सुरू ठेवण्याची शिकवण अनेक यशस्वी माणसांनी दिली आहे. सातत्य आणि सोशिकता या गुणांद्वारे यशाचा मार्ग सुकर होतो, याचे उत्तम उदाहरण म्हणजे थॉमस अल्वा एडिसन.

यशस्वी होणे म्हणजे कधीच अपयश न येणे असे नसून, अंतिम ध्येय गाठणे असे आहे. याचा अर्थ प्रत्येक लढाई जिंकणे असा नसून अंतिम युद्ध जिंकणे असा आहे. एडविन ब्लिस याचे हे वाक्य निराश न होता अंतिम ध्येय-यश गाठेपर्यंत त्याच उत्साहाने सतत कार्यरत राहण्याचा सल्ला देते. अशी अनेक माणसे आपण पाहतो, की ती छोट्या-छोट्या अपयशाने निराश होऊन विशिष्ट गोष्ट मिळविण्याचे प्रयत्नच सोडून देतात. माझे नशीब हे असेच आहे, असे मानून स्वतःला दोष देत बसतात. याचा परिणाम निष्क्रियतेत होतो व अनेक संधींना ते मुकतात.

यश मिळविण्यासाठी एक गोष्ट मनात बिंबवायला हवी, की 'माझा जन्मच मुळी यश मिळविण्यासाठी झाला आहे, यश मिळविणे हा माझा जन्मसिद्ध अधिकार, हक्क आहे आणि तो मी मिळविणारच.' स्वप्ने प्रत्यक्षात उतरविण्यासाठी आपल्याकडे पुढील गोष्टी असणे आवश्यक आहेत.

- ज्वलंत इच्छा
- यशासाठी झपाटून टाकणारी जिद्द
- आपल्याला काय करावयाचे आहे त्याबद्दल सुस्पष्ट योजना आणि
- सातत्य

यश आणि अपयश

अपयशाची भीती पूर्णपणे काढून टाकायला हवी. अपयशामुळेच खऱ्या यशाची किंमत कळते. अपयशामुळेच व्यक्तीतील सर्वोत्तम सुप्त शक्ती बाहेर पडतात. त्यांचा योग्य विकास होतो. यश आणि अपयश वेगळे नसून खरे तर एकाच नाण्याच्या त्या दोन बाजू आहेत. अपयश जितके तात्कालिक आहे तितकेच यशदेखील. यशासारखेच अपयशदेखील कायम राहत नाही. आपण जेव्हा अपयशाचा स्वीकार करून थांबतो तेव्हाच आपला खरा पराभव होतो. अपयश आपल्याला थांबविणारा दगड नाही, तर यशाकडे घेऊन जाणारी पायरी आहे असे मानायला हवे.

यश आणि अपयश या विषयावर आजपर्यंत बरेच विचारमंथन झालेले आहे. पूर्वी काय घडले आहे, याचा अभ्यास करून आता काय करायचे हे ठरविले पाहिजे. यशस्वी माणसांची चरित्रे, कथा आपण वाचतो, ऐकतो. त्यावरून असे लक्षात येते, की ही माणसे कोणत्याही काळात होऊन गेली असली तरी त्यांच्या यशामागे काही विशिष्ट आणि समान गुण आहेत. हे गुण शोधून आत्मसात केले तर आपणही यशस्वी होऊ. त्याचप्रमाणे अपयशालादेखील काही कारणे जबाबदार असतात. ही कारणे टाळली तर अपयश येणार नाही. यश मिळविणे ही काही रहस्यमय गोष्ट नाही. काही मूलभूत तत्त्वांचे सातत्याने आचरण केले, तर यशाचे फळ त्याला लागतेच. त्याचप्रमाणे अपयशदेखील टाळता येते. हे ऐकायला अगदी साधे-सोपे वाटेल. खरे म्हणजे सर्वच सत्ये ही साधीच असतात; परंतु ती सोपी असतात असे मात्र मला म्हणायचे नाही, तर ती प्रयत्नसाध्य असतात.

यशस्वी होणे सर्वस्वी प्रयत्नांवर अवलंबून असते. डॉक्टर विकाराची लक्षणे शोधून काढतात, त्यावर उपाय करून तो बरा करतात, त्याचप्रमाणे अपयशाची करणे शोधून त्यावर मात करणे, तसेच यशाचे परीक्षण करून त्यासाठी लागलेल्या गुणांचे आजीवन आचरण करणे यशासाठी महत्त्वाचे ठरते, त्यामुळे यशातील सातत्य टिकवू शकू. त्याचप्रमाणे यश मिळविणाऱ्या उत्तुंग व्यक्तिमत्त्वांचा आदर्श डोळ्यांसमोर ठेवणे गरजेचे आणि उपयुक्त ठरेल.

आपण आता अशी काही उदाहरणे बघणार आहोत की ज्यांनी अपयश पचवून आपल्या ध्येयाचा पाठपुरावा केला आणि अंतिम यश प्राप्त केले.

महात्मा गांधीजी

हातात काठी व अंगावर खादीचा पांढरा पंचा असणाऱ्या या महात्म्याने जगाला शांतीचा आणि अहिंसेचा महान संदेश दिला, तसेच याच शक्तीच्या जोरावर त्यांनी स्वतंत्र भारताचे स्वप्न सत्यात उतरविले. मनाच्या कणखरतेने त्यांनी सामर्थ्यशाली ब्रिटिश

सरकारला नमविले.

गांधीजींच्या जवळ रीतसर रेल्वेच्या पहिल्या वर्गाचे तिकीट असूनही त्यांना रेल्वेच्या डब्यातून बाहेर काढण्यात आले; कारण ते भारतीय म्हणजे कृष्णवर्णीय होते. या अमानवीय असमानतेने त्यांचा अभिमान कमालीचा दुखावला गेला. ही घटनाच गांधीजींच्या जीवनाला कलाटणी देणारी ठरली.

अशा कटू अनुभवातूनही माणूस खूप काही शिकू शकतो. फक्त अशा बाबींचा विचार योग्य दृष्टिकोणातून व्हायला हवा; तसेच आपण अशा प्रसंगांवर प्रतिक्रिया कशी देतो, त्यातून कोणता धडा घेतो हे महत्त्वाचे ठरते.

त्यांनी दिलेला संदेश

- माणुसकीवरील श्रद्धा ढळू देऊ नका. माणुसकी ही समुद्रासारखी आहे. समुद्रातील काही थेंब अशुद्ध झाले तरी समुद्र अशुद्ध ठरत नाही.
- आपल्या आयुष्यालाच आपला संदेश बनवा.
- संपत्ती, संसार सोडायची गरज नाही. फक्त त्यातील आसक्ती सोडा.
- स्वतःला बदला.
- क्षमा करा; परंतु लक्षात ठेवा की क्षमा ही वीरालाच शोभून दिसते.
- आपल्या परवानगीखेरीज कोणीही आपला अपमान करू शकत नाही.
- तणावमुक्त आणि साधे आयुष्य जगा.

डॉ. अब्दुल कलाम

गरीब कुटुंबांत सात भावंडांमध्ये जन्मलेला पाचवा मुलगा. उदरनिर्वाहासाठी वर्तमानपत्रे विकत होता. शालेय शिक्षणात तो सामान्य बुद्धीचा समजला जात होता; परंतु अग्निबाणाने त्याला वेडे केले होते. त्यांनी तयार केलेला पहिला अग्निबाण जमिनीवरच कोसळला, त्यांनी तयार केलेली क्षेपणास्त्रे अनेकदा कुचकामी ठरली होती; परंतु निराश

त्यांनी दिलेला संदेश

- आपणच आपल्या भारताचे रक्षण करायला हवे.
- आपण प्रगत देशांच्या यादीत आपले नाव घालायला हवे.
- आपण ताकदवान बनायला हवे, कारण ताकदीचाच ताकद आदर करते.
- आपण फक्त सैन्याचीच नाही तर आर्थिक ताकदही वाढवायला हवी.

न होता जिद्दीने पुढे पुढे जात ते भारतीय अवकाश युगाचे अद्वितीय सम्राट ठरले. भारतीय क्षेपणास्त्र क्षेत्रात तर त्यांनी 'न भूतो न भविष्यती' अशी ऐतिहासिक कामगिरी करून दाखविली.

हेच ते महान डॉ. अब्दुल कलाम. पुढे आपल्या राष्ट्रपतिपदाच्या कारकिर्दीत तर ते राष्ट्रपतिपदाला आणि भारतालादेखील वेगळ्याच उंचीवर घेऊन गेले. भारतीय तरुणांना त्यांनी २०२० पर्यंत जागतिक महासत्ता बनविण्याचे स्वप्न देऊन सर्व तरुणाईत दुर्दम्य उत्साह भरला.

धीरुभाई अंबानी

बहुतेक माणसे परिस्थितीला शरण जातात, त्यामुळे त्यांच्या क्षमता संकुचित होतात आणि ते अपेक्षित कामगिरी करू शकत नाहीत. धीरुभाईंचे तसे झाले नाही. परिस्थितीलाच त्यांनी शरण यायला लावले, त्यामुळे ते भवितव्याला वेगळा आकार देऊ शकले, एक उच्च आदर्श व्यावसायिक व्यक्तिमत्त्व उभे करू शकले.

गुजरातमधील एका खेड्यात त्यांचा जन्म झाला. नशीब काढण्यासाठी ते एडनला गेले. तेथे त्यांनी एका पेट्रोल पंपावर काम सुरू केले. तेथील पेट्रोल रिफायनरीज बघून एकदा ते आपल्या मित्राला म्हणाले होते, ''मीही अशाच रिफायनरीज तयार करेन'' आणि ते त्यांनी खरे करून दाखविले. आपल्या शब्दकोशातून 'अशक्य' हा शब्दच जणू त्यांनी पुसून टाकला होता. जग हे आव्हान देणारे आणि अमर्याद संधी उपलब्ध असणारे आहे अशी प्रेरणा त्यांनी निर्माण केली. अनेक धोके पत्करून आणि धैर्य दाखवून आपल्याकडे काही नसले तरी आपण बरेच काही घडवून आणू शकतो हे त्यांनी स्वतः च्या उदाहरणाने दाखून दिले, सिद्ध केले.

त्यांनी दिलेला संदेश

- मोठी स्वप्ने बघा. कल्पकता ही कोणा एकाची मक्तेदारी नाही. फायदा कमाविण्यासाठी आपल्याला कोणाच्याही निमंत्रणाची आवश्यकता नाही.
- प्रयत्न सोडू नका. ध्येयावर अतूट विश्वास ठेवा.
- आपण निष्ठेने आणि अचूक काम केले की यश मिळतेच.
- अनंत अडचणी आल्या तरी आपल्या उद्दिष्टांचा पाठलाग करा आणि विपत्तींचे रूपांतर संधीत करा.

अब्राहम लिंकन

एकटा माणूस किती अपयश सहन करू शकतो हे जाणून घ्यायचे असेल, तर अमर्याद अपयशांचा जिद्दीने सामना करणाऱ्या या महामानवाकडे बघा. त्याचे चरित्र जाणून घ्या. परिस्थितीशी धीरोदात्तपणे लढत शेवटी ते अमेरिकेच्या अध्यक्षपदावर आरूढ झाले आणि त्या पदालाच त्यांनी वेगळी झळाळी दिली.

त्यांचे जीवन म्हणजे अपयशाच्या पराकाष्ठेचा एक मोठा प्रवासच आहे. ते तरुण वयातच व्यवसायात अपयशी झाले. वयाच्या बाविसाव्या वर्षीच विधिमंडळाची निवडणूक हरले. चोविसाव्या वर्षी पुन्हा व्यवसायात अपयशी ठरले. सव्विसाव्या वर्षी ऐन तारुण्यात पत्नीच्या मृत्यूचे दुःख त्यांना पचवावे लागले. सत्ताविसाव्या वर्षी नैराश्याने ते पार खचून गेले. वयाच्या चौतिसाव्या वर्षी ते संसदीय विधिमंडळाची निवडणूक हरले. पंचेचाळिसाव्या वर्षी सेनेटच्या निवडणुकीत ते पराभूत झाले. सत्तेचाळिसाव्या वर्षी उपराष्ट्रपती होण्याच्या प्रयत्नात ते अपयशी ठरले. परत एकदा एकोणपन्नासाव्या वर्षी एका सेनेटच्या निवडणुकीत ते अपयशी झाले.

ही अपयशांची मालिका मात्र अमेरिकेच्या अध्यक्षपदी, बावन्नाव्या वर्षी निवडून येऊन त्यांनी खंडित केली. त्यांना आपण अपयशी व्यक्ती म्हणाल का? आपली धडपड मधेच थांबवून ते थांबले असते तर? जग एका उत्तुंग व्यक्तिमत्त्वाच्या कामगिरीला पारखे झाले असते, मुकले असते. लिंकन यांच्या दृष्टीने अपयश ही तात्पुरती माघार होती. तो काही अंतिम टप्पा नव्हता. अमेरिकेतील एक दूरदर्शी आणि महान मानवतावादी राष्ट्राध्यक्ष म्हणून त्यांनी ओळख, मान्यता मिळविली.

त्यांनी दिलेला संदेश

- या राष्ट्रातील स्वातंत्र्याचा नवीन जन्म होईल आणि ते लोकांचे, लोकांनी, लोकांसाठी चालवलेले सरकार ठरेल. हे सरकार पृथ्वीच्या अंतापर्यंत नष्ट होणार नाही.
- सदैव लक्षात ठेवा, की आपण स्वत: यशासाठी केलेली प्रतिज्ञा, निश्चय इतर कोणत्याही गोष्टीपेक्षा महत्त्वाचा आहे.
- शेवटी आपण किती वर्षे आयुष्य जगलात हे मोजले जात नाही, तर या वर्षात आपण काय मिळवले हे मोजले जाते.
- चरित्र हे झाडासारखे आहे, तर कीर्ती, लौकिक हे सावलीसारखे आहे. सावली हे आपले विचार असतात; परंतु झाड हे सत्य आहे.

व्हिक्टर फ्रँकल

हिटलर या कर्दनकाळाची दाट छाया पडलेला तो काळ. एक मानसरोग तज्ज्ञ, ज्यू असल्यामुळे त्यांना हिटलरच्या छळछावणीत टाकले गेले. त्यांच्या समोर त्यांचे आई-वडील आणि पत्नीचे आयुष्य संपविण्यात आले. आजूबाजूची सर्वच माणसे भयानक निराशेच्या वातावरणात मरणाची वाट पाहत होती. जगण्याची जिद्द डॉक्टर व्हिक्टर फ्रँकल यांनी कुठून आणि कशी पैदा केली असेल?

अनेक यातना सोसलेल्या रात्रीतून ते जागे झाले. समोर बघतात तर सूर्य आपल्या सोनेरी रथातून त्यांना दर्शन देत होता. बस्स. एवढा एकच क्षण साक्षात्कारी ठरला. डॉक्टरांना एक महान सत्य सांगून गेला. त्यांच्या मनात आले सूर्योदयाचा हा आनंद माझ्याकडून कोणीही, या परिस्थितीत हिटलरदेखील हिरावून घेऊ शकत नाही. त्यांनी तर आनंदाने आणि उत्साहाने जगायचे ठरवलेच; परंतु इतरांनादेखील ही प्रेरणा वाटायची हे व्रत घेतले आणि ते पीडितांचे उद्धारकर्ते झाले.

त्यांनी दिलेला संदेश

एक गोष्ट की जी दुसरा माणूस आपल्यापासून कधीच हिरावून घेऊ शकत नाही, ती म्हणजे आपल्या बाबतीत घडलेल्या गोष्टीचा आपण करावयाचा प्रतिकार. कोणत्याही परिस्थितीत आपण आपला दृष्टिकोण ठरवू शकतो आणि तो अंतिम असतो.

सचिन तेंडुलकर

सचिन तेंडुलकर यांनी वयाच्या सोळाव्या वर्षीच क्रिकेट कारकिर्दीला सुरुवात केली आणि जगाचे लक्ष वेधून घेतले. अशी देदीप्यमान सुरुवात करूनही अनेक तारे निखळून पडले आणि त्यांच्या भवितव्याचा चक्काचूर झालेला जगाने पाहिलेला आहे. अगदी अशीच वेळ सचिनवरही आली होती; परंतु एका सामन्यात स्वीकारलेल्या आव्हानामुळे त्यांचे भवितव्यच बदलले.

पाकिस्तान या आपल्या पारंपरिक प्रतिस्पर्ध्याबरोबर सामना सुरू होता. चार बाद ३८ अशा बिकट अवस्थेत आपण अडकलो होतो. अशा वेळी सचिन हा कोवळा मुलगा खेळायला आला. सचिनच्या कौशल्याचा कस लागणार होता. त्याच्या दुर्दैवाने वकार युनुसचा एक चेंडू सचिनच्या नाकावर पडला, त्याच्या नाकाला रक्ताची धार लागली.

डॉक्टरांनी रक्त थांबवले; त्यांनी आणि सर्व खेळाडूंनी सचिनला निवृत्त होण्याचा सल्ला दिला; परंतु सचिनने तो नाकारला. उलट तो म्हणाला, की मैं खेलूंगा; सर्वांनाच आश्चर्य वाटले, परंतु सचिन खेळला आणि त्याच दिवशी एका अढळ ताऱ्याचा जन्म

झाला. सचिनने नाबाद ५७ धावा काढून भारताला सामना जिंकून दिला. 'मै खेलूंगा' या दोन शब्दांमुळे हुशारी आणि कौशल्याचे रूपांतर एका अद्वितीय भवितव्यात केले आणि क्रिकेटच्या जगातील बादशहाचा जन्म झाला.

त्यांनी दिलेला संदेश

- नकारात्मक परिस्थितीतदेखील सकारात्मकतेने भवितव्याला आकार देता येतो.
- आपल्याला आवडते ते करा. जगात अशक्य असे काहीच नाही.
- कठोर परिश्रमाला पर्याय नाही.
- कसोटीच्या काळात, सकारात्मक राहून, श्रद्धा ठेवून कठोर परिश्रम करा.
- धोका पत्करल्याशिवाय काहीही साध्य होत नाही. साहसी माणसेच धोका पत्करतात.

डॉ. वर्गिस कुरियन

डॉ. वर्गिस कुरियन यांचा जन्म केरळामधील प्रसिद्ध ख्रिश्चन कुटुंबात झाला. त्यांचे मामा जॉन मथाई हे अर्थतज्ज्ञ आणि भारताचे पहिले रेल्वेमंत्री होते. डॉक्टर वर्गिस कुरियनदेखील उच्चविद्याविभूषित आहेत. त्यांनी भारत आणि अमेरिका या दोन्ही देशांतल्या सर्वोत्तम महाविद्यालयामध्ये इंजिनिअरिंगचे शिक्षण घेतले आहे. त्यांची सर्वप्रथम नियुक्ती झाली ती आणंद या गुजरात मधील एका छोट्याशा खेड्यातील दूध संस्थेत. हे विश्व त्यांच्यासाठी सर्वस्वी परके होते; परंतु याच विश्वात त्यांनी 'अमूल' घडविण्याचे अपूर्व कार्य केले. त्यांनी प्रतिकूल परिस्थितीची पर्वा न करता जगातील सर्वांत मोठा डेअरी विकास कार्यक्रम तयार केला. त्यांच्या कामाची सुरुवात शून्यातूनच झाली. त्यांनी अतिशय तीव्र विरोधाला तोंड देत काम केले.

त्यांनी दिलेला संदेश

- आपले काम नशिबावर नाही तर स्वकर्तृत्वावर उभारा.
- समाजाला सतत अधिकाधिक सेवासुविधा पुरविणे हेच ध्येय ठेवा.
- ग्राहक हा समाजाचा अविभाज्य घटक आहे त्या बद्दलचा पारंपरिक दृष्टिकोण बदला.
- आपण जनतेचे मालक नसून सेवक आहोत हे ध्यानात घ्या.

सी. व्ही. रामन

सर सी. व्ही. रामन बालपणी अतिशय हुशार होते. वयाच्या अवघ्या सोळाव्या वर्षी त्यांना भौतिकशास्त्रातले सुवर्णपदक मिळाले होते, तर वयाच्या अठराव्या वर्षी तत्त्वज्ञानपर मासिकात त्यांचा संशोधनपर लेख प्रसिद्ध झाला होता. त्या काळात भारतात उच्चशिक्षण घेण्याचे मार्ग अगदीच थोडे होते. प्रकृती अस्वास्थ्यामुळे रामन यांच्यासमोर कोणताच पर्याय नसल्यामुळे त्यांनी १९०७ मध्ये 'फायनान्शियल सिव्हिल सर्व्हिसेस'ची परीक्षा दिली. त्यानंतर त्यांची कलकत्त्याला 'असिस्टंट अकाउंटंट जनरल'पदी नियुक्ती झाली.

एक दिवस कामावरून घरी येताना त्यांची नजर एका बोर्डवर पडली. त्यावर लिहिले होते 'इंडियन असोसिएशन फॉर द कल्टिव्हेशन ऑफ सायन्स.' ते औत्सुक्याने त्या प्रयोगशाळेत गेले. तेथे त्यांना त्यांचे सर्व प्रयोग करता आले. पहिली दहा वर्षं जवळपास ते एकट्यानेच काम करीत होते. त्यादरम्यान त्यांचे २७ संशोधन प्रबंध प्रसिद्ध झाले आणि अखेर या साऱ्यावर कळस चढवला तो 'रामन परिणामा'ने. त्यानंतर दोन वर्षांतच म्हणजे १९३० मध्ये त्यांना नोबेल पुरस्काराने सन्मानित केले गेले.

त्यांनी दिलेला संदेश

- असामान्य कामगिरी घडविण्यासाठी आपल्या स्वप्नांची पाठ कधीच सोडू नका.
- प्रकृती अस्वास्थ्यातदेखील माणूस चिकाटीने पाहिजे ते स्वप्न सत्यात आणू शकतो.

पोपटराव बागुजी पवार

हिवरे बाजार हे अहमदनगर जिल्ह्यातील एक खेडे; परंतु एका माणसाच्या दूरदृष्टीने, सकारात्मक प्रयत्नांमुळे २०१२ मध्ये ते गाव भारतातील सर्वांत श्रीमंत, देशातील सर्वांत जास्त दरडोई उत्पन्न असणारे गाव ठरले आहे. या गावाची लोकसंख्या १२५० इतकी आहे. येथील गावकऱ्यांचे मासिक सरासरी उत्पन्न ३०,००० रुपये इतके आहे. २३० कुटुंबांपैकी ६० कुटुंबे दशलक्षाधीश आहेत. हे क्रांतिकारक परिवर्तन घडविले आहे पोपटराव बागुजी पवार यांनी.

पोपटराव यांचा जन्म १९६० चा. पवार यांचा सार्वजनिक आयुष्यातील प्रवेश हा हिवतापाच्या साथीत गावकऱ्यांना मदत करताना झाला. १९८९ पर्यंत या गावात दुष्काळ, पाणीटंचाई, बेरोजगारी, गुन्हेगारी अशा अनेक समस्या होत्या. गावात पोपटराव

हे एकटेच पदव्युत्तर शिक्षण झालेले होते.

१९९० मध्ये ते ग्रामपंचायतीचे सरपंच म्हणून निवडून आले. २२ बेकायदा दारूची दुकाने त्यांनी बंद करविली आणि सरकारी योजनांचा आधार घेत त्यांनी गावात सुधारणा करायला सुरुवात केली. ५२ पाझर तलाव, ३२ दगडी बांध आणि ९ धरणे बांधली. गावकऱ्यांना बरोबर घेऊन, एका दुष्काळग्रस्त गावाचे क्रांतिकारक रूपांतर भारतातील सर्वांत समृद्ध गावात केले. २००७ मध्ये पोपटराव यांच्या नेतृत्वाखाली या गावाला, सामुदायिक जलसंधारण केल्याबद्दलचा प्रथम राष्ट्रीय पुरस्कार मिळाला. महाराष्ट्र राज्य सरकारने सुरू केलेल्या आदर्श गाव या कार्यक्रमाचे ते कार्यकारी संचालक आहेत.

त्यांनी दिलेला संदेश

- माणसांना त्यांच्या समस्या कळतात. निर्णय मध्यवर्ती नेत्यांनी न घेता स्थानिक माणसांनी घ्यायला पाहिजेत.
- सकारात्मक दृष्टिकोणाबरोबर सकारात्मक कृतीची एकत्रितपणे जोड दिल्यास अशक्य वाटणारे, क्रांतिकारक परिवर्तन घडविता येते.
- खेड्याला नेत्याची गरज नाही तर निर्णयास मदत करून, अंमलबजावणीसाठी समर्थ बनविणारी प्रक्रिया गरजेची आहे.
- अशक्य ध्येय डोळ्यासमोर ठेवा, ते गाठण्यासाठी कठोर मेहनत करा.

डॉ. रघुनाथ माशेलकर

रघुनाथ माशेलकरांचे आयुष्य म्हणजे एक कठीण प्रवास होता. त्यांचा जन्म गोव्यातील मिशेल या खेड्यात १ जानेवारी १९४३ ला झाला. ते सहा वर्षांचे होते तेव्हा वडील मरण पावले आणि त्यांची अशिक्षित आई नोकरीच्या शोधात मुंबईला आली. बाराव्या वर्षापर्यंत शाळेत ते अनवाणी जात व दोन वेळचे जेवणदेखील परवडणारे नव्हते. त्यासाठी त्यांनी जमतील ती कामे केली.

त्यांनी मुंबईत चौपाटीवर सिमेंटच्या बाकावर बसून रस्त्यावरील दिव्यात आणि शांतता असताना रेल्वे फलाटावर अभ्यास केला. मराठी माध्यमातून महापालिका शाळेत ते शिकले. प्रत्येक वर्षी वर्गात पहिले येणे ही त्यांची गरज झाली होती. सातवीच्या वर्गात ८७% गुण मिळवून ते पहिले आले. इंग्रजी माध्यमातील शाळेत प्रवेश घेण्यासाठी त्यांना २१ रुपयांची गरज होती; परंतु ते मिळविण्यासाठी त्यांना २१ दिवस लागले आणि तोपर्यंत सर्व प्रवेश बंद झाले होते म्हणून त्यांना परत केंद्रीय हायस्कूल मराठी माध्यमातच प्रवेश घ्यावा लागला.

दहावीच्या वर्गात बोर्डाच्या परीक्षेत १.३ लाख मुलांमध्ये अकराव्या स्थानावर आले

होते. ही त्यांच्या शाळेसाठी अभूतपूर्व गोष्ट होती. कारण त्यांनी कोणताही मार्गदर्शक किंवा प्रशिक्षण वर्ग यांचा वापर केलेला नव्हता. त्यानंतर त्यांनी यू.डी.सी.टी. विद्यापीठातून रसायन अभियांत्रिकीची बी.ई. ही पदवी आणि अमेरिकेतून तीन वर्षांत डॉक्टरेट संपादन केली. डॉ. माशेलकर यांना पद्मभूषण हा सन्मान आणि भारतीयांना क्वचितच मिळालेले अनेक सन्मान मिळाले आहेत. त्यांनी संशोधन क्षेत्रात अनेक उच्च पदे भूषविली आहेत.

१९९५ मध्ये डॉ. माशेलकर 'द कौन्सिल ऑफ सायंटिफिक ॲण्ड इंडस्ट्रियल रिसर्च'चे प्रमुख संचालक झाले, तर १९९८ मध्ये त्यांना लंडनच्या 'रॉयल सोसायटी'ची फेलोशिप बहाल करण्यात आली.

त्यांनी दिलेला संदेश

- कोणत्याही परिस्थितीत कधीही हार मानून सोडून देऊ नका.
- आपल्याजवळ काय नाही, याचा विचार करीत बसण्यापेक्षा आपल्याजवळ काय आहे यावर लक्ष केंद्रित करा.
- उपयोगात आणता येण्याजोगे ज्ञानच फक्त, संपत्तीनिर्मिती करू शकते.
- आपण जन्मलेल्या गरिबीची तमा न करता, आपल्या भवितव्याची चिंता अधिक फलदायी असते.

वरील सर्व उदाहरणांवरून आपल्या हे लक्षात आलेच असणार, की जीवन म्हणजे यश-अपयशाची सरमिसळ असते. माणूस सतत यशस्वी किंवा सतत अयशस्वी होत नाही. या दोन्ही ही गोष्टी एकमेकाला पुष्ट करणाऱ्या आहेत. पूरक आहेत. यश किंवा अपयश एकटे कधीच येत नाही. एकामुळे दुसऱ्याला अर्थ येतो, लाभतो. वरील यशस्वी माणसांना कधी परीक्षेत, कधी वैयक्तिक जीवनात, तर कधी व्यवसायात अपयशाचा सामना करावाच लागला. असे असूनही पुढे न डगमगता, निराशेचे ढग, पडलेल्या या सावल्यांना वितळवून त्यांनी आपल्या आयुष्याचा सामना केला. आपला प्रवास पुढे चालू ठेवून आपापल्या क्षेत्रात आपल्या व्यक्तिमत्त्वाचा ठसा उमटविला. समाजाला आनंद दिला. या मोठ्या माणसांच्या गोष्टी तुमच्या मनात रुजून राहतील, तुमच्या मनातील निराशा झटकून तुम्हाला कार्यप्रवण करतील. कोणत्याही क्षेत्रात तुम्हाला अपयश आले तरी उद्याचे भवितव्य घडविण्यासाठी मदत करतील. प्रेरणा देतील. आपण आपल्या अपयशाचे रूपांतर यशात करू शकाल.

वाटेत भेटणाऱ्या सावल्यांना कधीही घाबरू नका. सावल्यांचा अर्थ नेहमी असा असतो की जवळपास कोठेतरी तेजस्वी प्रकाश अस्तित्वात आहे. हा सकारात्मक संदेश ही सर्व व्यक्तिमत्त्वे आपल्याला देतात.

■ ■ ■

दृष्टिकोन : जगाकडे बघण्याची खिडकी

आपला दृष्टिकोण म्हणजे आपली जगाकडे बघायची खिडकी आहे. आपला दृष्टिकोण असेल तसेच जग आपल्याला दिसते. या खिडकीतूनच आपल्याला जगाचे दर्शन होत असते' हे जॉर्ज बर्नाड शॉ यांचे वाक्य किती बोलके आणि अर्थपूर्ण आहे, नाही आपल्या जशा वृत्ती, आपले जसे विचार असतात तसेच आपले दृष्टिकोण तयार होतात आणि तसेच परिणामदेखील आपल्याला मिळतात. माझ्या जवळच्या मित्राने सांगितलेली ही एक सत्यकथा बघा.

एका छोटेखानी कंपनीत काही माणसे काम करीत होती. कंपनी छोटी असल्यामुळे कर्मचाऱ्यांसाठी स्वतंत्र असे कँटीन नव्हते, त्यामुळे कर्मचारी स्वतःचा डबा आणत किंवा जेवण्यासाठी जवळपास असणाऱ्या एखाद्या हॉटेलचा आधार घेत असत.

दुपारची, एक दीडची वेळ असावी. शारदाने कामातून डोके वर काढले. भूकही लागलेली होती. सकाळपासून कामदेखील मनासारखे झालेले होते. शारदाने जवळच्या हॉटेलमध्ये जाऊन जेवण करायचे ठरविले आणि तिने हॉटेल गाठले. तिच्याच कार्यालयात काम करणाऱ्या सतीशलाही आज बाहेरच जेवण घ्यायचे होते. योगायोगाने तोही त्याच हॉटेलमध्ये आला; परंतु शारदा बसली होती त्या टेबलपासून काही फुटांच्या अंतरावरील टेबलावर तो बसला. त्या दुपारी सतीश आणि शारदाला एकाच वेटरने सेवा दिली. दोघांनाही ऑर्डर देण्यासाठी सारखीच प्रतीक्षा करावी लागली; प्रतीक्षेनंतर दोघांनाही खाण्याचे पदार्थ जवळपास एकाच वेळी मिळाले. दोघांनाही त्यांनी निवडलेले एकाच पद्धतीचे चांगले पौष्टिक पदार्थ दिले गेले. वेटरकडून बिल मिळण्यासाठी दोघांनाही साधारणतः सारखीच प्रतीक्षा करावी लागली. परंतु इथेच दोघांमधील सारखेपण संपते.

शारदा जेव्हा हॉटेलात शिरली तेव्हा तिच्या चेहऱ्यावर हसू होते. तिची पावले आत्मविश्वासाने पडत होती. आजूबाजूच्या गोष्टींकडे ती सकारात्मक दृष्टीने बघत

होती. सगळ्यांनाच तिच्या उपस्थितीमुळे आनंद वाटताना दिसत होता. तिची देहबोली आणि तिची चाल यांतून एक आशावाद प्रतिबिंबित होत होता. शारदाने खाण्याचा आनंद घेतला. वेटरशीदेखील ती मोकळेपणे आणि आनंदाने बोलत होती. दोघांच्याही चेहऱ्यावर हसू विलसत होते. मजेत गाणे गुणगुणत आपल्या कामातील थकवा घालवून नव्या उत्साहाने शारदा कामावर परतली.

या उलट सतीशने मात्र त्रस्त चेहरा घेऊनच हॉटेलमध्ये प्रवेश केला होता. त्याच्या कपाळावर काळजीच्या रेषा स्पष्ट दिसत होत्या. शारदाकडे पाठ फिरवून हा गृहस्थ दूरच्या टेबलावर जाऊन बसला. सकाळपासून केलेल्या नावडत्या कामाचा परिणाम त्याच्या वागण्या-बोलण्यावर जाणवत होता. त्याच्या देहबोलीवरून इतरांनी त्याच्या आसपास फिरकूदेखील नये असा संदेश दिला जात होता. वेटरने आपण आल्याबरोबर काय पाहिजे म्हणून विचारले नाही, आपली दखल घेतली नाही म्हणून तो चिडला होता. आपण मागितलेले खाद्यपदार्थ येण्यास उशीर झाला म्हणूनही वेटरवर त्याने तोंडसुख घेतले होते. दिलेले पदार्थ दर्जेदार, चवदार नाहीत म्हणून त्याने तक्रार केली. खाणे झाल्यावर लगेच बिल दिले नाही म्हणूनही तो वेटरवर चवताळला होता.

एकाच कार्यालयात काम करणारे, एकाच हॉटेलमध्ये जेवण घेणारे, एकाच वेटरची सेवा मिळालेले शारदा आणि सतीश यांच्या तेथील मिळालेल्या अनुभवात एवढी मोठी तफावत का हा प्रश्न आपल्या मनात आल्याशिवाय राहणार नाही हे मात्र निश्चित. येथे लक्षात घेण्यासारखी गोष्ट म्हणजे त्या दोघांना हॉटेलमध्ये मिळालेली वागणूक सारखीच होती तरीही हा फरक का पडावा? विचारांती एक गोष्ट स्पष्ट जाणवते ती अशी की शारदा जगाकडे सकारात्मक दृष्टीने बघते, तर सतीशचे मन नकारात्मक विचारांनी पछाडलेले दिसते.

दृष्टिकोणाची व्याख्या

कोणत्याही गोष्टीची व्याख्या करणे अवघडच असते; परंतु एखाद्या संकल्पनेची व्याख्याच करता आली नाही तर ती गोष्ट इतरांना समजणार तरी कशी? म्हणून व्याख्या करण्याचा हा प्रयत्न. आपण येथे प्रामुख्याने सकारात्मक आणि नकारात्मक दृष्टिकोणांचा विचार करणार आहोत.

आपला दृष्टिकोण म्हणजे एक मानसिक चाळणी आहे, की जिच्यातून आपण जगाचा अनुभव घेत असतो. काही माणसे जगाकडे आशावादी चाळणीतून बघतात तर काही माणसे नकारात्मक चाळणीतून बघतात. असेही म्हणता येईल, की दृष्टिकोण ही एक अशी खिडकी आहे की जिच्यातून माणसे जगाकडे बघत असतात. याची काही उदाहरणे बघूया.

- नकारात्मक विचारांची माणसे मला हे शक्य नाही असे म्हणतात तर सकारात्मक विचारांची माणसे मला हे शक्य आहे असे म्हणतात.
- नकारात्मक विचारांच्या माणसांना समस्यांनी घेरलेले असते तर सकारात्मक माणसांचा सारा जोर शोध, समस्यांच्या उत्तरांवर असतो.
- नकारात्मक माणसे इतरांचे दोष शोधत असतात तर सकारात्मक माणसे इतर माणसांतील चांगल्या गोष्टीच्या शोधात असतात.
- नकारात्मक माणसाचे सारे लक्ष कमतरतांकडे असते तर सकारात्मक माणसांचे सारे लक्ष लाभलेल्या ईश्वरीय देणग्यांवर असते.
- नकारात्मक माणसाला आपल्या मर्यादा दिसतात, तर सकारात्मक माणसे आपल्या पुढे असणाऱ्या शक्यतांवर लक्ष केंद्रित करतात.
- नकारात्मक विचार करणाऱ्यांच्या बाबतीत नकारात्मक गोष्टी घडतात, तर सकारात्मक विचार करणाऱ्यांच्या बाबतीत सकारात्मक गोष्टी घडतात.

सकारात्मक माणसे आशावादी असतात तर नकारात्मक माणसे निराशावादी. अतर्क्य आशावाद आपल्याला मुबलकतेकडे खेचून नेईल. आपण सक्रिय होऊन नकारात्मक विचार बाजूला सारू शकू. सकारात्मक माणूस प्रसंगी हरला तरी पुन्हा श्रद्धा ठेवून कामाला लागतो. असे झाले तरच आपण स्वतःवर घातलेल्या मर्यादा पुसून टाकून पुढे जाऊ शकू.

आशावादी माणसे छोट्या-छोट्या गोष्टीत आनंद शोधत असतात. ते सूर्योदय आणि सूर्यास्ताचा आस्वाद घेतात. आपल्या आसपासच्या माणसांशी चांगला संवाद साधत सर्वसाधारण आयुष्याचा आनंद लुटत राहतात. त्यांचा जोर छोटे-छोटे आनंद उपभोगण्यावर असतो. ते फार मोठ्या आनंदाच्या मागे धावत, स्वतःची दमछाक करून घेत नाहीत. आयुष्यात जी काही माणसे, काही तरी भव्य-दिव्य मिळवितात त्यांच्याकडे अतर्क्य आशावाद असतो.

आशेचे दुसरे भावंड आहे इच्छा, त्यांना आपली उद्दिष्टे गाठण्याचे सगळे मार्ग माहिती असतात आणि ती गाठण्यासाठी लागणारी ऊर्जादेखील त्यांच्यात असते. हा त्यांच्या प्रेरणेचा प्रमुख स्रोत असतो. आशावादी माणसे दुःख आणि टीका उगीचच मनाला लावून घेत नाहीत, तर त्यातील योग्य गोष्टी लक्षात घेतात आणि पुढे जातात.

आपण पटकन पराजय पत्करणाऱ्या माणसांकडे आकर्षित होता, की ज्यांच्या क्षमता, साहस पूर्णपणे सिद्ध झालेले नाही त्यांच्याकडे? आपण खूप आक्रमक आणि अतर्क्य उद्दिष्टे पुढे ठेवतो तेव्हा यशस्वी होतो, की सहज साध्य होणारी उद्दिष्टे समोर असतील तेव्हा? आपल्यापुढील समस्यांकडे दुर्लक्ष करून किंवा त्या टाळून आशावादी दृष्टिकोण तयार होतो का? आशावादी माणसे अशा समस्या तात्पुरत्या असतात असे गृहीत

धरतात आणि त्या प्रयत्नांनी सोडविता येतात असे मानतात. साहजिकच समस्येविषयी ते अधिक माहिती गोळा करतात, त्यावर अधिक काम करून मार्ग काढतात. निराशावादी माणसे मात्र आपण अशा समस्यांबद्दल काहीही करू शकणार नाही आणि उगाच विचार करण्यात काय अर्थ आहे असा विचार करतात. आशावादी माणसांचा मात्र पक्का विश्वास असतो, की आपल्या भूतकाळापेक्षा आपला भविष्यकाळ नक्कीच जास्त चांगला आहे.

आपण सकारात्मक दृष्टिकोण आत्मसात केला व बसून राहिलो तर यश मिळेल असे वाटते का? नाही, कदापि नाही. उत्तम दृष्टिकोणाबरोबरच यश मिळवून देणाऱ्या सर्वसाधारण तत्त्वांचा अभ्यास करून ती आत्मसात करावयास हवीत. प्रत्यक्ष काम केल्याशिवाय, खरे तर योग्य दिशेने कठोर परिश्रम केल्याशिवाय जगात नाव घेण्यासारखे काहीच प्राप्त होऊ शकत नाही. तेव्हा यशस्वी व्हायचे असेल तर आपल्या क्षमतांचा विकास करायला हवा. सकारात्मक दृष्टिकोणाशिवाय हे शक्य नाही. आपले यश दृष्टिकोणापासूनच सुरू होते आणि तेथेच संपते.

जेव्हा आपण आपली दृष्टिकोणाची खिडकी स्वच्छ ठेवतो, त्यातूनच यशाची मूलतत्त्वे पाझरत आपल्या जीवनात प्रवेश करतात. मग या आपल्याला ताकद देणाऱ्या तत्त्वांचा उपयोग आपण पैसा, समाधान, उत्तम परस्पर संबंध निर्माण करीत, आपली आध्यात्मिक शक्ती वाढवीत आपल्या पूर्ण क्षमतांचा विकास करून यशस्वी आयुष्याकडे वाटचाल करू शकाल.

■ ■ ■

दृष्टिकोण मोजा

डेव्हिड आणि गोलिआयची एक कथा आहे. एक राक्षस होता. तो एका खेड्यातील ग्रामस्थांना छळायचा. एकदा डेव्हिड, एक पोरगेलासा मेंढपाळ त्या खेड्यातील नातेवाइकांना भेटयला आला होता. घाबरलेली मुले पाहून त्याने विचारले, ''तुम्ही त्या राक्षसाशी लढत का नाही?'' गावकऱ्यांनी उत्तर दिले, ''त्या प्रचंड बलाढ्य राक्षसाचा वध कसा करणार?'' तेव्हा डेव्हिड उद्‌गारला, ''त्या राक्षसाच्या प्रचंड आकारामुळे त्याचा वध करता येणार नाही असे समजणे बरोबर नाही. उलट त्याच्या प्रचंड आकारामुळेच आपला नेम चुकण्याची अजिबात शक्यता नाही.'' पुढे सर्व गावकऱ्यांनी डेव्हिडच्या मदतीने केवळ गोफणीच्या साहाय्याने त्या राक्षसाला मारून टाकले.

यावर विचार केल्यास असे जाणवते, की राक्षसरूपी संकट एकच; पण त्याच्याकडे पाहण्याचा डेव्हिडचा दृष्टिकोन सर्व ग्रामस्थांपेक्षा वेगळा होता म्हणूनच तो त्या संकटाचा नाश करू शकला. माघार घेण्यासारख्या परिस्थितीला किंवा संकटांना आपण कसे सामोरे जातो हे आपल्या दृष्टिकोणावर अवलंबून असते. सकारात्मक दृष्टिकोण असणाऱ्यांना अपयश म्हणजे यशाकडे नेणारी पायरी वाटते, तर नकारात्मक दृष्टिकोणामुळे हेच अपयश मार्गातला अडथळा वाटते. सकारात्मक दृष्टिकोणाचा फायदा आयुष्य अधिक समृद्ध, अधिक अर्थपूर्ण आणि अधिक आव्हानात्मक जगण्यासाठी होऊ शकतो.

आपला आताचा दृष्टिकोण कसा आहे हे पुढील प्रश्नावलीवरून तपासता येईल. पुढील प्रश्न वाचा व त्याच्या पुढे दिलेला जो आकडा आपल्या बाबतीत योग्य वाटतो (आदर्श नव्हे) त्यावर वर्तुळ करा. आपले मूल्यांकन आपण खूपच होकारात्मक

आहोत असे वाटते तेव्हा १० वर वर्तुळ करा. आपण अगदीच नकारात्मकआहोत असे वाटल्यास १ वर वर्तुळ करा. सर्वसाधारण दृष्टिकोणासाठी ५ किंवा इतर योग्य वाटणाऱ्या त्या त्या आकड्यावर वर्तुळ करा. उत्तर देताना ते प्रामाणिकआणि वस्तुनिष्ठ असावे.

१. मला वाटतं, माझे वरिष्ठ माझ्या दृष्टिकोणाचे मूल्यांकन असे करतील -	१०	९	८	७	६	५	४	३	२	१
२. तशीच संधी सहकाऱ्यांना, कुटुंबीयांना दिली तर ते असे मूल्यांकन करतील -	१०	९	८	७	६	५	४	३	२	१
३. वस्तुनिष्ठ दृष्टिकोणातून मी माझे मूल्यांकन असे करेन -	१०	९	८	७	६	५	४	३	२	१
४. माझी विनोदवृत्ती मोजण्याचे यंत्र असते तर ती अशी आली असती -	१०	९	८	७	६	५	४	३	२	१
५. मी इतरांशी वागताना किती शांतपणे आणि सहानुभूतीने वागतो -	१०	९	८	७	६	५	४	३	२	१
६. माझ्या कल्पनांकडे मी कसे बघतो ?	१०	९	८	७	६	५	४	३	२	१
७. इतरांच्या कल्पकसूचनांकडे मी कसे पाहतो?	१०	९	८	७	६	५	४	३	२	१
८. समस्या सोडवताना मी किती पर्यायांचा विचार करतो?	१०	९	८	७	६	५	४	३	२	१
९. मागील काही महिन्यांचा विचार केला तर माझ्या कामाबद्दल माझा उत्साह कसा आहे?	१०	९	८	७	६	५	४	३	२	१
१०. सर्वसाधारण आयुष्य जगताना माझा उत्साह किती असतो?	१०	९	८	७	६	५	४	३	२	१

एकूण बेरीज – निष्कर्ष :

आपली बेरीज जर ९०च्या वर आली तर आपला दृष्टिकोण योग्य आहे आणि त्यात बदल करण्याची गरज नाही.

आपली बेरीज जर ७० आणि ८९ च्या दरम्यान आली तर थोडा बदल केल्यास आपण जास्त सकारात्मकहोऊशकाल.

आपली बेरीज ५० ते ६९ पर्यंत आली तर सकारात्मकतेसाठी मोठ्या बदलाची आवश्यकता आहे. बेरीज ५० पेक्षा कमी आली तर दृष्टिकोणांच्या कायापालटाची गरज आहे.

■ ■ ■

दृष्टिकोनाचे महत्त्व

सकारात्मक दृष्टिकोणामुळे आयुष्य आशावादी होते, त्यामुळे वैयक्तिक आणि व्यावसायिक बाजू अधिक भक्कम बनते. काळजी, ताणतणाव, अस्वस्थता, टीका करणे याबरोबरच आयुष्यातील सर्वसाधारण दबाव कमी होतात. सकारात्मक दृष्टिकोणामुळे शंकेखोरपणा आणि नकारात्मक विचार यावर नियंत्रण येते आणि आयुष्य अधिक समृद्ध आणि उत्साही होऊ लागते.

सकारात्मक आणि नकारात्मक दोन्हीही विचार संसर्गजन्य आहेत. या विचारांचा परिणाम आपल्यावर, आपल्या सहवासात येणाऱ्या माणसांवर होत असतो. हे अगदी सहज आणि नकळत होत असते, तसेच ते आपले विचार, भावना, शारीरिक हालचाली यांतूनही प्रतिबिंबित होत असते. सकारात्मक माणसांभोवती एक विशिष्ट वलय निर्माण होते, त्यामुळे इतर माणसे सकारात्मक माणसांकडे आकर्षित होतात आणि नकारात्मक माणसांना टाळत असतात.

दृष्टिकोण म्हणजे काय ?

दृष्टिकोणाची सर्वसाधारण व्याख्या आपण मागील प्रकरणात पाहिली आहेच. त्याबद्दल आता थोडी विस्तृतपणे चर्चा करूया ! आपण दृष्टिकोण हा शब्द व्यवहारात बऱ्याच वेळा वापरतो; परंतु त्याचा नेमका अर्थ आपल्याला समजतो का? दृष्टिकोण हा एक विचार आहे? ही एक कृती आहे? की ही एक सवय आहे? खरे तर विचार, कृती आणि सवय यांच्या एकत्रीकरणामुळे दृष्टिकोण तयार होतो. याची परिणती, रूपांतर वागणुकीत होते. या वागणुकीतून आपली ऊर्जा, आपले प्रयत्न एका विशिष्ट पद्धतीत कार्यान्वित होत असतात. आपण विचार करतो, आपण कृती करतो आणि आपण कामदेखील करतो.

आपल्या मनातील जाणिवा आणि भावनांमुळे एखाद्या गोष्टीबद्दल, एखाद्या व्यक्तीबद्दल किंवा एखाद्या घटनेबद्दल आपण विचार करतो. येथेच दृष्टिकोणाची सुरुवात होते. काही माणसे याची व्याख्या *'एखादी व्यक्ती, ध्येयधोरणे, श्रद्धा, संस्था यांच्याबद्दलची अनुकूल किंवा प्रतिकूल विचारांची चौकट'* अशी करतात. यावरून आपण कोठे उभे आहोत, आयुष्यात आपण आपल्याला कुठे केंद्रित करीत आहोत. आपल्या आणि इतरांच्या भोवतालचे वातावरण कसे आहे हे ठरत असते. एक विख्यात मानसशास्त्रज्ञ कार्ल युंग यांनी *'दृष्टिकोण म्हणजे एका विशिष्ट पद्धतीने वागण्याची आपल्या मनाची तयारी'* असे म्हटले आहे. थोडक्यात, ज्या पद्धतीने आपण विचार करतो, आपल्या भावना असतात आणि आपण कृती करतो, आपल्या अवती-भवतीच्या जगाबरोबर आपल्या भावना असतात त्याला दृष्टिकोण असे म्हणायचे. साधारणपणे सकारात्मक, नकारात्मक आणि तटस्थ असे दृष्टिकोणाचे तीन प्रकार असतात. व्यक्ती म्हणून आपण संपूर्ण सकारात्मक, काहीसे नकारात्मक, तटस्थ किंवा संपूर्ण नकारात्मक दृष्टिकोण यामध्ये इकडून तिकडे झुकत असतो. यात आश्चर्यकारक गोष्ट अशी आहे की एकाच वेळी व्यक्ती सकारात्मक आणि नकारात्मक भावनांचा अनुभव घेऊ शकते. आपण माणसांकडे कसे बघतो, त्याचा अर्थ कसा लावतो, गोष्टींना कसे पारखतो, त्यांचे परीक्षण कसे करतो, आपल्या भावना काय आहेत या सर्व गोष्टींचे रूपांतर आपल्या दृष्टिकोणात होत असते. मानसशास्त्रज्ञ याचा उल्लेख व्यक्तीच्या वागण्याची आणि कृतीची एक पद्धत किंवा साचा असा करतात.

या प्रतिक्रिया आपल्या जगण्याच्या आणि आयुष्यातील इतर उपजत प्रवृत्तींच्या आपल्या अवती-भवतीच्या परिस्थितीतून, वातावरणातून शिकलेल्या त्याचबरोबर आलेल्या संबंधांतून, परस्पर क्रियांतून निर्माण होतात. काही प्रमाणात या माणसाच्या उत्क्रांतीच्या बदलणाऱ्या जीवनशैलीतून, कामाच्या वातावरणातून, इतरांबरोबरच्या नात्यामधील अपेक्षांवरून तयार होतात. आपले दृष्टिकोण घडविणारे काही घटक असे - खातरी पटणे, मन वळविणे, व्यवहारातील आपली पत, हुशारी, आत्मसन्मान, मन:स्थिती, श्रद्धा, विश्वसनीयता, शरीराची ठेवण इत्यादी. यात आपली माहिती इतरांपर्यंत आपण कशी पोचवितो याचादेखील महत्त्वाचा भाग असतो. आपले मनसुबे, अंतस्थ हेतू, कावे यांपासूनदेखील दृष्टिकोण तयार होतात, ठरतात.

आपण केलेली दृष्टिकोणाची निवड आपल्याला इतरांशी संबंध निर्माण करण्यास आणि आयुष्य जगण्यास उपयोगी पडते. यातून आपल्याला काय हवे आणि काय नको हे स्पष्ट होत असते. आपल्या दृष्टिकोणातील बदल हे आपला अनुभव, आपले शिक्षण, आपली परिपक्वता आणि आपला सराव यांवर अवलंबून असतात. याचाच अर्थ असा होतो की सकारात्मक व्हायचे, नकारात्मक व्हायचे की परिस्थिती बघून दोन्हींचाही वापर

करायचा हे आपण ठरवू शकतो म्हणजे हे आपल्या इच्छेवर अवलंबून असते आणि त्यामुळेच आपण इतर प्राण्यांपेक्षा वेगळे ठरतो.

सकारात्मक दृष्टिकोण का?

सकारात्मक दृष्टिकोणामुळे आनंदी विचारांची निर्मिती होते. आपला वेळ चांगल्या गोष्टी करण्यावर केंद्रित होतो. आपण उत्तम परिणामांची आशा करीत यशाकडे वाटचाल करू लागतो. व्यवहारी भाषेत आणि नेमके सांगायचे तर आपण जीवनाकडे अर्धा ग्लास भरलेला आहे आणि तो आपल्याला पूर्ण भरून काढायचा आहे अशा विचाराने बघायला लागतो. या उलट आपण नकारात्मक व्यक्ती असलो तर आपल्या मनात दु:खी विचार येतात. आपला कल वाईट गोष्टी करण्यावर केंद्रित होतो. आपण वाईट गोष्टीच घडणार अशा अपेक्षा करू लागतो. चांगले काही करायचे, मिळवायचे या दृष्टीने अशा माणसांचे प्रयत्न अर्धवट, धैर्य नसणारे होतात; म्हणजे ग्लास अर्धाच भरलेला आहे आणि तो रिकामा तर होणार नाही ना, या भीतीने अशी माणसे धास्तावलेली असतात आणि यशापेक्षा अपयशाचे धनी होतात. असे झाले तर, तसे झाले तर याचाच विचार ही माणसे करीत राहतात, त्यामुळे इतर माणसे आपल्याला काय म्हणतील अशी भीती सतत या माणसांना वाटत असते. एकदा का ही भीती दूर केली गेली, की आपल्याला वैयक्तिक स्वातंत्र्य उपभोगता येते. तटस्थ दृष्टिकोण असणाऱ्या माणसांना ग्लासमधील पाण्याची पातळी जाणवत असते; पण त्याबद्दल आपण काय करणार असाच विचार ते करतात. दुसरे कोणीतरी त्यावर कृती करेल, आपण नाही अशीच त्यांची भूमिका असते, धारणा आणि विचार असतात.

आत्मविश्वास, प्रत्यक्ष काम, आरोग्य व सकारात्मक विचार यांची अदृश्य साखळी आहे. सकारात्मक विचारांचा परिणाम आपल्या श्वासोच्छ्वासाच्या गतीवर होत असतो, त्यामुळे रुधिराभिसरण चांगले होते, चपळता वाढते. मिळालेल्या उत्तम ऊर्जेमुळे आत्मविश्वास वाढतो, आनंदी वाटते, आरोग्यदेखील उत्तम राहते. याउलट नकारात्मक दृष्टिकोणामुळे ऊर्जेचा ऱ्हास होतो, आत्मसन्मान घसरतो. आत्मविश्वास गमाविल्यामुळे दु:ख वाढते, त्यामुळे 'लढा किंवा पळा' ही भावना वाढते. सकारात्मक ह्या तत्त्वज्ञानाचा उपयोग करून आपली ऊर्जा, आत्मविश्वास, आत्मसन्मान वाढवा आणि यशाची प्राप्ती करा. एवढेच नाही तर आपले आरोग्य आणि आपले जीवनमान सुधारा, उंचवा.

सकारात्मक विचारांची ताकद

एका ठिकाणी असे म्हटले आहे, की 'आनंदी माणूस म्हणजे एका विशिष्ट संचाच्या परिस्थितीत असणारा माणूस नाही तर एका विशिष्ट दृष्टिकोणाचा संच असणारा माणूस होय.'

आपण कसा विचार करतो, कसे वागतो, संपूर्ण आयुष्याला कसा आकार देतो, कोणते परिणाम साधतो यावर आपले वैयक्तिक आणि व्यावसायिक आयुष्य अवलंबून आहे. आपण स्वतःशी काय स्वगते करतो, इतरांशी काय आणि कसा संवाद साधतो यावरून वागणुकीचा एक संच तयार होतो, स्पष्ट होतो. या संचावर आपले आपापसांतील संबंध ठरतात. मुख्यतः आयुष्यातील दैनंदिन ताणतणाव, संघर्ष, अपयश आदी गोष्टी आणि घटना यांना आपण कसे सामोरे जातो, त्या कशा हाताळतो हे ठरत असते.

सकारात्मक दृष्टिकोणामुळे आपण आपल्या आयुष्यातील नकारात्मकता पार हाकलून लावू शकतो, बदलून टाकू शकतो. आपण आनंदी, यशस्वी होऊन आयुष्य खऱ्या अर्थाने जगून उन्नत अनुभव घेऊ शकतो, त्यामुळे आपण आयुष्यातील उत्तमातील उत्तम गोष्टींची सक्रिय निवड करू शकतो. काम करण्याचे उत्तम मार्गही शोधू शकतो. म्हणजेच आपण परिस्थितीचे गुलाम बनून न राहता आपले संपूर्ण आयुष्य आपल्याला हवे तसे नियंत्रित करू शकतो, किंबहुना करू लागतो. आयुष्याकडे वेगळ्या नजरेने बघू लागतो. प्रत्येक काळ्या ढगातील सोनेरी किनारीकडे बघण्याची शक्ती आपल्याला मिळते, प्राप्त होते हे मात्र नक्कीच.

■ ■ ■

असे होता येईल सकारात्मक

सकारात्मक विचार हा मानसिक आणि भावनिक दृष्टिकोण आहे. तो जीवनाच्या प्रकाशमान भागाकडे नजर ठेवून असतो आणि नेहमीच सकारात्मक परिणामांचीच अपेक्षा करीत असतो. सकारात्मक माणूस आनंद, आरोग्य आणि यश यांचीच अपेक्षा करतो आणि आयुष्यात येणाऱ्या प्रत्येक अडचणी आणि आडकाठ्यांवर मात करू हाच विश्वास बाळगीत असतो. सकारात्मक विचार हा प्रत्येक जणच करू शकतो असे मात्र नाही. काही माणसांना हा वेडगळपणा वाटतो आणि ते अशा विचारांच्या माणसांना हसतात; परंतु आता सकारात्मक विचार करणाऱ्या माणसांची संख्या वाढते आहे. सर्वसाधारण माणसांना सकारात्मक विचारांचे महत्त्व पटायला लागले आहे व सकारात्मक विचारांच्या परिणामकारकतेवर त्यांचा विश्वास वाढायला लागला आहे. या विषयावर निघणारी अनेक पुस्तके, होणारी व्याख्याने, प्रशिक्षण शिबिरे सकारात्मक विचारांच्या प्रसिद्धीवर प्रकाश टाकणारी आहेत. आपल्या आयुष्यात याचा वापर करायचा असेल, तर त्याच्या अस्तित्वापलीकडे जायला हवे आहे. आपण करीत असणाऱ्या प्रत्येक गोष्टीत हा दृष्टिकोण आणायला हवा आहे. सकारात्मकता जीवनात उतरायला हवी आहे. तो एक आयुष्याचा भाग व्हायला पाहिजे.

सकारात्मक विचार कसे काम करतात ?

दिनेश आणि नवीन हे दोघे मित्र होते. परंतु त्या दोघांचे दृष्टिकोण खूपच टोकाचे होते. दोघेही नोकरीच्या शोधात होते. त्यांच्या अनुभवावरून आपण सकारात्मक विचारांची ताकद कशी असते हे समजावून घेऊया !

नवीनने एका नोकरीसाठी अर्ज केला. आपल्याला ही नोकरी मिळणार नाही असे

त्याच्या मनाने घेतले होते. त्याची आत्मप्रतिमा खूपच कमकुवत होती. आपण पराजित आहोत, अशी त्याची भावना होती आणि ही नोकरी मिळवण्यास आपण अपात्र आहोत अशी मनाची समजूत त्याने करून घेतलेली होती. स्वतःबद्दल त्याच्या भावना नकारात्मक होत्या, त्यामुळे इतर माणसे, की ज्यांनी या जागेसाठी अर्ज केलेले आहेत ती आपल्यापेक्षा जास्त योग्य आणि लायक आहेत असे त्याला वाटत होते.नवीनचे मन नकारात्मक विचारांनी ग्रासलेले होते. त्याचबरोबर नोकरीबद्दल त्याच्या मनात भीतीदेखील निर्माण झाली होती. मुलाखतीच्या अगोदर पूर्ण एक आठवडा आपल्याला ही नोकरी मिळणारच नाही, या विचारातच तो बुडून गेला होता.

मुलाखतीच्या दिवशीही तो उशिराच उठला. मग त्याच्या लक्षात आले, की आपण आज जो शर्ट घालायचे ठरविले होते तो मळलेला आहे आणि दुसऱ्या शर्टला इस्त्री केलेली नाही. अगोदरच उशीर झाल्यामुळे त्याने चुरगळलेला शर्टच घालून जायचे ठरविले. तो बाहेर पडला. मुलाखतीलाही तो वेळेवर पोहोचू शकला नाही. मुलाखत देताना तो धास्तावलेला होतो, त्याचे मन नकारात्मक विचारांनी घेरलेले होते. त्याला भूक लागलेली होती. चुरगळलेल्या शर्टाचाच सतत विचार केल्याने त्याचे मन विचलित झालेले होते, त्यामुळे त्याला मुलाखतीवर लक्ष केंद्रित करता आले नाही आणि मुलाखत घेणाऱ्यावर त्याची चांगली छाप पडू शकली नाही. त्याची भीती खरी ठरली आणि त्याला ही नोकरी मिळाली नाही.

दिनेशनेदेखील याच जागेसाठी अर्ज केला होता. त्याची मुलाखत दुपारी होती. त्याने याच मुलाखतीचा सामना वेगळ्या पद्धतीने केला. आपल्यालाच ही नोकरी मिळणार याबद्दल त्याला दांडगा आत्मविश्वास होता. मुलाखतीच्या अगोदरच्या आठवड्यातच त्याने तयारीला सुरुवात केली होती. आपल्याला ही नोकरी मिळणार असा त्याला विश्वास होता. तसेच चित्र तो मनात सतत रंगवत होता. आपण मुलाखतीत चांगली छाप पाडू शकू आणि ही नोकरी आपल्यालाच मिळणार असे त्याला मनापासून वाटत होते. मुलाखतीला जाण्याच्या आदल्या दिवशीच त्याने आपले घालायचे कपडे व्यवस्थित तयार केले. सर्व तयारी झाली आहे, असे पाहून तो लवकर झोपी गेला होता. मुलाखतीच्या दिवशी तो नेहमीपेक्षा लवकरच उठला. शांतपणे नाश्ता केला आणि वेळेच्या अगोदरच तो मुलाखतीच्या ठिकाणी हजर होता. मुलाखत घेणाऱ्यावर दिनेश चांगली छाप पडली आणि त्याला ही नोकरीदेखील मिळाली.

या घटनेवरून आपण काय शिकायचे? यात काही चमत्कार घडला होता का? उलट सगळे कसे घडायला पाहिजे तसे घडले आहे, नाही का? यावरून असे दिसते की सकारात्मक विचार हाच जीवनातील उत्तम मार्ग आहे. सकारात्मक विचारांमुळे आपण आनंदी राहतो. आपल्या डोळ्यांत चमक येते. आपल्या अंगात उत्साह

संचारतो. आपल्या व्यक्तिमत्त्वातून सदिच्छा, आनंद आणि यश यांचा संदेश बाहेर पडते. आपल्या स्वतःच्या आयुष्यावर त्याचे उत्तम परिणाम होतात. आपली चाल सिंहासारखी बनते, रुबाबदार होते. आवाजात भारदस्तपणा येतो आणि या गोष्टी आपल्या देहबोलीवर उमटतात. सकारात्मकता आणि नकारात्मकता या दोन्ही वृत्ती संसर्गजन्य आहेत. आपल्याला भेटणाऱ्या माणसांचा आपल्यावर आणि आपलादेखील त्यांच्यावर, मनाच्या सुप्त अवस्थेत, या ना त्या प्रकारे, परिणाम होत असतो. हे सर्व अगदी सहजपणे आणि नकळत घडत असते. शब्दांतून, विचारांतून, आचारांतून, देहबोलीतून आणि भावनांमधून हे परावर्तित होत असते. साहजिकच आपण नकारात्मक माणसांची संगत टाळण्याचा प्रयत्न करीत असतो, तर सकारात्मक माणसांचा सहवास आपल्याला हवाहवासा वाटतो. सकारात्मक विचारांच्या माणसांना इतर माणसे मदत करायला उत्सुक असतात, तर नकारात्मक विचारांच्या माणसांना ते नापसंत करतात, टाळतात.

नकारात्मक विचार, दृष्टिकोण, नकारात्मक शब्द आणि दुःखी भावना, त्याचप्रमाणेच संकेत आणि वागणूक निर्माण करतात. जेव्हा मन नकारात्मक असते तेव्हा आपल्या रक्तांत विषारी घटकांचा स्राव होतो, त्यामुळे अधिकच दुःख आणि नकारात्मकता पसरते. आपण दुःखाच्या, अपयशाच्या आणि निराशेच्या गर्तेत लोटले जातो.

सकारात्मक विचारांसाठी काही व्यावहारिक सूचना

इथे हे लक्षात घ्यायला हवे की मन सकारात्मकतेकडे वळविण्यासाठी काही अंतर्गत गोष्टींची आवश्यकता आहे, कारण विचार व दृष्टिकोण एका रात्रीतून बदलता येत नाहीत, त्यासाठी निष्ठेने, दीर्घकाळ प्रयत्न करावे लागतात.

- आपल्या विषयांबद्दल उत्तम वाचन करायला हवे, त्यामुळे होणाऱ्या फायद्याचा विचार करायला हवा. आपण स्वतः त्याचा पाठलाग करायला हवा, ते मिळविण्याचा प्रयत्न करायला हवा. आपल्या विचारांमध्ये प्रचंड ताकद आहे, शक्ती आहे. ते आपल्या आयुष्याला आकार देत असतात. अर्थात हा आकार सर्वसाधारणतः सुप्त मनातून दिला जातो, परंतु या गोष्टी आपल्याला जागृतपणेदेखील करता येतात. अशा कल्पना जरी अगम्य, अशक्य वाटल्या तरी त्यांचा पाठपुरावा करायला हवा. त्यापासून आपले काहीही नुकसान होणार नाही. झाला तर फायदाच होईल.
- आपल्या लक्षात आले, की आपण बदलत आहोत. आपली विचार करण्याची पद्धत बदलते आहे तर इतर माणसे आपल्याबद्दल काय म्हणतात किंवा काय विचार करतात याला महत्त्व देऊ नये.
- आपल्या कल्पनाशक्तीचा उपयोग करून फक्त उपयुक्त आणि फायदेशीर घटनांचेच चित्र रंगवायला शिकायला हवे.

- स्वत:शी किंवा इतरांशी संवाद साधताना सकारात्मक शब्दांचाच वापर करा.
- हास्याचा, स्मिताचा थोडा जास्तच वापर केला तर, त्याचा सकारात्मक विचारांसाठी चांगला उपयोग होऊ शकतो.
- नकारात्मक विचार मनात आला, की त्याबद्दल आपण जागरूक व्हायला हवे आणि तो विचार सकारात्मक विचाराने बदलण्याचा प्रयत्न करायला हवा. त्यानंतर नकारात्मक विचार परत आला तर परत त्याचे परिवर्तन सकारात्मक विचारात करायला हवे. जसे, की तुमच्या डोळ्यांपुढे दोन चित्र आहेत, त्यापैकी आपल्याला फक्त एकाच चित्राकडे बघायचे आहे आणि दुसरे चित्र डोळ्यांसमोरून काढून टाकायचे आहे. तर आपण काय कराल? सातत्याने एकाच चित्राकडे लक्ष द्याल. त्याचप्रमाणे सातत्याने तुमच्या मनाला प्रशिक्षण दिल्यावर नकारात्मक विचार गळून पडतील.
- नकारात्मक विचारांचे सकारात्मक विचारांमध्ये परिवर्तन करताना आपल्याला आतूनच विरोध होतो आहे असे वाटले तरी प्रयत्न सोडू नका. मनातील फायदेशीर, चांगल्या, आनंदी विचारांकडेच लक्ष द्यायला शिका.
- आत्ताच्या परिस्थितीत आपण कोणत्या प्रसंगातून जाता आहात त्यामुळे काहीच परिणाम होत नाही. सकारात्मक विचार करा, आपल्याला हवे तसेच परिणाम मिळतील अशीच अपेक्षा करा आणि लक्षात ठेवा, की त्याचप्रमाणे परिस्थिती आणि वातावरण बदलत जाईल. सातत्य कायम ठेवले तर आपल्या मनाच्या विचारांची दिशाही बदलू शकाल. यासाठी थोडा वेळ लागेल, प्रयत्न करावे लागतील; परंतु यथावकाश आपल्याला हवे तसेच घडेल.
- दुसरे महत्त्वाचे तंत्र असे, की गंभीरपणे गोष्टी सांगण्याची पुन्हा पुन्हा सवय करा. हे तंत्र कल्पनाचित्र पाहण्यासारखेच आहे. या दोन्ही कार्यपद्धती एकत्रदेखील वापरता येतात.

सकारात्मक विचारांचे गुणधर्म

सकारात्मक विचार संसर्गजन्य आहेत. आपली सकारात्मक विचारपद्धती आपल्या आसपासच्या माणसांवर सकारात्मक परिणाम करते. माणसे आपला 'मूड' पकडतात आणि त्याप्रमाणे वागतात. आपला आनंद, आरोग्य आणि आपल्याला मिळणाऱ्या यशाचा विचार करा. यामुळे आपण आसपासच्या माणसांना आकर्षित करून शकाल. त्यांना तुम्ही आवडायला लागाल आणि आपल्याला मदत करायला ते पुढे येतील, कारण आपल्या मनातून परावर्तित होणाऱ्या सकारात्मक लहरी त्यांना खेचून घेतील. सकारात्मक विचारांचा फायदा करून घेण्यासाठी आपल्याला एकंदरीत आयुष्याबद्दलच

सकारात्मक दृष्टिकोण निर्माण करायला हवा. आपण जे करू त्यात यश मिळविण्याच्याच अपेक्षा हव्यात; परंतु त्यासाठी आवश्यक त्या सर्व गोष्टी अगदी मनापासून करा. परिश्रमाशिवाय यश ही गोष्ट अशक्य आहे.

परिणामकारक सकारात्मक विचार

सकारात्मक विचार हे फक्त सकारात्मक शब्दांची पुनरावृत्ती करून येत नाहीत, तर हा आपल्या मनाचा एक प्रबळ दृष्टिकोणच व्हायला हवा. फक्त थोड्या वेळापुरते सकारात्मक विचार आणणे पुरेसे नाही. आपल्या विचारांच्या निर्मितीवर खोलवर काम करायला हवे म्हणजे भीती, अश्रद्धा अशा गोष्टी आपल्या मनात प्रवेशच करणार नाहीत. आपण कसा विचार करतो यावर स्वतःचे नियंत्रण यायला हवे. आपण मनाची अशी शक्ती विकसित करायला हवी की त्यामुळे आपल्यावर, आपल्या सभोवतीच्या वातावरणावर आणि माणसांवर सकारात्मक परिणाम होतील.

सकारात्मक विचारांसाठी काही क्लृप्त्या

- विचार करताना फक्त सकारात्मक शब्दांचाच वापर करायला हवा. जसे की 'मी करू शकतो', 'मी सक्षम आहे', 'हे शक्य आहे', 'हे करता येईल' इ.
- फक्त आनंदी भावना, शक्ती, यश यांचीच मनात जोपासना करायला हवी.
- नकारात्मक विचारांकडे दुर्लक्ष करायला हवे. ते मनातून पूर्णपणे काढून टाकायला हवेत. अशा गोष्टींचा विचार करण्यास नकार द्यायला हवा. अशा गोष्टींची जागा विधायक आणि आनंदी गोष्टींनी भरून काढायला हवी.
- आनंदी आणि सकारात्मक माणसांच्याच सहवासात राहायला हवे.
- प्रेरणा देणारे वाङ्मय वाचायला हवे.
- प्रेरणा देणाऱ्या बोधकथांचे चिंतन करायला हवे.
- स्वतःवर श्रद्धा ठेवायला हवी आणि आपल्या विकासासाठी निसर्ग आणि आजूबाजूची परिस्थिती मदत करणार आहे असा विश्वास बाळगायला हवा.
- आशावादी बनायला आणि सतत हसत राहायला हवे.
- प्रत्येक वेळी नकारात्मक विचार मनात जागा होईल तेव्हा ताबडतोब त्याला हाकलून लावायला हवे व सकारात्मक विचारानेच मन भरायला हवे.
- आपल्या संभाषणात असेच शब्द वापरायला हवेत की त्यामुळे शक्ती, आनंद आणि यशाच्याच प्रतिमा आपल्या आणि इतरांच्या मनात उमटतील.
- कोणतीही योजना सुरू करण्यापूर्वी ती योजना यशस्वीच होणार असे स्पष्ट चित्र डोळ्यासमोर उभे करायला हवे. आपण पूर्ण विश्वासाने असे चित्र डोळ्यासमोर उभे केल्याने आश्चर्यकारक परिणाम मिळतात.

- दररोज पुस्तकातून कमीत कमी एक प्रेरणादायी पान वाचायला हवे.
- आनंद देणारे चित्रपट पाहायला हवेत.
- बातम्या बघण्याचा, वर्तमानपत्र वाचण्याचा वेळ कमी करायला हवा.
- सकारात्मक विचार करणाऱ्या मित्रांचे आणि व्यक्तींचे सान्निध्य वाढवायला हवे.
- आपली पाठ ताठ ठेवून चालायला व बसायला हवे. त्यामुळे आत्मविश्वास आणि अंतर्गत ताकददेखील वाढते.
- चालणे, पोहणे किंवा ताकद वाढविणारे काही व्यायाम करायला हवेत, त्यामुळे सकारात्मक दृष्टिकोण वाढविण्यास मदत होते.
- आत्ताची तुमची परिस्थिती कशी का असेना, सकारात्मक विचार करून आपल्याला हव्या त्या परिणामांची, परिस्थितीची करायला हवी. त्यामुळे आपला मानसिक दृष्टिकोण आपल्या पुढील परिस्थितीवर परिणाम करेल आणि परिस्थितीला आपल्या अपेक्षा पुऱ्या करायला भाग पाडेल. आपल्याला नक्कीच पटेल, की सकारात्मक दृष्टिकोणामुळे आनंद आणि यश मिळविणे सोपे जाते.

सकारात्मक दृष्टिकोणामुळे आयुष्यात घडणाऱ्या दैनंदिन गोष्टींचा सामना करणे सोपे जाते, त्यामुळे आपले आयुष्य आशावादी बनते. आपल्या आयुष्यातील काळज्या आणि नकारात्मकता यांना पळवून लावता येते. सकारात्मकता हा आपल्या आयुष्याचा मार्ग म्हणून पत्करला तर आपल्या आयुष्यात विधायक बदल घडून येतील आणि आपले आयुष्य सुखी, तेजस्वी आणि यशस्वी बनेल. सकारात्मक दृष्टिकोणामुळे आपण आयुष्यातील प्रकाशमय बाजूकडे लक्ष देऊ लागाल. चांगल्या गोष्टींवर जोर द्याल. त्यामुळे आयुष्य विधायक होऊन आपण चांगल्याच घटनांची अपेक्षा धरू लागाल. आपल्या अपेक्षेप्रमाणे घटनाही घडतील. आयुष्याला एक प्रकारचे चांगले व विधायक वळण लागेल.

पुढील पद्धतीने सकारात्मक दृष्टिकोण प्रकट होतो

- सकारात्मक विचार
- विधायक विचार
- कल्पक विचार
- आशावादी विचार
- कामात प्रेरणा आणि स्फूर्ती असणे
- ध्येये/उद्दिष्टे गाठली जाणे
- माणसाचे आनंदी राहणे

सकारात्मक विचारांमुळे होणारे फायदे

- अपयशाची नाही, तर यशाचीच अपेक्षा केली जाते.
- आपण प्रेरित असल्याची भावना येते.
- येणाऱ्या अपयशाला न जुमानता सतत प्रयत्न करण्याची शक्ती मिळते.
- समस्या आणि अपयश या इष्टापत्ती वाटतात.
- आपला स्वतःवर आणि आपल्या क्षमतांवर विश्वास वाढतो .
- आत्मविश्वास, आत्मप्रतिमा आणि आत्मप्रतिष्ठा वाढते, उंचावते.
- समस्येमध्ये बुडण्यापेक्षा त्यांच्या उत्तरावर लक्ष केंद्रित होते.
- संधी नुसत्याच दिसत नाहीत तर त्या तुम्हाला खुणवतात.

सकारात्मक विचार कसे करायचे ?

सकारात्मकता ही आपण स्वतः केलेली निवड आहे. आपण स्वतः विचार करून आपल्या 'मूडवर' नियंत्रण आणू शकतो आणि आपल्या विचारांची पातळी उंचावू शकतो. अडचणींकडे विधायक दृष्टी टाकून आपल्या आयुष्याला अधिक उजळ, उपयुक्त बनवू शकतो. आयुष्याबद्दल सकारात्मक धोरण स्वीकारल्यास आपण आपल्या नकारात्मक विचारांच्या चौकटीचे रूपांतर संधीत करून आयुष्यातील चिंता, अडचणी बाजूला सारून, त्या सोडवून आपण कोणत्या संधी उपलब्ध करू शकतो यावर विचार करायला सुरुवात करूया. आपण सकारात्मक विचार पद्धतीची निवड केलीत, तर आयुष्याचे संपूर्ण नियंत्रण आपण आपल्या स्वतःच्या हातात घेऊ शकाल आणि दैनंदिन जीवनात अधिक आनंदी, समाधानी त्याचबरोबर अगणित फायद्यांचे धनी होऊ शकाल. नकारात्मक विचारांची चौकट मोडल्यामुळे आयुष्यातील अनेक संधी दिसायला लागतील नव्हे खुणावतील. आपल्या पुढच्या अनेक अडचणी सोडवून आपण त्यांची उत्तरे शोधून ती अमलात आणून आपल्या चिंतांतून दूर होऊ शकाल आणि एक मुक्त आणि आनंदी जीवन जगायला सुरुवात कराल.

पुढील गोष्टींचा उपयोग आपण आपले आयुष्य अधिक सकारात्मक, उन्नत करण्याकडे करू शकाल.

आपल्या सकारात्मक विचारांवर चिंतन करा

सकारात्मक विचार करणे आपले आयुष्य अधिक समृद्ध करते, आनंददायी बनविते. आपले मानसिक, शारीरिक आयुष्य संपन्न बनविते. बदलांचा सामना करण्याची ताकद वाढविते. सकारात्मक विचारांचे फायदे समजावून घेतले, तर आपल्याला अधिक प्रेरणा मिळते. याचे महत्त्वाचे फायदे असे आहेत -

- आयुर्मर्यादेत वाढ
- निराशा येण्याचे प्रमाण कमी
- प्रतिकारशक्तीत वाढ
- शारीरिक आणि मानसिक आरोग्य
- ताणतणाव व्यवस्थापन शक्य
- उत्तम परस्परसंबंध

आपल्या दृष्टिकोणांची जबाबदारी स्वीकारा

आपल्याला माहिती आहे का, की एका दिवसात आपल्या मनात सर्वसाधारण पन्नास हजारांपेक्षा जास्त विचार येतात आणि हे विचार आपल्या स्वतःचे असतात. इतरांना सांगितल्याशिवाय आपण काय विचार करता आहात आणि त्याबद्दल आपल्याला काय वाटते हे समजू शकत नाही. ही गोष्ट खरोखरच आव्हानात्मक आहे; परंतु या सर्व विचारांबाबत आपण सकारात्मक किंवा नकारात्मक अशी निवड करीत असतो, त्यामुळे आपले विचार सकारात्मक आहेत की नकारात्मक याची निवड आपली स्वतःची असते. म्हणूनच त्याची संपूर्ण जबाबदारीदेखील आपणच घेतली पाहिजे.

नकारात्मक विचार करणार नाही असा निश्चय करा

याचा अर्थ असा आहे, की सभोवतालच्या वातावरणातील नकारात्मकता आपण दूर करू शकतो. आपल्या अवती-भोवतीच्या वातावरणात नेहमीच खूप नकारात्मकता असते. आज आपण काय चांगले करू शकणार आहोत यावर आपली संपूर्ण ताकद एकत्रित करा. आपण इतरांनादेखील या प्रक्रियेत सामील करून घ्यायचे ठरवा. हे इतर माणसांनी किंवा वातावरणाने, त्यांचा प्रभाव आपल्यावर पाडण्यापेक्षा अधिक चांगले.

नकारात्मकता आपल्याला घेणारच नाही यासाठी

- आपली योजना दुसऱ्याकडून रद्द होऊ देऊ नका. माणसे, गोष्टी जितक्या चांगल्या किंवा वाईट असतात त्यापेक्षा कितीतरी मोठ्या करून आपल्यापुढे आणतात, मांडतात आणि आपल्याला काळजीत टाकतात.
- सकारात्मक योजना तयार करण्यामुळे व्यवहार्य तोडगे काढता येतात.
- आपल्या योजना साध्या असाव्यात. आपले नकारात्मक विचार आणि योजना लिहून काढाव्यात आणि त्यावर विचार करण्यासाठी आवश्यक वेळ द्यावा. असे विचार आपल्या मनात का आलेत आणि ते आपल्याला कसे पळवून लावता येतील याचा विचार करा.
- आपण आपली योजना जसजशी अमलात आणाल, तसतसे आपल्या लक्षात येईल

की नकारात्मक विचार ओळखणे फारसे अवघड नाही. त्यानंतर नकारात्मक विचार मनात आणणे किंवा ठेवणे आपल्याला अवघड जाईल.

- आपल्या विचारांचा मागोवा घेण्यासाठी, पाठलाग करण्यासाठी नोंदवही ठेवायला हवी. आपण दररोज आपल्या विचारांची नोंद ठेवली तर आपल्याला आपल्याच विचारांचा एक ढाचा लक्षात येतो. त्यामुळे हा विचार सकारात्मक आहे की नकारात्मक हे आपल्या लक्षात येऊ शकते. दिवसाच्या शेवटी वीस मिनिटे काढून हा ढाचा सकारात्मक आहे, की नकारात्मक याचा शोध घेता येतो. असा शोध खूपच उपयुक्त ठरतो, मौल्यवान ठरतो. त्यानंतर आपण आपल्याला हव्या त्या सुधारणा त्यात करू शकतो.
- विचारांची अगदी सगळीच जंत्री ठेवण्यापेक्षा आलेले पाच सकारात्मक आणि पाच नकारात्मक विचार लिहून काढले तरी चालेल आणि त्यावर विचार करून त्यांचे पृथःक्करण करता येते.
- आपल्यावर ताण असेल तर नोंदवही ठेवणे उपयोगी ठरते कोणत्या विचारांचा त्रास होतो आहे हे यावरून आपल्याला उत्तम प्रकारे समजेल.

आपल्या नकारात्मक विचारांना ओळखा व त्यांचा सामना करा

- सहजतेने आपल्या नकारात्मक विचारांना ओळखा. नकारात्मक विचारांपासून दूर जाण्यासाठी, जे सकारात्मक विचारांपर्यंत पोचण्यास आपल्याला आडकाठी करतात, त्याबद्दल आपल्याला जास्त सजग राहायला हवे. जेव्हा आपण असा विचार ओळखता तेव्हाच आपण त्यांना आव्हान देऊ शकता आणि आपल्या मनातून हद्दपार करू शकता. जेव्हा आपण नकारात्मक विचार ओळखता, त्याचा प्रकार, त्याची जात ठरवता तेव्हाच त्याचा सामना करणे, त्याच्याशी दोन हात करणे आपल्याला शक्य होईल आणि सकारात्मक विचाराच्या मदतीने त्याला विरुद्ध दिशेने लांबवर हाकलून लावता येईल.
- 'उलट-सुलट', 'काळे-पांढरे', 'हे की ते' असे विचार टाळा. आपल्या लक्षात आलेच असणार की अशा विचारात मध्यम मार्ग कधीच नसतो. असतात ती फक्त दोन टोके. आपल्याला ज्या ज्या गोष्टींचा सामना करावा लागतो त्या एक तर असतात किंवा नसतात. या गोष्टींना राखाडी रंग असा नसतोच. दोनच रंग असतात, पांढरा किंवा काळा. म्हणून आपल्याला हवे असणारे घडले नाही तर सर्व वाईटच आहे असे आपल्याला वाटते कारण राखाडी रंगाचा अभाव असल्यामुळे जे काळे झाले असे वाटते ते दुरुस्त करताच येत नाही असा समज होतो. हे म्हणजे असे होईल की मी हे काम वेळेवर करू शकणार नाही तर ते मी का करावे?

अशा प्रकारची विचारसरणी टाळायची असेल तर आपण काळे किंवा पांढरे यात राखाडी रंगाची सोय करून ठेवायला पाहिजे. याचा सरळ अर्थ असा की कोणत्याही दोन परस्पर टोकांच्या मार्गांमध्ये अजून एक मध्यममार्ग आहे आणि तो शोधायला हवा. सकारात्मक आणि नकारात्मक मार्गांच्या मधल्या अशा मार्गांची एक यादीच तयार करा म्हणजे सर्व परिस्थिती अगदी आणीबाणीची नसते हे आपल्याला पटेल.

उदाहरणार्थ, आपण परीक्षेला उशिरा पोचलो आणि मग आपल्या मनात टोकाचा विचार आला की आता आपण पेपर पूर्ण करूच शकणार नाही आणि त्यामुळे नापास होणार, मग आता पेपरला बसण्यात काय अर्थ आहे? यात दुसरा असा विचार होऊ शकतो, की आपण अर्धा पेपर पूर्ण करू शकलो तरी आपण पास होऊ शकतो. पेपर न लिहिण्यापेक्षा अधिक गुण मिळवू शकतो. आपण पेपर पूर्णही करू शकतो फक्त आपल्याला थोडी घाई करावी लागेल. कदाचित अगदी छान उत्तरे देता येणार नाहीत; परंतु ढोबळमानाने तरी लिहिता येईल. आपण शिक्षकांशी बोलून थोडा अधिक वेळदेखील मागून घेऊ शकतो.

काळी-पांढरी विचार पद्धती ही सर्वसाधारण अतिशयोक्ती असते. दुसरा बरोबर आहे म्हणजे आपण चुकीचेच असणार असे या माणसांना वाटत राहते. आपण आपल्यावरच रागावून म्हणत असतो की मी तर नेहमीच अयशस्वी ठरतो मग आजच वेगळे काय घडणार आहे; इत्यादी, इत्यादी. कोणत्याही परिस्थितीत राखाडी बाजू बघितल्यावर आपल्यावर काही आकाश कोसळणार नाही याची आपली खातरी पटेल आणि आपण आपल्या काळ्या परिणामांवर विजय मिळवू शकू, असे आपल्याला वाटू लागेल, हे नक्की.

दुर्बलांना छळणारे होऊ नका

अशी माणसे परिस्थितीचा गैरफायदा घेत इतरांवर, विशेषतः दुबळ्या माणसांवर दादागिरी करण्याचा प्रयत्न करीत, त्यांना त्रास देऊन नाराज करतात. अशा माणसांची शिकार बनू नका.

- **इतर माणसांचे कठोर बोलणे मनावर घेऊ नका**

आपण काही वाईट करतो आहोत किवा चुकीचे करतो आहोत म्हणून अशा माणसांपासून दूर राहा असे नाही; परंतु ज्या माणसांच्या कठोर बोलण्याने आपले अंतःकरण दुखावले जाते अशा माणसांपासून दूरच राहिलेले बरे.

- **स्पष्ट बोला**

एखाद्याचे कठोर बोलणे आपल्याला आवडले नाही तर तसे नम्रपणे, स्पष्ट बोलून दाखवा. उदाहरणार्थ, एखाद्या वेळेस आपले वरिष्ठ आपल्याला टाकून बोलले तर त्यांना

तसे सांगा आणि अशा बोलण्याने माझ्या कामावर परिणाम होतो असेदेखील सांगा; परंतु नंतरचा वाद टाळा.

- **विचार बदला**

नकारात्मक विचार बदलता येतात त्यावर उत्तम उपाय आहेत ते असे -

नकारात्मक विचाराचे 'मला काही भवितव्य नाही' हे विधान सकारात्मक विचारात 'मला उज्ज्वल भवितव्य आहे' असे बदलता येईल. नकारात्मक विचाराचे 'मी गर्व करावा असा एकदेखील गुण माझ्याकडे नाही' हे विधान सकारात्मक विचारात 'मी गर्व करावा असे कितीतरी गुण माझ्याकडे आहेत' असे बदलता येईल.

सगळे नकारात्मक विचार सकारात्मक विचारात बदलता येतात. आपण त्याची सवय केली, तर नक्कीच सकारात्मक माणूस बनू शकाल. कारण अशा सवयीमुळे नकारात्मक विचार गळून पडतील. त्यांना आपल्या मनात प्रवेशच मिळणार नाही.

- **हे करा**

संगीत ऐका. सकारात्मक विचारांची पुस्तके वाचा. हिंसक चित्रपट बघायचे थांबवा. संगीतामुळे मन प्रसन्न बनते. अशा मनात सकारात्मकता अगदी सहज प्रवेश करते. पुस्तकातून नकारात्मकता कशी टाळावी याच्या युक्त्या सापडतात, धडे मिळतात. या उलट हिंसक चित्रपटांमुळे आपले मनदेखील हिंसक आणि नकारात्मक बनते.

- **सौंदर्यस्थळांना भेटी द्या**

अशा स्थळांचा मनावर फार चांगला परिणाम होतो. निराशा दूर पळून जाते आणि माणूस ताजातवाना होतो. मनाच्या अशा अवस्थेत कल्पकता आणि सकारात्मकता यांचा जन्म होतो.

- **स्वतःस दोष देऊ नका**

स्वतःस दोष देणे किंवा तसा विचार करणे म्हणजे जे जे काही वाईट होते आहे त्याला मीच जबाबदार आहे अशी समजूत करून घेणे होय. हा गंभीर प्रकार आहे, ज्यामुळे प्रत्येक गोष्टीत आपण असहाय्य होतो. हे केवळ असाध्य वेडच नाही, तर त्यामुळे आपण कोणालाच नको आहोत असे वाटत राहते आणि आपण जे काही करतो आहोत, त्यामुळे कोणावर तरी अन्याय होतो आहे असे आपल्याला विनाकारण वाटत राहते.

- **स्वतःची गाळणी लावून विचार स्वीकारू नका**

हे जेव्हा घडते तेव्हा आपण झालेल्या संवादातून फक्त नकारात्मक विचारांचाच स्वीकार करतो. उदाहरणार्थ, आपले साहेब आपल्या कामाची स्तुती करतात आणि काही किरकोळ कमतरता आणि सुधारणांबद्दलही काही सूचना देतात. म्हणजे खरे

तर ते आपल्याला मदत करण्यासाठी या गोष्टी सांगतात, परंतु आपण याकडे टीका म्हणूनच बघत राहतो. म्हणजे त्यांनी केलेल्या स्तुतीकडे, प्रशंसेकडे आपले दुर्लक्षच होते. असा जर आपला स्वभाव झाला, तर आपण सगळ्याच सकारात्मकतेकडे दुर्लक्ष करून फक्त नकारात्मक गोष्टींचा बागुलबुवा तयार करीत राहतो. यातील नकारात्मक विचार टाळण्यासाठी सर्व परिस्थितीकडे संपूर्णपणे बघायला शिका. त्याची व्यवस्थित टिपणी करा.

त्यातील सकारात्मक आणि आपल्याला वाटलेल्या नकारात्मक गोष्टींवर थोडा विचार करा म्हणजे आपल्या लक्षात येईल की सकारात्मक गोष्टींपुढे नकारात्मक गोष्टी अगदीच नगण्य, किरकोळ आहेत आणि त्यांचा उपयोगदेखील आपण सकारात्मकतेने करून घेऊ शकतो.

- **अनामिक संकटाची भीती टाळा**

आपल्याला कधी कधी कारण नसता काही अनामिक संकटांची उगीचच भीती वाटत असते. काही महासंकटे आपल्यापुढे उभी राहणार आहेत असे वाटत असते. जसे की आपले कुटुंबीय एखाद्या साथीला बळी पडणार आहेत, एखाद्या बसच्या, रेल्वेच्या अपघातात सापडणार आहेत आणि आपण काहीतरी चूक केली आहे म्हणून असे घडणार आहे, असेदेखील आपल्याला वाटते. हे असे टाळता येईल. अशा घडलेल्या घटनांची खरी माहिती गोळा करा म्हणजे आपल्या लक्षात येईल की जगात अशा घडलेल्या घटनांचे प्रमाण अगदीच नगण्य आहे. याचाच अर्थ असा होतो की आपल्याला वाटत असलेली भीती काल्पनिक आहे. निराधार आहे. हे पटले म्हणजे आपली व्यर्थ भीती कमी होईल. यासाठी दूरदर्शन किंवा चित्रपटातील अशा घटना बघण्याचे टाळा किंवा त्यांचा वस्तुनिष्ठ विचार करा.

- **भविष्य सांगणारे विचार थांबवा**

आपल्या इतिहासातील घटनांवरून भविष्याचा वेध घेणे थांबवा कारण सर्व परिस्थितीच सतत बदलत असते. तसे झाले नाही तर त्याच त्या घटना पुढे घडणार आहेत असेच आपल्याला वाटत राहील. खरे तर पुढे नेमके काय घडणार आहे हे कोणालाच सांगता येणार नाही. उदाहरणार्थ, आपल्या मागील अनुभवावरून नवीन मित्राबरोबरची आपली मैत्रीसुद्धा तुटेल असा विचार आपण कराल. परंतु खरे तर इथे आपण आपली मागील मैत्री का तुटली, का संपली याचा विचार करायला हवा आणि तशा गोष्टी नवीन मैत्रीत होणार नाहीत याची खबरदारी घ्यायला हवी. इथे आपल्या सुप्त मनाला बजावायला हवे की आता घडणारी मैत्री नवीन असेल. ती आता मोडणार नाही कारण आत्ताची परिस्थिती वेगळी आणि नवीन आहे.

• आपल्या नकारात्मक विचारांना आव्हान द्या

आपण आत्तापर्यंतचे आयुष्य फक्त नकारात्मक विचारातच घालविले असले तरी याचा अर्थ ते आरोग्यदायी किंवा योग्य आहे असा होत नाही. यात बदल करण्यास सुरुवातीला बराच संघर्ष करावा लागणार आहे. त्याला जोरदार आव्हान द्यावे लागणार आहे आणि ते मी करणार आहे. कारण यापुढे मला सकारात्मक जीवनच जगायचे आहे. जेव्हा नकारात्मक विचार आपल्या मनात प्रवेश करायला लागतात तेव्हा त्यांना असा साधा प्रश्न विचारा की मला हे योग्य वाटते म्हणून मी असा विचार करतो आहे का? की माझ्याजवळ खरोखरच माहितीचा अभाव आहे? किंवा असा नकारात्मक विचार करून मला काय लाभ होतो आहे? सध्याची ही परिस्थिती वाटते तितकी वाईट आहे का?

• नकारात्मक विचार बदलून तेथे सकारात्मक विचार पेरा

एकदा का नकारात्मक विचार ओळखून त्याला आव्हान देण्याचा आत्मविश्वास आपल्यात आला तर आपण नकारात्मक विचार बदलून त्या जागी सकारात्मक विचार पेरण्याचा सक्रिय निर्णय घ्यायला तयार झालात असे समजा. याचा अर्थ असा नाही की आपल्या आयुष्यात सर्वच सकारात्मक घडेल. काही वेळा नकारात्मक घटनादेखील घडतील. त्याचे आपल्याला खूप वाईटही वाटेल. हे सर्व अगदी स्वाभाविक आहे. नकारात्मक विचार बदलून सकारात्मक विचार पेरण्याचा उद्देश ठेवणे म्हणजे आपले भवितव्य उज्ज्वल करण्याच्या विचारप्रक्रियेस मदत करणे आहे. यासाठी उपयुक्त पडतील असे काही मुद्दे -

- आपल्या अवती-भोवतीच्या माणसांत, गोष्टीत आणि घटनांमध्ये चांगले काय आहे याचा शोध घेण्याचा प्रयत्न करायला हवा.
- दररोज रात्री आपण आभार मानले पाहिजेत अशा गोष्टींची यादी करा. त्याप्रमाणे परमेश्वराचे आभारदेखील मानायला विसरू नका.
- आव्हानात्मक माणसे आणि परिस्थिती यांच्याकडे आपल्या मार्गातील अडथळे म्हणून बघण्यापेक्षा ती संधी आहे, अशा दृष्टीने बघायला शिका.
- आपल्याला सतत बजावत राहा, की अपयशानंतरही आपले आयुष्य अनेक क्षमता आणि संधींनी भरलेले आहे. आपल्या भविष्यात आपल्याला काय मिळवायचे आहे, कोणत्या संधी हस्तगत करावयाच्या आहेत यांचीदेखील एक यादी तयार करणे फायद्याचे ठरते.

आशावादी आयुष्य जगताना

- लक्षात ठेवा, सकारात्मक विचार शिकायला वेळ लागतो. सकारात्मक विचार पद्धत विकसित करायला वेळ लागतो. हे एक कौशल्य आहे. आपण नकारात्मकता

घेऊनच जन्माला आलेले नसता. काही वर्षांतील अनुभवांचा परिणाम म्हणून आपण नकारात्मक होता. यामध्ये आपली परिस्थिती, आपले आई-वडील, आपले शिक्षण, समाजातील माणसे यांचा परिणाम आपल्यावर झालेला असतो. कौशल्य निर्माण करायला जरा वेळ लागतो. तसाच वेळ सकारात्मकता कमवायलादेखील लागतो. सवय आणि समर्पण लागते. परत आपण नकारात्मकतेकडे जाणार नाही याची काळजीदेखील सातत्याने घ्यावी लागते.

- नेहमी स्वत:बद्दल सकारात्मक बोलणे उत्तम. आपण स्वत:शी कसा संवाद साधतो यावर आपले विचार, भावना, आत्मप्रतिमा आणि काम अवलंबून असते.
- आपण केलेल्या चांगल्या कामाबद्दल आपली स्तुती करायला हवी. आपण करीत असलेल्या चांगल्या कामाबद्दल स्वत:ला धन्यवाद द्यावे, आभारदेखील मानावे. असे करण्याची खूप आवश्यकता आहे.

नवीन गोष्टी करा

विविध प्रकारचे अनुभव आपल्याला समृद्ध बनवितात, त्यामुळे आश्चर्यकारक बदल होतात. आपल्याला सुरक्षित वाटणाऱ्या परिघाच्या पलीकडे गेल्यास आपल्याला चकित करणाऱ्या अनेक गोष्टी भेटतात आणि त्या आपल्या नकारात्मक विचारांना पळवून लावतात. परस्पर विरोधी टोकांची धार कमी करून मध्यममार्ग तयार करतात. पुढील काही गोष्टी आपली नकारात्मकता दूर करण्यास मदत करतील आणि आपल्या आयुष्याला नवीन गती मिळेल.

- अभिनय शिका. स्वतःला व्यक्त करण्याची ही उत्तम संधी आहे.
- त्यामुळे आपण आपल्या सुरक्षित परिघाबाहेर पडण्यास प्रवृत्त होतो.
- नवीन गावे, शहरे, आणि प्रदेश बघा, तेव्हा इतर माणसे जगाकडे कसे बघतात त्याचादेखील अभ्यास करा.
- नवनवीन कथा, कादंबऱ्या, प्रवासवर्णने वाचा.
- नवनवीन कौशल्ये आत्मसात करा.
- नवीन कला, भाषा शिका.

अधिक सजग, जागृत व्हा

- चाकोरीबद्ध जीवन जगणे हे नकारात्मक विचारसरणीसाठी पुढे केले जाणारे एक कारण आहे. अशी माणसे एखाद्या स्वयंचलित गाडीत बसल्यासारखे जीवन जगत असतात म्हणजे त्यांच्या जीवनाच्या गाडीला चालकच नसतो. गाडी नेईल तिकडे ते प्रवास करीत असतात. ते आपल्याभोवती एक कवचच तयार करतात आणि अस्तित्वच गमावून बसतात. बौद्धिकदृष्ट्या आळशी बनतात. आजूबाजूला

घडणाऱ्या घटनांची त्यांना जाणीवच नसते. त्याबद्दल ते तसे बेफिकीरच असतात. त्यांनी जर डोळे उघडून आजूबाजूला बघितले तर त्यांना आयुष्य आनंददायी आणि सकारात्मक वाटेल. आयुष्याकडे सजगतेने, जागृतपणे बघितले तर आयुष्य अधिकाधिक सकारात्मक होत राहील.

- कदाचित आपल्याला आपण धीमे आहोत, आळशी आहोत असे वाटत असेल तर आपल्याला विश्रांतीची किंवा बदलाची गरज आहे. कासवाप्रमाणे कोषात शिरून स्वतःस दोष देत बसू नका. आपण आता ताजेतवाने होऊन अशा कृती करा की आयुष्यात पुन्हा नवचैतन्य संचारेल.
- स्वतःला जास्त केंद्रित बनविण्यासाठी ध्यानाची सवय करा, त्यामुळे आपण उत्कृष्ट एकाग्रता साधू शकाल. दररोज आपल्याला सोयिस्कर असेल त्या वेळी ५ ते १० मिनिटे ध्यान केल्यास आपण स्वतःची आणि सभोवतालची सजगता वाढवू शकता. नियमित ध्यानाची मदत आपले संकुचित विचार बदलून आपली आंतरिक शक्ती वाढविण्यास होते. आयुष्य अधिक स्वस्थ, सुंदर होते. आपली कल्पकता वाढून आपले वेळेचे व्यवस्थापनही सुधारते. आयुष्यातील विकल्प कमी होतात. परस्परसंबंध सुधारतात. स्वच्छ आणि स्पष्ट विचार करण्याची क्षमता वाढते. विपश्यना ध्यान पद्धतीतील अनापान या तंत्राचा उपयोग यासाठी फार उपयुक्त ठरतो असा माझा वैयक्तिक अनुभव आहे.
- योगासनेदेखील यासाठी उपयुक्त असतात. योगासनांचा संबंध श्वासाबरोबर जोडल्यास मनाची शक्ती वाढते. योगासने शरीराप्रमाणे मनाची शक्तीदेखील वाढवितात.

वाचन वाढवा

आपले मनोधैर्य वाढविण्यासाठी, आपल्याला वाटणाऱ्या कोणत्याही तऱ्हेच्या भीतीवर मात करण्यासाठी यशस्वी माणसांची चरित्रे वाचा. यात विशेषतः अपयशातून यशाकडे वाटचाल केलेल्या उद्योजकांची, शास्त्रज्ञांची, खेळाडूंची चरित्रे असू द्या. ही सर्व सत्यावर आधारित असल्यामुळे आपल्याला आवश्यक प्रेरणा देतील. वाचनामुळे ज्ञान मिळते आणि आपण अधिक समजूतदार बनतो. अपयशाने खचून न जाता, मनावर विजय मिळवून यशाकडे जाण्याची जिवंत प्रेरणा आपल्याला मिळते. बहुतेक माणसांना आपले आयुष्य उन्नत करण्यासाठी असा लढा द्यावा लागतो. वाचनाने याची जाणीव होते आणि आपण अधिक क्रियाशील बनतो.

आपल्यातील कल्पक बाजूचा शोध घ्या

आत्तापर्यंत हे निर्विवाद सत्य म्हणून स्वीकारले गेलेले आहे की प्रत्येक सर्वसाधारण माणसात कल्पनाशक्ती असतेच असते. आत्तापर्यंत आपण आपल्या कल्पक बाजूचा शोध घेतलेला नसेल तर आत्ताची हीच वेळ त्यासाठी योग्य आहे. कलाकार होण्यासाठी वेळ द्या. चित्रकार बना. यासाठी हातांचा उपयोग करा. त्यांचे कौशल्य वाढवा. आपल्या विचारांची जोडदेखील यासाठी दिली तर आश्चर्य वाटेल अशा गोष्टी आपल्या हाताने होतील. आपण चाकोरीबाहेर पडून कल्पना करू लागाल आणि आपली वाटचाल सकारात्मकतेकडे होऊ लागेल. फारसा विचार केला नाही तरी कल्पकतेकडे आपण आपोआप झुकाल. अनेक मार्गांनी आपण स्वतःला सकारात्मक बनवू लागाल.

- कॅमेरा हातात घ्या आणि फोटो काढायला सुरुवात करा. तंत्रज्ञानाच्या विकासामुळे हे काम सोपे; परंतु उत्तम परिणाम देणारे झाले आहे. त्याने आपल्याला उत्तम प्रेरणा मिळेल. गरज वाटल्यास एखादा फोटोग्राफी वर्ग किंवा क्लबही सुरू करता येईल. मिळालेली ही प्रेरणा इतर गोष्टींतही उपयुक्त ठरेल.
- सिरॅमिक किंवा मातीकामाच्या वर्गाला जायला लागा. आपल्या हाताने केलेल्या कामाचा आनंद लुटा.
- छोटे छोटे लेख लिहायला सुरुवात करा. कविता, कथा लिहा. कदाचित यातूनच कादंबरी लेखनाकडे वळता येईल. या सर्वांमुळे विविध विचार करायची सवय होते. वेळही छान जातो. वैचारिक गुंतवणूक वाढते.
- निसर्गचित्रे काढायला लागा. या सर्व गोष्टींचा उपयोग आपले मन ताजेतवाने करण्यासाठी होतो. आपली निराशा, आळस आपल्याला कधी सोडून जातील हे आपल्याला कळणारदेखील नाही. यामुळे अनेक मित्र जोडले जातात. आयुष्याच्या कक्षा रुंदावल्या जातात.

आशावादी माणसांच्या बरोबर वेळ घालवा

- आशावाद व दुःख दोन्हीही संसर्गजन्य आहेत. आपल्याला काय आवडेल? आपल्याला आशावादी वाटत असेल तर आपण स्वतःला आशावाद हे मूल्य बहाल करू शकतील अशा माणसांच्या संपर्कात राहा. सकारात्मक गोष्टी हेरा. माणसांतील चांगल्याचा शोध घ्या त्यामुळे आपली प्रगती होईल. माणसांची मनापासून आणि खरी स्तुती करा. पुढील गोष्टी आपल्याला आशावादी माणसांच्या सहवासात अधिक वेळ घालवायला मदत करतील.
- आपल्या प्रेरणा आणि शक्ती हरण करतील, कमी करतील अशा माणसांचा सहवास टाळा. आपल्याला असा सहवास टाळता येणार नसेल तर त्यांच्यामुळे आपण

विचलित होणार नाही याची काळजी घ्या आणि त्यांचा सहवास, संपर्क कमीत कमी ठेवा.

- नकारात्मक माणसांचा संपर्क टाळा.

अर्थपूर्ण उद्दिष्टे ठरवा

आपले उद्दिष्ट काही का असेना, आपण त्यासाठी आणि त्यामागील उद्देशाला पूर्णपणे वाहून घ्या. आपण पहिले उद्दिष्ट प्राप्त केले की मग आपल्याला दुसरे उद्दिष्ट प्राप्त करण्याची प्रेरणा मिळेल अशी नवनवीन अर्थपूर्ण उद्दिष्टे आपण आपल्यासमोर ठेवाल आणि एकामागून एक साध्यही कराल. प्रत्येक उद्दिष्ट प्राप्तीबरोबरच, मग ते कितीही छोटे का असेना, आपला आत्मविश्वास, आत्मप्रतिमा आणि आत्मप्रतिष्ठा वाढतच जाईल, त्यामुळे आपोआपच आपले आयुष्य सकारात्मक होत जाईल. आता संपूर्ण आयुष्याचा विचार करून उद्दिष्ट ठरवा आणि ते प्राप्त करण्याची योजनाही तयार करा. यामुळे आपल्याला अधिक प्रेरणा मिळेल व अशा प्रेरणेच्या आधारे आपण मार्गातील सर्व अडथळे दूर, पार करू शकाल आणि आपल्या भवितव्यावर आपले नियंत्रण येईल.

आयुष्यातील आनंद लुटायला विसरू नका

- आयुष्य जगण्यासाठी पैसा मिळविण्यात बऱ्याच वेळा आपण इतके गढून, बुडून जातो की खरे आयुष्य जगण्याचे विसरून जातो. असे होता कामा नये. आयुष्य जगण्यातील आनंद, मजा लुटा. असा आनंद लुटणारी माणसे जास्त समाधानी, परिपूर्ण आयुष्य जगतात. ती अधिक सकारात्मक होतात कारण आयुष्यातील कंटाळवाणा 'तोच तो पणा' ते कुशलतेने दूर करतात. आयुष्यातील मजा चाखल्यामुळे आपल्यापुढील कठीण व आव्हानात्मक कामांचा सामना ते अधिक उत्साहाने करू शकतात. सकारात्मक व गमतीदार आयुष्य जगण्यासाठी या गोष्टींचा विचार करा.
- आपल्या सुरक्षित वर्तुळाबाहेरची काही कामे मुद्दाम करा. जसे की भटकंती, गिर्यारोहण, समुद्रस्नान, गगनभरारी इ. करून बघा. यातून किती आनंद आणि प्रेरणा मिळते ते अनुभवा.
- खळखळून हसा. मित्रांबरोबर वेळ काढा. विनोदी चित्रपट बघा. हास्यक्लबचे सभासद व्हा. अशा आनंदी वातावरणात नकारात्मकता प्रवेश करूच शकत नाही.
- काम करतानादेखील विनोदाचा आसरा घ्या. सतत नुसते काम आणि काम करीत राहिलात तर शरीरावर आणि मनावर खूप ताण पडतो. त्यामुळे आनंद साजरा करायला वेळ मिळविणे अधिकच अवघड जाते आणि नकळत नकारात्मकता ताबा घेते. आपल्या व्यग्र दिनक्रमात हसायला, मजा करायला थोडा वेळ राखून ठेवणे आवश्यक आहे. आयुष्य खूप गंभीरपणे घेऊ नका.

थोडक्यात, सकारात्मक दृष्टिकोणामुळे आयुष्य आशावादी होते. वैयक्तिक आणि व्यावसायिक बाजू अधिक भक्कम बनते. काळजी, ताणतणाव, अस्वस्थता, टीका या गोष्टी कमी होतात. शंकेखोरपणा आणि नकारात्मक विचारांवर नियंत्रण आणून आयुष्य अधिक उत्साही करता येते. चांगले आणि वाईट परिणाम यांतील फरक फक्त तुमच्या दृष्टिकोणावरच अवलंबून असतात. आपल्या प्रत्येक परिस्थितीची, कृतीची, आनंदाची, आरोग्याची, यशाची अपेक्षा सदैव आपले सकारात्मक मनच करीत असते. सकारात्मक व नकारात्मक दोन्हीही विचार संसर्गजन्य आहेत. यांचा परिणाम आपल्यावर आणि आपल्या सहवासात येणाऱ्या माणसांवर होत असतो. हे सहज व नकळत होत असते तसेच ते आपले विचार, भावना, शारीरिक हालचाली यांतूनही प्रतिबिंबित होत असते. सकारात्मक माणसाभोवती एक विशिष्ट वलय निर्माण होते, त्यामुळे इतर माणसे सकारात्मक माणसाकडे आकर्षित होतात, तसेच ती नकारात्मक माणसांना टाळतात.

चांगले आणि वाईट परिणाम यांतील फरक फक्त तुमच्या दृष्टिकोणावरच अवलंबून असतात. आपल्या प्रत्येक परिस्थितीची आणि कृतीची, आनंदाची, आरोग्याची आणि यशाची अपेक्षा आपले सकारात्मक मनच करीत असते. पुढील काही गोष्टींमुळे आपण सकारात्मक विचारांचा साचा निर्माण करून आशावादी आयुष्याकडे वाटचाल करू शकता. या गोष्टींचा सतत उपयोग करा म्हणजे लक्षात येईल की काही काळानंतर अगदी स्वाभाविकपणे आपण सकारात्मक होऊ लागलो आहोत म्हणून.

चांगल्या गोष्टी आणि घटनांवर जोर द्या

आपल्या आयुष्यातील चांगल्या घटनांकडे लक्ष वेधा. त्यावर भर द्या. आपले कुटुंबीय आपल्यावर प्रेम करणारे आहेत ना? कोणत्याही प्रसंगात आपल्याला उल्हसित करणारी मित्रमंडळी आसपास आहेत ना? इतरांकडे नसणारी काही कौशल्ये आपल्याकडे आहेत ना? याची खातरी करून घ्या. आपल्याकडे ज्या गोष्टी आहेत त्याबद्दल आनंद माना. ही सकारात्मकतेकडे नेणारी पहिली पायरी आहे. आयुष्यातील आनंददायी आणि सुंदर गोष्टींचा विचार आपल्या स्वत:लाच सुखावून जातो.

सकारात्मक भाषा तयार करा

आपला स्वतंत्र शब्दकोश तयार करा. त्यात आनंद, सुख, हर्ष, समाधान, चेतना, संधी, यश असे शब्द प्रकर्षाने असू द्या. आपण बोलत असताना सदैव त्यांचा वापर करा. *मला खूप काळजी वाटते* याऐवजी *मी हे काम कसे हाताळू?* असे म्हणा. *अरे बापरे, केवढे हे काम!* असे म्हणण्यापेक्षा या कामाने मी खूप उद्दीपित झालेलो आहे. *या कामामुळे मला काहीतरी नवीन शिकायला मिळणार आहे* असे म्हणा. हार, अशक्य, नको, अवघड, काळजी, अयोग्य अशा शब्दांना आपल्या शब्दकोशातून हद्दपार करा.

सकारात्मकतेचे पांघरूण घ्या

आपल्या अवती-भोवतीचे वातावरण सकारात्मकतेने घेरून टाका, चेतवून द्या. आपल्या व्यक्तिमत्त्वातून सकारात्मक ऊर्जा पाझरू द्या. नकारात्मक विचार करणाऱ्या माणसांपासून नेहमीच दूर राहा, कारण नकारात्मक माणसे नकारात्मक विचारांचाच प्रसार करीत हिंडत असतात. आपल्या आजूबाजूचे वातावरण नकारात्मकतेने भरून टाकतात.

आपल्या क्षमता ओळखा आणि त्यावर जोर द्या

आपल्यातील क्षमता ओळखण्याचा एक सोपा उपाय हा आहे, की दोन स्वतंत्र स्तंभांत त्यांची विभागणी करा. मला काय करायचे आहे? आणि मी काय चांगले करू शकतो? दोन्हीही स्तंभांत कोणत्या गोष्टी सारख्या आहेत ते शोधा, त्यामुळे आपण कोठे आहोत आणि आपले सामर्थ्य काय आहे याचा शोध आपल्याला लागेल. आपण ज्या गोष्टी चांगल्या करू शकतो असे आपल्याला वाटते आणि ज्या आपल्याला आवडतात त्या करायला सुरुवात करा. यश नक्कीच मिळेल. ते यश आपला आत्मविश्वास वाढवेल. त्यातूनच आपण दुसऱ्या उच्च यशाचा पाठलाग कराल आणि तेही मिळवाल. मिळणाऱ्या अशा यशामुळे आपली यशोदायी विचारांची मालिकाच तयार होईल, चौकटच तयार होईल. सकारात्मकता हा आपला स्वभावच होऊन जाईल.

भूतकाळ विसरा

भूतकाळाचे सगळे ओझे डोक्यावरून उतरवून टाका, त्यामुळे खूप हलके, मोकळे वाटेल. भूतकाळात ज्या घटना घडून गेल्या, त्या पुसून टाकता येत नाही, परंतु वर्तमानात आपण काय करणार आहोत यावर मात्र आपल्याला नियंत्रण आणता येते आणि या करण्यावरच भविष्यात काय होईल हे ठरत असते, त्यामुळे आकस धरू नका, कुरकुर करू नका. पश्चात्ताप करू नका. या सर्व नकारात्मक ऊर्जा आहेत. यामुळे फक्त ऊर्जेचा, शक्तीचा ऱ्हास, व्यय मात्र होत असतो. आज व आत्ता काय करायचे यावरच लक्ष केंद्रित करायला हवे.

उत्सव साजरा करा

आपण कष्ट करून जे साध्य केले आहे त्याबद्दल आनंद व्यक्त करा. त्या उपलब्धीबद्दल उत्सव साजरा करा, मग ते साध्य किती लहान की मोठे याला फारसे महत्त्व नाही. यात आपण जे मिळवले आहे त्याला मान्यता देणे हे आहे. त्याचा सकारात्मक स्वीकार करणे मोलाचे आहे, त्यामुळे सकारात्मक विश्वास वाढत जातो. कामाची प्रेरणा मिळते, पुढील यशाचा मार्ग मोकळा होतो.

समस्येचा समोरून सामना करा

'बैलाचा सामना करताना त्याची शिंगे पकडा' अशी म्हण आहे. अर्थातच याचा अर्थ असा नाही की समस्या आपोआपच सुटेल. ती प्रत्यक्ष सोडवा. याचा सर्वोत्तम मार्ग म्हणजे प्रत्येक समस्येला उत्तर असते, त्यातून सुटण्याचा मार्ग असतो यावर विश्वास असणे हा होय. खरे तर प्रत्येक समस्येला अनेक उत्तरे असतात, गरज असते, आपण फक्त उत्तम उत्तराची, पर्यायाची निवड करण्याची. एकदा उत्तर सापडले, की त्याची अंमलबजावणी करा. त्यावर खल करीत बसू नका. अंमलबजावणी केल्यावर ती समस्या आपल्या यादीतून बाद होते.

मौज करा

आयुष्य खूप गंभीरतेने जगू नका. त्यात थोडी मौजही आणा. प्रत्येक गोष्ट मौजेने करा. जीवनातल्या प्रत्येक गोष्टीची मजा लुटा. आपल्यावरच विनोद करा, हसा. आपलेच बालपण आठवा. प्रत्येक गोष्टीत आपण कसे रमून जात होतो, तो काळ कसा संपून गेला हेही आठवत नाही. आपल्या मित्रमंडळीत, नातेवाइकांत आपण कसे दंग होत असू, प्रत्येक गोष्ट किती मनापासून देहभान विसरून आपण करीत असू, किती बेभान अवस्थेत आयुष्य संपले ते आठवा.

दुसऱ्यांना मदत करा

आपल्यात काय चांगले आहे हे शोधण्याचा मार्ग म्हणजे दुसऱ्यांना मदत करणे. इतरांसाठी चांगली कामे करा. आपल्या आसपास अशी अनेक माणसे आहेत की ज्यांना मदतीची गरज आहे. आपण त्यांच्या आयुष्यात फरक पाडू शकतो. जसे, वृद्ध माणसांकडे जा. त्यांच्याशी गप्पा मारा. त्यांना एखादी कथा वाचून दाखवा. आजारी माणसांना मदतीची गरज असते. त्यांची गरज शोधा आणि मदत करा. जेव्हा आपण इतरांना निरपेक्षपणे मदत करतो तेव्हा आपली आत्मप्रतिष्ठा वाढते. अपंग, असहाय माणसांना मदत केल्याने आपल्याला खूप समाधान मिळते. नैराश्य दूर होते आणि आपली सकारात्मकता वाढते.

प्रेम करा

इतरांवर प्रेम करावे आणि इतरांचे प्रेम मिळवावे, असे कुणाला वाटत नाही? ही तर आयुष्यातली एक अद्वितीय भावना आहे. प्रेमाशिवाय आयुष्य अर्थहीन आहे. सुरुवात आपल्या कुटुंबावरील प्रेमाने करा. आपल्या मित्रांवर प्रेम करा. त्यानंतर ही कक्षा वाढवीत राहा.

■ ■ ■

समृद्ध जीवनासाठी सकारात्मकता

जीवन समृद्ध करावयाचे असेल तर आपला दृष्टिकोण, मनोवृत्ती, प्रवृत्ती सकारात्मक असायला पाहिजे. 'दृष्टिकोण' हा अत्यंत महत्त्वपूर्ण शब्द आहे. जीवनात प्रत्येक क्षेत्रात, मग तो जीवनाचा वैयक्तिक भाग असो की व्यावसायिक, दृष्टिकोणाचे महत्त्व अनन्यसाधारण आहे.

'दृष्टिकोण' म्हणजे काय?

आपण सर्वप्रथम 'दृष्टिकोण' म्हणजे काय ते समजावून घेऊ.

एक फुगेवाला यात्रेत फुगे विकून उदरनिर्वाह करायचा. त्याच्याकडे लाल, निळे, पिवळे, हिरवे अशा विविध रंगांचे हेलियम गॅसने भरलेले फुगे विक्रीसाठी असायचे. विक्री कमी होऊ लागली की तो काही फुगे हवेत सोडायचा. उंच उंच जाणारे फुगे बघून मुले फुगे घेण्यासाठी गर्दी करीत आणि मग त्याचा धंदा परत जोरात सुरू होई. असे तो दिवसभर करीत राही.

असेच एकदा फुगे विकत असताना फुगेवाल्याच्या लक्षात आले, की आपले जाकीट कुणीतरी ओढतो आहे. त्याने मागे वळून पाहिले तर तिथे एक लहान मुलगा उभा होता. मुलाने त्याला विचारले, ''काका, काळ्या रंगाचा फुगा हवेत सोडला तर तोदेखील असाच उंच जाईल का?''

मुलाच्या जिज्ञासेचे काकांना खूप कौतुक वाटले. कारण तो मुलगा काळा होता. अतिशय प्रेमाने त्यांनी त्या मुलाला उचलून घेतले आणि ते म्हणाले, ''बाळ हे फुगे त्याच्या रंगामुळे उंच जात नाहीत, तर त्यांच्या आत जे काही आहे त्यामुळे ते उंच जातात.''

मित्रांनो! हीच गोष्ट आपल्या दैनंदिन आयुष्यालाही लागू पडते. आपल्या अंतरंगात जे काही आहे त्यामुळेच आपण उंचीवर जातो आणि आपल्या अंतरंगातील ही गोष्ट म्हणजे आपला दृष्टिकोण. आपला दृष्टिकोण म्हणजे आपली जगाकडे बघायची खिडकी आहे. आपला दृष्टिकोण जसा असेल तसेच जग आपल्याला दिसते. आपल्या स्वतःच्या या खिडकीतूनच आपल्याला जगाचे दर्शन होत असते. आपला दृष्टिकोण म्हणजे एक मानसिक चाळणी, गाळणी आहे, की जिच्या मदतीने आपण जगाचा अनुभव घेत असतो.

असा असतो सकारात्मक दृष्टिकोण

सकारात्मक दृष्टिकोण असलेला माणूस बंद असलेल्या घड्याळाकडेदेखील हे दिवसातून दोन वेळा अचूक वेळ दाखविणारे घड्याळ आहे या दृष्टिकोणातून बघतो. आपल्यापुढे असणाऱ्या अडथळ्यांना आपण कसे सामोरे जातो हे आपल्या दृष्टिकोणावर अवलंबून असते. सकारात्मक विचार करणाऱ्याला अपयश म्हणजे यशाकडे नेणारी पायरी आहे असे वाटते तर नकारात्मक विचार करणाऱ्याला तेच अपयश मार्गातील अडथळा, धोंड आहे असे वाटते.

सकारात्मक व्यक्तिमत्त्वे काही ठळक गुणांमुळे उठून दिसतात. त्यांच्यात आस्था आत्मविश्वास, चिकाटी, नम्रता यांसारखे गुण असतात. या माणसांकडे जबरदस्त आशावाद असतो. निरंतर उत्साह त्यांच्या नसानसातून ओसंडून वाहत असतो. आपल्या अवतीभोवतीच्या माणसांकडे ते मोठ्या आशावादी नजरेने पाहत असतात. पूर्वी कधीही नव्हती एवढी गरज आजच्या परिस्थितीत सकारात्मक दृष्टिकोणाची आहे. आजूबाजूच्या वातावरणाचा परिणाम वैयक्तिक दृष्टिकोणावर, मनोवृत्तीवर, विचारसरणीवर होत असतो. एखादी घटना घडते आणि परिणामी तिच्या आसपासच्या सर्व लोकांचाच दृष्टिकोण बदलतो. जसे की ११ सप्टेंबरला अमेरिकेतील वर्ल्ड ट्रेड सेंटरवर अतिरेक्यांचा हल्ला झाला ही घटना बघा. तोपर्यंत अमेरिकेला विमानाने जाणारा प्रत्येक प्रवासी एक तर व्यावसायिक किंवा हौशी तरी असायचा. एखादा प्रवासी आपल्या बुटातून काहीतरी स्फोटक घेऊन जातो आणि त्यानंतर अमेरिकेकडे जाणाऱ्या प्रत्येक विमान प्रवाशाच्या बुटांची कसून चाचणी केली जाते आणि प्रवाशांना प्रचंड सुरक्षा चाचण्यांना तोंड द्यावे लागते आहे.

अहमदाबाद येथील अक्षरधाममध्ये अतिरेक्यांचा हल्ला होतो आणि तेथील सर्व सुरक्षा व्यवस्थाच बदलते. प्रचंड वेगाने बदलणाऱ्या सामाजिक घटनांचे परिणाम वैयक्तिक मनोवृत्ती घडविण्यावर होतात. हे जरी खरे असले तरी वैयक्तिक दृष्टिकोणाचा प्रभाव जागतिक मनोवृती घडविण्यावर होत असतो हेही तितकेच खरे आहे. महात्मा

गांधीजींनी स्वातंत्र्याच्या आपल्या दृष्टिकोणाने ब्रिटिश सत्तेचा दृष्टिकोण बदलला. गांधीजींच्या कामाची पद्धत किती आगळीवेगळी आणि प्रभावी होती याचे एक उदाहरण सांगतो. दक्षिण आफ्रिकेचे पंतप्रधान यंग्स् मठ हे एकदा ब्रिटिश सत्ताधीश विन्स्टन चर्चिल यांच्याबरोबर स्टॅलिन यांना भेटायला जात होते. गप्पांच्या ओघात मठ यांनी चर्चिल यांना विचारले, ''आपण गांधींना भेटला आहात का?'' त्यावर चर्चिल म्हणाले, ''नाही! कारण मला अशी भीती वाटते की त्यांच्या उपस्थितीत ते माझे विचार बदलतील.'' केवढे हे सामर्थ्य वैयक्तिक सकारात्मक विचारांचे. एका महान जागतिक सत्तेलादेखील हादरा देणारे. हा मुद्दा स्पष्ट करण्यासाठी अजून दोन व्यक्तींचा विचार करूया. अब्राहम लिंकन यांचा एकट्याचा दृष्टिकोण निग्रोंबद्दल, गुलामगिरीबद्दल करुणेचा होता. त्यांनी याबाबतचा संपूर्ण अमेरिकेचा दृष्टिकोण बदलला. सीतेचे पातिव्रत्य आणि पती-भक्ती, फक्त तिच्यापुरतीच मर्यादित राहिली नाही, तर त्यामुळे संपूर्ण भारत वर्षातील स्त्रियांची मानसिकता बदलली गेली.

सकारात्मक दृष्टिकोण किती फरक पाडू शकतो याचे उत्तम उदाहरण म्हणजे थोर शास्त्रज्ञ थॉमस अल्वा एडिसन. त्यांना वयाच्या अगदी लहानपणी मतिमंद ठरवून शाळेतून काढून टाकले होते. वयाच्या ९/१० व्या वर्षी मित्राने कानावर मारल्याने त्यांचे कान निकामी होऊन ते बहिरे झाले होते. रेल्वे प्लॅटफॉर्मवर फळांचा स्टॉल असताना वयाच्या १४ व्या वर्षी, ते करीत असलेल्या काही प्रयोगाचा परिणाम होऊन एक बॉंबस्फोट झाल्यामुळे, त्यांची नोकरी गेली. अशा सर्व बाजूंनी नकारघंटा वाजत असताना, न डगमगता त्यांनी आपल्या राहत्या घराच्या तळघरात एक प्रयोगशाळा सुरू केली आणि या प्रयोगशाळेतील त्यांच्या कामगिरीमुळे त्यांनी साऱ्या जगाचे लक्ष आपल्याकडे वेधून घेतले. त्यांच्या नावे १०१३ पेटंट आहेत आणि हा जागतिक विक्रम अजूनदेखील कोणी मोडू शकलेला नाही.

वयाच्या ६०/६५ व्या वर्षी त्यांच्या कारखान्याला अचानक आग लागली आणि सर्व मालमत्ता जाळून खाक झाली. त्यावर प्रतिक्रिया व्यक्त करताना ते म्हणाले, ''चला आपण आयुष्यातील सर्व चुका जाळून टाकल्या आहेत, आता आपण परत नव्याने कामाला सुरुवात करू शकू.''

या घटनेनंतर तीन आठवड्यांतच त्यांनी 'ग्रामोफोन'चा शोध लावला आणि लगेचच त्याच्या उत्पादनालादेखील सुरुवात केली. शुभ्र प्रकाश देणाऱ्या दिव्याचा शोध लावत असताना त्यांना हजारो वेळा अपयश आले; परंतु ते तसे कधी मानतच नव्हते, उलट ते म्हणत असत, की 'इतक्या मार्गांनी विजेचा दिवा तयार करता येणार नाही, हा शोध मी लावला आहे आणि पुढे प्रयोग करणाऱ्या सर्वांनाच त्याचा चांगला उपयोग होणार आहे.' यशासाठी असा सकारात्मक आणि शुद्ध चिकाटीचा दृष्टिकोण असायला हवा. त्यानेच

आयुष्य उन्नत बनते. प्रभावी होते.

सर्वसाधारण माणसांची यावर अशी मते असतात, की यांचे हे सर्व बरोबर आहे; परंतु मी काही महात्मा गांधी, अब्राहम लिंकन, सीता किंवा थॉमस एडिसन नाही. मी तर एक साधा माणूस आहे; परंतु इथे लक्षात घेण्यासारखी महत्त्वाची गोष्ट अशी आहे की ही सर्व मंडळी काही जन्मतःच मोठी नव्हती तर त्यांनी स्वीकारलेल्या विशिष्ट दृष्टिकोणामुळे ती मोठी झाली होती. सकारात्मक आणि विशिष्ट दृष्टिकोणच आपल्याला मोठे करणार आहे, महत्त्व मिळवून देणार आहे. जर आपण सकारात्मक होऊन आपले स्वतःचे जग बदलायला सुरुवात केलीत तर आपण जगदेखील बदलू शकू. आपण एखाद्याचे जरी जग बदलू शकलो तरी संपूर्ण जग बदलायला वेळ लागणार नाही.

फरक पाडणे

एक दिवस सूर्य बराच वरती आला होता. या सकाळच्या वेळी समुद्राच्या लाटा किनारा धुवून काढीत होत्या, त्याचबरोबर लाखो मासेदेखील समुद्राबाहेर पडून पाण्याअभावी तडफडत होते. एक आजोबा समुद्रावर फिरायला आले होते. आजोबांच्या लक्षात आले, की थोड्याच अंतरावर एक शाळकरी मुलगा मोठ्या उत्साहाने आणि लगबगीने समुद्र मासे गोळा करीत होता आणि परत समुद्रात फेकीत होता. आजोबा मुलाजवळ जात म्हणाले, ''बाळ, या व्यर्थ कामात उगाचच तुझी मेहनत का वाया घालवतो आहेस?''

त्यावर तो मुलगा म्हणाला, ''आजोबा, थोड्याच वेळात सूर्य खूप तापू लागणार आहे आणि बिचारे हे मासे त्या चटक्याने मृत्युमुखी पडतील. त्यांना समुद्रात परत पाठवून, वाचविण्याचा प्रयत्न मी करतो आहे.''

आजोबा मुलाच्या अधिक जवळ जात दूरवर नजर टाकीत म्हणाले, ''खरं आहे बाळ! परंतु बाळा, मैलोन् मैल पसरलेला हा समुद्र आणि तडफडणारे हे लाखो मासे, तुझ्या प्रयत्नाने कितीसा फरक पडणार आहे? तू नक्कीच या सर्वांना जीवनदान मिळवून देऊ शकणार नाहीस. मग यातले अगदी थोडे समुद्रात परत पाठवून तू काय फारसे साध्य करू शकणार आहेस त्यामुळे काय मोठासा फरक पडणार आहे?''

त्यानंतर एक मासा हातात घेत तो मासा समुद्रात फेकीत मुलगा आजोबांना म्हणाला, ''आजोबा, या माशाच्या आयुष्यात तर मोठाच फरक पडणार आहे त्याचे तर संपूर्ण आयुष्यच बदलणार आहे. मी, मला शक्य आहे तेवढ्या माशांना वाचविण्याचा प्रयत्न करणार आहे.'' आजोबांना मुलाचे हे म्हणणे पटले आणि तेदेखील मुलाला मदत करू लागले. या दोघांचे काम बघून आसपासची माणसेही त्यांच्या या यज्ञात सामील

झाली. थोड्यात वेळात समुद्र किनाऱ्यावरील सर्व मासे समुद्रात परतले होते आणि आपण सर्व काहीतरी फरक पाडू शकतो, या भावनेने सर्वजण आनंद साजरा करीत होते.

स्वतःकडून सकारात्मक अपेक्षा

आफ्रिकेत राहणाऱ्या एका लहान मुलाची ही गोष्ट आहे. जगातील सर्वांत गरीब घरात त्याचा जन्म झाला. जन्मतःच आकाराने आणि वजनाने तो खूप जास्त होता म्हणून त्याच्या आईने कंटाळून त्याला डेमन्यू नावाच्या नदीत फेकून दिले होते; परंतु त्यातूनही तो वाचला, त्यामुळे तो डेमन्यू म्हणूनच ओळखला जाऊ लागला. अत्यंत प्रतिकूल परिस्थितीत त्याने शिक्षण घ्यायचे ठरविले. एकदा वाळवंटात भटकत असताना त्याला एक कागद सापडला त्यावर दोन शब्द लिहिलेले होते. 'अब्राहम लिंकन आणि अमेरिका.' तो कागद घेऊन हा मुलगा घरी आला आणि आपल्या आईला म्हणाला, "आई, मी या मंगळवारी अमेरिकेला पायीच जायला निघतो आहे." आईने विचारले, "किती दिवस लागतील?" त्याच्या सांगण्याप्रमाणे आईने त्याला दोन-तीन दिवस पुरेल इतका मक्याच्या भाकऱ्यांचा डबा करून दिला.

मंगळवारी त्याने अमेरिकेच्या दिशेने चालायला सुरुवात केली. युगोस्लाव्हिया, बल्गेरिया आणि रशियात ही बातमी पोहोचली. या लहानग्या मुलाचे धैर्य बघून त्यांना खूपच कौतुक वाटले. त्यांनी त्याला आपल्या देशात येऊन शिक्षण घेण्यासाठी निमंत्रण दिले; परंतु डेमन्यूने ते नाकारले कारण त्याने तर अमेरिकेत जायचा निश्चय केला होता. रस्त्यात त्याला अनेक माणसांनी मदत केली होती. शेवटी सतत दोन वर्षे पायी प्रवास करीत तो कायरो येथे पोहोचला. तेथील ॲम्बसीच्या मदतीने ही बातमी अमेरिकेत पोहोचली. अमेरिकेतील मुलांनी या काळ्या आफ्रिकन मुलासाठी पैसे गोळा केले आणि पासपोर्ट, व्हिसासह अमेरिकेत विमानाने नेले. पुढे तो तेथे शिकला, प्रेरणादायी व्याख्याता म्हणून काम करीत पीएच.डी. झाला. त्याने *आय विल ट्राय* आणि *लुमिंग सॅडो* ही जगप्रसिद्ध पुस्तके लिहिली आणि जगप्रसिद्ध लेखक म्हणून कीर्ती मिळविली.

येथे स्पष्ट करायचा मुद्दा असा आहे, की प्रथम त्याने अमेरिकेला जाण्यासाठी इतरांकडून मदत मागितली नाही तर स्वतःकडूनच सकारात्मक अपेक्षा ठेवून पावले टाकायला सुरूवात केली. नंतर त्याला सर्व जगाने मदत केली आणि त्याच्याकडून जगप्रसिद्ध कामगिरी झाली. 'लेगसन कायरा' हे त्याचे नाव. आफ्रिकेतील न्यासालँड येथून त्याने पायी अमेरिकेकडे प्रस्थान केले होते.

अतुलनीय आत्मविश्वास : लेगसन कायरा

लेगसन कायरा यांचा जन्म १० मे १९४२ रोजी आफ्रिकेतील न्यासालँडमधील मॅपल या लहान गावात झाला. त्याचे आई-वडील अशिक्षित आणि खूप गरीब होते. गायी चरायला नेणे आणि रात्री धान्याच्या कोठारात झोपणे अशी त्यांची दिनचर्या होती. त्यांची आजी मात्र त्यांना रोज रात्री काही शहाणपणाच्या गोष्टी सांगत असे. बहुधा त्यांच्या आयुष्यातील वेगळेपणाची बीजे इथेच रुजली असणार. त्यांनी स्कॉटलंड मिशनरी शाळेत प्रवेश घेतला. अनेक महिने काबाडकष्ट करून त्याची शाळेची वार्षिक फी सहा पेनी त्याच्या आई-वडिलांना गोळा करावी लागे. शाळेत कागद, पेन्सिल किंवा पुस्तकेही उपलब्ध नव्हती. शाळेत शिकायला येताना विद्यार्थ्यांना शिक्षकांचे जेवणही आणावे लागे आणि त्यांची बागेतील कामेही करावी लागत. बऱ्याच वेळा मुले अभ्यासापेक्षा रस्ते बांधण्यातच जास्त वेळ व्यग्र असत, म्हणूनच खेड्यातील मुलांचा कल शाळेत जाण्यापेक्षा गुरे वळण्यातच अधिक असे. लेगसनलाही शाळा सोडण्याची खूप इच्छा होती, परंतु वर्षाची फी भरल्यामुळे पालकांनी शाळा सुरू ठेवण्यावरच भर दिला. पुढील शाळा या गावापासून सुमारे आठ मैल दूर होती. हे चालणे तसे अवघडच होते. पावसाळ्यात तर ते जिकिरीचेच होत असे. अंगावर पुरेसे कपडे नसल्यामुळे त्याला या शाळेत प्रवेश नाकारला होता. याही परिस्थितीत त्याने परीक्षेत यश मिळवून दाखविले; परंतु वय लहान आहे या सबबीवर पुढील शिक्षणासाठी लेगसनला प्रवेश नाकारला गेला.

पुढील शिक्षणासाठी लेगसनकडे पैसा नव्हता पण या मुलातली चमक बघून शाळेच्या सुपरिटेंडन्टने प्रयत्न करून २०० मैलांवर असणाऱ्या देशातील चार विद्यालयांपैकी 'करोंगा' येथील सुप्रसिद्ध 'लिव्हिंग स्टोनिया' या शाळेत त्याला प्रवेश मिळवून दिला. दुर्दैवाने त्याच दरम्यान त्याच्या वडिलांचे निधन झाले. त्याची आई आणि गावातल्या इतर मंडळींनी त्याला शाळा सोडायचा सल्ला दिला; परंतु आपण दारिद्र्यातून बाहेर पडण्याचा शिक्षण हा एकमेव मार्ग आहे असे लेगसनला वाटत होते. त्याची शाळेतील कामगिरीही अगदी उत्तम होती. अशा परिस्थितीत काही वर्षे त्यांनी आपले शिक्षण चालूच ठेवले. हाताला येईल ती पुस्तके तो वाचत असे. त्यातूनच त्याला अमेरिका, अब्राहम लिंकन आणि बेकर वॉशिंग्टन यांच्याबद्दल प्रचंड आकर्षण निर्माण झाले. 'अप फ्रॉम स्लेव्हरी' या पुस्तकाने तर त्याला भारून टाकले होते. आता पुढे त्याने शिक्षक बनण्यासाठी प्रशिक्षण घेणे अपेक्षित होते; परंतु लेगसनच्या मनात मात्र वेगळेच काही तरी होते.

देशाला स्वातंत्र्य मिळविण्यासाठी आयोजित केलेल्या मोर्चात ते एक दिवस सहभागी झाले. तेथे त्यांना 'डॉक्टर हेस्टिंग कामुझू' यांचे भाषण ऐकण्याची संधी मिळाली.

त्यांनी सांगितले होते, की लिंकन यांचा देश अमेरिका ही अशी जागा आहे की जेथे व्यक्तिस्वातंत्र्याला खरा अर्थ आहे. तेथे प्रत्येक व्यक्ती खऱ्या अर्थाने हे स्वातंत्र्य उपभोगू शकते. त्याच वेळी आपण अमेरिकेत जाऊनच शिक्षण घ्यायचे हे लेगसन यांनी ठरवूनच टाकले. आपण अमेरिकेत पदवी मिळवूनच मायभूमीच्या उद्धारासाठी देशांत परतू, असा त्यांचा निश्चय या मोर्चातच पक्का झाला.

आपल्या न्यासालँडमध्ये तीस लाख माणसे आहेत; परंतु त्यात फक्त २२ पदवीधर आहेत. त्यात अमेरिकेतून पदवी घेणारा एकही नाही, मीच तो मान प्रथम मिळविणार हेही त्यांनी पक्के केले. पैसा नसलेली, शिक्षण नसलेली तरुण मुले कोणतेही काम मिळवू शकत नाहीत आणि मग ते चोर, लुटारू होतात आणि देशाचा सत्यनाश करतात. मी मात्र काहीतरी वेगळे, काहीतरी चांगले करणार आहे, असा विचार त्याच्या मनात ठाम होता.

मोठे व्हायचे असेल तर अमेरिकेत जाऊन उच्च शिक्षण घेणे अत्यंत आवश्यक आहे असे त्यांच्या मनाने घेतले; परंतु आपण अमेरिकेत कसे जाणार, असा विचार डोक्यात घेतल्यावर त्यांना त्याचे एकच उत्तर मिळत होते आणि ते म्हणजे पायी-पायी जाणे. एक दिवस मनाचा निश्चय करून त्यांनी अमेरिकेच्या दिशेने चालायला सुरुवात केली. या प्रवासाचे वर्णन त्यांनी आपल्या *आय विल ट्राय* या आत्मचरित्रात केले आहे. आफ्रिकेतील जीवनावर त्यांनी पाच उत्तम कादंबऱ्याही लिहिल्या आहेत.

अमेरिकेकडे चालायला सुरुवात

एक दिवस 'लेगसन कायरा' यांनी, येत्या मंगळवारी म्हणजे १४ ऑक्टोबर १९५८ या दिवशी आपण अमेरिकेला पायी जायला निघणार असल्याचे जाहीर करून टाकले. अमेरिका कोठे आहे याची त्या गावातील कोणालाच कल्पना नव्हती. पाच दिवस पुरेल एवढा शिधा आईने त्यांच्याबरोबर बांधून दिला. अनवाणी पायांनी, खिशात दमडीही नसताना शाळेच्या पोशाखात लेगसनने अमेरिकेकडे प्रस्थान ठेवले.

आफ्रिकेचा-जगाचा नकाशा, छोटी कुऱ्हाड, एक ब्लँकेट आणि *पिलग्रीम्स् प्रोग्रेस* व *बायबल* ही दोन पुस्तके एवढेच सामान त्यांच्याजवळ होते. उत्तरेकडे जाऊन एखाद्या बंदरात न्यूयॉर्ककडे जाणाऱ्या एखाद्या बोटीवर काम मिळवून अमेरिका गाठण्याचा त्यांचा मनोदय होता.

तीन दिवसांतच त्यांनी न्यासालँडची सीमा ओलांडली आणि टांझानियातून मजल दरमजल करीत आपला प्रवास सुरू ठेवला. ऊन, पाऊस, वादळ, वारा, घनदाट जंगल यांचा सामना करीत ते चालतच होते. प्रवासात अनेक लोकांशी मैत्री जोडत होते. कधी हमरस्त्याने, कधी खेड्यांना जोडणाऱ्या पायवाटेने प्रवास करीत, तर कधी रेल्वे रुळाच्या कडेने वाट चालत असत.

प्रवासात असताना लेगसन यांनी 'स्वाहिली' भाषा आत्मसात केली. रस्त्यात लागणाऱ्या प्रत्येक भाषेतील अन्न, पाणी आणि मला काम मिळेल का? हे शब्द त्यांनी शिकून घेतलेले असत. केळी किंवा इतर खरेदी करण्यासाठी अनेकदा त्यांनी हमालीचीही कामेही केली. जेव्हा त्यांना जास्त पैसे मिळत तेव्हा त्यातील काही पैसे ते घरी आपल्या भावंडांसाठीही पाठवीत असत कारण तसे वचनच त्यांनी आपल्या आईला दिले होते. जेव्हा पुरेसे अन्न मिळत नसे तेव्हा ते साखरेचे पाणी पिऊन दिवस काढीत असत.

गारगोटीने अग्नी पेटविताना हाताला पडणारे घट्टे टाळण्यासाठी त्यांनी आगकाड्यांची पेटीही खरेदी करून ठेवली होती. प्रवासात जेव्हा जेव्हा ते जखमी झाले, आजारी पडले तेव्हा मात्र निराशा त्यांना घेरत असे आणि आपण आपल्या घरी परतावे अशी तीव्र इच्छाही होत असे. पुढील शहरात पोचल्यावर जेव्हा त्यांना वर्तमानपत्र पाहायला मिळाले तेव्हा आफ्रिकेतील स्वातंत्र्य चळवळीचे नेते बंडा यांना अटक झाली आणि तेथे दंगे सुरू झाले आहेत या बातमीने ते निराश झाले. आपल्या कुटुंबाच्या सुरक्षिततेची त्यांना खूपच काळजी वाटू लागली.

स्कॅगीट व्हॅलीतील कॉलेजात प्रवेश

वर्षापेक्षा अधिक काळ बहुतांशी पायी प्रवास करीत ते एक हजार मैलांचे अंतर कापून कस्टमला चुकवून युगांडात दाखल झाले होते. तेथे अमेरिकेने चालवलेले एक मोठे वाचनालय होते. त्याचा उपयोग ते करू लागले. एक दिवस अपघातानेच त्यांना अमेरिकेतील महाविद्यालयाची मार्गदर्शिका सापडली. त्यात पहिलेच नाव 'स्कॅगीट व्हॅली' महाविद्यालयाचे होते. लेगसनने त्या महाविद्यालयाला पत्र पाठविले. दोन आठवड्यांतच उत्तर आले. त्यांनी लेगसनना दोन वर्षांसाठी संपूर्ण शिष्यवृत्ती आणि नोकरी शोधून देण्यास मदत करण्याची तयारी दाखविली होती; परंतु त्यांना न्यासालँडचा पासपोर्ट आणि सुदानचा व्हिसा मिळेपर्यंत काही काळ प्रतीक्षा करावी लागली. त्यानंतर आयुष्यातील पहिली बुटाची जोडी त्यांनी खरेदी केली आणि परत पायी चालायला सुरुवात केली. मिळेल तेथे सायकल, कार यांचीही मदत घेतली. सुदानमधून निघालेल्या बोटीत प्रवेश करून एका गुन्हेगाराबरोबर जागा मिळवली. बोटीवरील एका अमेरिकन प्रवाशाने त्याना खाणे-पिणे पुरवले. अमेरिकेला स्टुडंट व्हिसा मिळविण्यासाठी पैसा आणि पुरस्कर्ता असण्याची आवश्यकता होती, परंतु वकिलातीतील एक अधिकारी 'कॉकसन' हे लेगसन कायर यांच्या व्यक्तिमत्त्वाने एवढे प्रभावित झाले होते, की त्यांनीच स्कॅगीट व्हॅली महाविद्यालयाशी संपर्क साधून तेथील विद्यार्थी आणि नागरिकांकडून निधी उभा केला, त्यातूनच लेगसन कायरा अमेरिकेत पोचले. तेथील एका कुटुंबाने त्याच्यासाठी घरही उपलब्ध करून दिले.

एक प्रसिद्ध हिरो म्हणून अमेरिकेत आगमन

अमेरिकन वकिलातीने दिलेला सूट परिधान करून १६ डिसेंबर १९६० रोजी लेगसन कायर यांनी न्यूयॉर्कला जाणाऱ्या विमानात प्रवेश केला. अत्यंत मृदूपणे लेगसन कायरांनी हवाई मदतनीसांकडे पॅराशूटची विचारपूस केली असणार नाही? विमानतळावर पत्रकारांशी बोलताना ते म्हणाले होते,''मी आता न्यासालँडमध्ये परतताना पदवीधर झालेला असेल. त्यानंतर मी राजकारणात जाणार आहे. मी जेव्हा निवडणूक हरेन तेव्हा परत शिक्षकाचा पेहराव चढवेन. आपण फक्त शिक्षणावरच श्रद्धा ठेवू शकतो.'' टाइम्समध्ये प्रसिद्ध झालेल्या त्यांच्या कथेमुळे न्यूयॉर्क विमानतळावर त्यांच्याभोवती पत्रकारांचा गराडा पडला होता. एक पत्रकार तर त्यांच्याबरोबर महाविद्यालय कॅम्पपर्यंत आले होते. संपूर्ण महाविद्यालयाने दाराजवळ येऊन लेगसन कायरांचे स्वागत केले. रात्री तर त्यांनी गावातील टीव्ही वाहिनीवर स्वतःला बघितले. दुसऱ्या दिवशी वर्तमानपत्राची प्रमुख बातमी होती - *वैभवाकडे अथवा मृत्यूकडे नेणाऱ्या दीर्घ प्रवासाचा शेवट.*

अशा प्रकारे लेगसन कायरा हे एक प्रसिद्ध व्यक्ती झाले होते. राष्ट्रीय टेलिव्हिजन आणि रीडर्स डायजेस्टमध्ये ते झळकले होते. सर्वच जगातून त्यांच्यावर स्तुतिसुमने वाहणारी अनेक पत्रे येत होती. अनेकदा पत्रांबरोबर पैसेही येत होते. कायरा पूर्ण वेळ विद्यार्थी असले तरी व्याख्यानासाठी त्यांना अनेक निमंत्रणे येत होती. वेळेअभावी अनेक निमंत्रणांना नकारही द्यावा लागत असे. पुढील मोठ्या सुट्टीत त्यांनी अनेक शहरांना व्याख्यानांच्या निमित्ताने भेटी दिल्या. त्यातून जमलेल्या मानधनामुळे त्यांची शिक्षणाची सोय झाली. आपल्या जवळ जमलेल्या जादा पैशांचा विनियोग त्यांनी अमेरिकेत शिक्षणासाठी येणाऱ्या आफ्रिकेतील मुलांसाठी केला.

लेगसन कायरा लेखक झाले

सुरुवातीला त्यांनी 'भौतिकशास्त्राचा' अभ्यास करावयाचे ठरविले होते; परंतु तो विचार बदलून 'पॉलिटिकल सायन्स'चा अभ्यास करावयाचे त्यांनी ठरविले. 'स्कॅगीट व्हॅली'तून त्यांनी १९६३ मध्ये पदवी संपादन केली. पुढे १९६५ ला वॉशिंग्टन विद्यापीठातून बी.ए. ही पदवीही संपादन केली. सहा वर्षांच्या अमेरिकेतील वास्तव्यानंतर ते टाइम्सच्या पत्रकारांसमवेत न्यासालँडच्या स्वातंत्र्य महोत्सवात सामील होण्यासाठी मायदेशी परतले. आता न्यासालँडचे रूपांतर 'मालवी' या देशात झाले होते. त्यांच्या ग्रामस्थांनी लेगसन कायरांना आता आपण नोकरी स्वीकारून लग्न करून गावातच स्थायिक व्हावे असा सल्ला दिला होता; परंतु लेगसन कायरांनी मात्र केम्ब्रिज विद्यापीठाची शिष्यवृत्ती स्वीकारून इंग्लंडमध्ये आपले शिक्षण सुरू ठेवायचे ठरविले.

१९६५ मध्ये त्यांनी *आय विल ट्राय* हे आपले आत्मचरित्र प्रकाशित केले. ते खूप

गाजले आणि त्याला नॉर्थवेस्ट नोटिफिकेशनचे बक्षीसही मिळाले. यथावकाश त्याच्या पेपरबॅक आवृत्त्याही निघाल्या. अनेक ठिकाणी स्फूर्तिदायी लेखक म्हणून त्यांचा गौरवही झाला. पुढे त्यांनी *लुमिंग सॅडो, जींगला डाऊबलडे, थिंग्ज ब्लॅक ॲन्ड ब्यूटिफुल, दि सिव्हिल सर्व्हंट लाँगमन* आणि *होम कमिंग* या कादंबऱ्या लिहिल्या यातील पहिली कादंबरी त्यांनी आईच्या पडवीत बसून पूर्ण केली. त्यांच्या लिखाणाचे अनेक भाषांत अनुवाद झाले. विरोधाभास म्हणजे मालवीत बंडा हे अध्यक्ष झाल्यावर, लेगसन कायरा यांच्या लिखाणावर बंदी घातली गेली. लेगसन कायरा लंडनमध्ये 'प्रोबेशन अधिकारी' म्हणून स्थायिक झाले. त्यांच्या पत्नीचे नाव 'कॅराल लॉसन.' त्यांना एक मुलगीही आहे. पुढेही त्यांनी आपले लिखाण चालूच ठेवले.

लेगसन कायरा यांचे चरित्र आपल्याला हे शिकविते, की माणसाने स्वतःच्या आंतरशक्तीवर श्रद्धा ठेवली आणि स्वतःकडून सकारात्मक अपेक्षा ठेवल्या तर तो कोणत्याही परिस्थितीतून काहीही साध्य करू शकतो. यात स्वतःकडून सकारात्मक अपेक्षा ठेवणे महत्त्वाचे ठरते. सर्वसामान्य माणसे नेहमीच इतरांकडून सकारात्मक मदतीची / वागणुकीची अपेक्षा ठेवतात; परंतु स्वतः मात्र सकारात्मक नसतात. लेगसन कायरांनी अनवाणी पायांनी अज्ञात अमेरिकेचा प्रवास चालू केला तेव्हा फक्त आपण हे करू शकू असा दुर्दम्य विश्वासच त्यांच्याकडे होता. इतरांकडूनही त्यांना भरपूर मदत मिळाली; पण हा ओघ त्यांच्यातले प्रगल्भ व्यक्तिमत्त्व, दुर्दम्य इच्छा आणि आत्मतेज यांमुळेच सुरू झाला. प्रवास सुरू करताना लोकांनी आपल्याला मदत करावी ही अपेक्षा ठेवून त्यांनी आपला प्रवास सुरू केला नव्हता, हे लक्षात ठेवण्यासारखे आहे.

दुसऱ्यांकडून सकारात्मक अपेक्षा

एका मुलाने आत्महत्या करायचे ठरविले. त्याचे शालेय शिक्षण संपवून तो नुकताच नोकरीला लागला होता. आपल्या इंग्रजी शिकविणाऱ्या शिक्षकांवर त्याचे प्रेम होते. तो त्यांना भेटला आणि आपण आता लवकरच या जगाचा निरोप घेणार आहोत ही बातमी त्याने त्यांना सांगितली. त्यावर ते म्हणाले, ''मी तुला, तुझ्या आत्महत्येच्या विचारापासून रोखणार नाही; परंतु मला आठवते आहे, की तुझे इंग्रजी खूप चांगले आहे आणि शाळेत असताना तू निबंधदेखील छान लिहीत होतास. तेव्हा आत्महत्या करण्यापूर्वी तू आत्महत्या का करणार आहेस यावर एक निबंध लिहून मला दे.'' झाले, मुलाची लेखनास सुरुवात झाली आणि त्याने हातात घेतलेली लेखणी कधी थांबलीच नाही. आत्महत्येचे विचार तर पार गळूनच पडले. पुढे हाच मुलगा एक अभिजात लेखक झाला आणि त्याने एकाहून एक सरस अशा ८४ जगप्रसिद्ध ग्रंथांची निर्मिती केली. या लेखकाचे नाव आहे एस. जी. वेल्स. येथे महत्त्वाचा मुद्दा असा आहे,

की एक अपरिचित शिक्षक आपल्या विद्यार्थ्यांकडून सकारात्मक अपेक्षा करून त्याचे आयुष्य बदलू शकतो, तर आपल्या मुलावर जिवापाड प्रेम करणारे माता-पिता आपल्या मुलाचे, बहीण आपल्या भावाचे, आपण आपल्या शेजाऱ्यापाजाऱ्यांचे, त्यांच्याकडून सकारात्मक अपेक्षा करून, आयुष्य नक्कीच बदलू शकतो. आपण फक्त इतरांना तशी संधी उपलब्ध करून देण्याची गरज आहे.

एक लहान मुलगा खूपच व्रात्य होता. अभ्यासाचे नावदेखील घेत नव्हता. टवाळ्या आणि गुंडगिरी यातच त्याचा सगळा वेळ जात होता. त्याची मजल इतरांच्या खिडक्यांच्या काचा फोडण्यापासून तर मित्रांना चाकूने भोसकण्यापर्यंत गेली होती. एक-दोनदा तर त्याला पोलिस चौकीवरदेखील बोलवून घेतले होते. त्याच्या या वागण्यामुळे त्याला शाळेतूनदेखील काढून टाकले होते. त्याच्या अशा वागण्यामुळे आई खूप निराश झाली होती कारण मुलाची १५ वर्षे यात वाया गेली होती. एक दिवस तिने मनाचा निर्धार करून आपल्या मुलाचा हात धरला आणि त्याला बाहेर काढले. मुलगा ओरडून सांगत होता, ''नाही आई, मी शाळेत अजिबात जाणार नाही.'' त्यावर आई म्हणाली, ''अरे मी कोठे तुला शाळेत जा म्हणून सांगते आहे. मी तुला वाचनालयात घेऊन जाते आहे. दररोज तेथे बसायचे. पुस्तके वाचायची आणि दर आठवड्याला काय वाचले आहे त्याचा लेखी अहवाल मला न चुकता द्यायचा आहेस.''

झाले, मुलाने दररोज वाचनालयात बसायला सुरुवात केली. हळूहळू त्याला वाचनाची गोडी इतकी लागली की न कळतच तो केव्हा शाळेत जाऊ लागला आणि डॉक्टर (M.B.B.S.) झाला, हे त्याला कळलेच नाही. हा मुलगा म्हणजेच जगप्रसिद्ध ब्रेन सर्जन 'डॉ. बेंजामिन कार्लसन' त्यांनी सतत तेवीस तास खपून एकच मेंदू असलेल्या जुळ्या मुलांवर यशस्वी शस्त्रक्रिया करून जागतिक कीर्ती मिळविली. अशी शस्त्रक्रिया करणारे ते जगातले पहिले सर्जन ठरले. आपल्या सत्काराला उत्तर देताना आपल्या बालपणीच्या व्रात्यपणाची त्यांनी जाहीर कबुली दिली आणि त्याचबरोबर आपण डॉक्टर होईपर्यंत आपली आई निरक्षर आहे हे आपल्याला माहीत नव्हते, हेदेखील सांगितले. या मुलाच्या जीवनात हे प्रचंड स्थित्यंतर त्याच्या अशिक्षित आईने त्याच्याकडून केलेल्या सकारात्मक अपेक्षेमुळेच झाले हे वेगळे सांगायला नको.

यावरून एक गोष्ट स्पष्ट होते ती म्हणजे सकारात्मक अपेक्षा करण्यासाठी आपण स्वतः खूप सुशिक्षित असण्याची गरज नाही, तर आपण त्यांच्याकडून केलेल्या सकारात्मक अपेक्षा, त्यांना कार्यप्रवण करतात; त्यामुळे परिस्थितीत सकारात्मक बदल घडून येतात. परिस्थिती कितीही बिकट असो, कठीण असो मग सकारात्मक दृष्टिकोणामुळे आपण त्यातून बाहेर पडतो. त्याचबरोबर एक उत्तम अनुभवदेखील आपल्या पदरी पडतो, जमा होतो. डॉ. बेंजामिन कार्लसन यांच्याबद्दल थोडी अधिक माहिती घेऊया.

एक प्रचंड मोठा सत्कार सोहळा आयोजित केला होता. प्रेक्षागृह माणसांनी खच्चून भरले होते. सत्कारमूर्तींचे मनोगत ऐकण्याची उत्कंठा सगळ्यांच्याच चेहऱ्यावर स्पष्ट दिसत होती. इतर सर्व सोपस्कार पूर्ण झाल्यावर सत्कारमूर्ती भाषणासाठी उभे राहिले. टाळ्यांचा प्रचंड कडकडाट झाला. हा आवाज कमी झाल्यावर त्यांनी स्वत:चे हात, प्रेक्षकांना तळवे स्पष्ट दिसतील अशा पद्धतीने उभे करून धीरगंभीर आवाजात प्रेक्षकांना प्रश्न केला की आपण हे हात ओळखता का? प्रेक्षकातून उत्साहाचा मोठा आवाज उठला, होय, हे हात एक कुशल आणि निष्णात सर्जन डॉक्टर बेंजामिन कार्लसन यांचे आहेत. त्यावर वक्त्याच्या चेहऱ्यावर मिस्कील भाव उमटले आणि ते म्हणाले, ''याच हातांनी माझ्या गावातील अनेक घरांच्या काचा फोडल्या आहेत. अनेक परीक्षांचे पेपर लिहिले आहेत की ज्यांना पुढे-मागे आणि मध्येही फक्त अपयशाचे धनी व्हावे लागले आहे. हे कमीच पडेल की काय पण याच हातांनी मी माझ्या मित्राला भोसकले आहे आणि त्यासाठी पोलिसांकडून धमक्याही मिळवल्या आहेत; परंतु मी नशिबवान आहे, मला एक विलक्षण आई लाभली की जिने माझ्या आयुष्यात फार मोठे स्थित्यंतर घडवून आणले आणि म्हणूनच मी आज एक उत्तम सर्जन म्हणून आपल्या पुढे उभा आहे.'' सगळी सभा डॉक्टरांचा हा अलौकिक प्रवास एकून अवाक् झाली.

डॉक्टरांचा जन्म अमेरिकेतील डेट्रॉइट येथे १८ सप्टेंबर १९५१ रोजी झाला. ते ८ वर्षांचे असतानाच त्यांचे आई आणि वडील विभक्त झाले, त्यामुळे त्यांची आई 'सोनया' यांच्यावर बेंजामिन आणि त्यांचा लहान भाऊ कुर्तीस यांच्या पालनपोषणाची जबाबदारी आली. सोनया यांना त्यासाठी मोलमजुरीचीच कामे करणे भाग पडले. शाळेत बेंजामिन सर्वांत मठ्ठ मुलगा म्हणून ओळखला जात होता. वर्गातील मुले त्याला चिडवीत आणि त्यामुळे बेंजामिनचा स्वभाव भयंकर रागीट झाला होता. शाळेतून बेंजामिनबद्दल अनेक तक्रारी येत असत. त्या ऐकून आईने त्याच्यावर अनेक बंधने घालून त्याला चांगले वळण लावण्याचा विडाच उचलला. त्याचे टीव्ही पाहणे बंद केले आणि त्याला हाताला पकडून वाचनालयात नेले. आठवड्याला दोन पुस्तके वाचून त्याचा लेखी अहवाल आईला दिला पाहिजे असा आईचा दंडक असे. या सर्वांचा खूपच सकारात्मक परिणाम बेंजामिन यांच्यावर झाला. त्यांना वाचनाची आवड निर्माण झाली. ते आपोआप शाळेत जाऊ लागले. एकदा तर शिक्षकांनी दाखवलेल्या एका दुर्मीळ खडकाची ओळख त्यांनी वर्गातील मुलांना करून देऊन सर्वांना आश्चर्याचा धक्काच दिला, तेव्हाच आपण मठ्ठ नाही हे बेंजामिनच्या लक्षात आले. पुढे सतत ते आपल्या ज्ञानाच्या प्रभावामुळे

वर्गात कौतुकाचा विषय होत गेले आणि परीक्षेतही पहिले येऊ लागले. ज्ञानाच्या भुकेमुळे त्यांना पछाडले. यशस्वी व्यक्तींची अनेक चरित्रे त्यांनी वाचली, त्यामुळे आपणही काहीतरी वेगळे करून दाखवावे ही तृष्णा त्यांच्या मनात जागृत झाली. अनेक पुस्तके वाचून ज्ञान संपादनाचा त्यांचा उद्योग सतत चालूच राहिला. आपण डॉक्टर व्हावे असे त्यांना वाटू लागले. आपल्या भवितव्याच्या आड येणाऱ्या रागीट स्वभावावर त्यांनी नियंत्रण मिळविले. अथक मेहनत करीत 'येल विद्यापीठातून' मानसशास्त्राची पदवी त्यांनी मिळविली आणि ते डॉक्टर झाले. त्यांनी मिळविलेल्या यशात त्यांच्या आईचा मोठ्ठाच वाटा आणि धडपड होती. बेंजामिन यांना डॉक्टर होईपर्यंत आपल्या आईला लिहिता वाचता येत नाही हे माहीत नव्हते.

पुढे त्यांनी 'मिशिगन' विद्यापीठात प्रवेश घेतला तेव्हा त्यांच्या लक्षात आले, की आपले हात आणि डोळे यांच्यात अतिशय उत्तम समन्वय आहे आणि थ्री-डायमेन्शनल (त्रिमित) गोष्टी हाताळण्याचे उत्तम कौशल्य आपल्याकडे आहे. त्यानंतर त्यांनी सर्जन व्हायचे ठरविले. आपले वैद्यकीय शिक्षण पूर्ण झाल्यावर 'बाल्टिमोर' येथील 'जॉन हाफकीन हॉस्पिटल'मध्ये त्यांनी काम सुरू केले. वयाच्या ३३व्या वर्षीच सर्वांत तरुण संचालक म्हणून त्यांनी पदभार स्वीकारला. १९८७ मध्ये बेंजामिन कार्लसन यांनी एक इतिहास घडवला. ५० सभासद असलेल्या वैद्यकीय तुकडीचे नेतृत्व करून २२ तास एक ऑपरेशन केले. त्यात एक मेंदू असणाऱ्या सयामी जुळ्यांवर यशस्वी शस्त्रक्रिया करून दोघांनाही जीवदान मिळवून दिले. हा वैद्यकीय क्षेत्रातील चमत्कार होता, कारण आत्तापर्यंत झालेल्या अशा शस्त्रक्रियांत दोघांचेही प्राण वाचले नव्हते. बहुधा दोघांचा किंवा एकाचा मृत्यू होत असे. त्यानंतर डॉक्टरांनी शास्त्राला आव्हान असणाऱ्या अनेक शस्त्रक्रिया यशस्वीपणे पार पाडल्या.

येल विद्यापीठातील एक मैत्रीण 'लॅकेना रुस्तीन' (कॅंडी) यांच्याबरोबर डॉक्टरांचा विवाह झाला. त्या उत्तम संगीतकार म्हणून प्रसिद्ध होत्या त्यामुळे डॉक्टरांनाही संगीताची आवड निर्माण झाली. त्यांना तीन मुलगे होते. डॉक्टरांना त्यांच्या देदीप्यमान कामगिरीमुळे अनेक मानसन्मान मिळाले. जवळजवळ ६१ विद्यापीठांनी त्यांना डॉक्टरेट पदवी देऊन सन्मानित केले आहे. अमेरिकेत सर्वांत मानाचा समजला जाणारा नागरी पुरस्कार 'प्रेसिडेंटल मेडल ऑफ फ्रीडम' डॉक्टरांना २००८ मध्ये जॉर्ज बुश यांच्या हस्ते प्रदान करण्यात आला. 'गिफ्टेड हॅंडस्' या त्यांच्या आत्मचरित्राबरोबरच त्यांचे वैज्ञानिक तत्त्वज्ञान तसेच कठोर परिश्रम आणि परमेश्वरावरील श्रद्धा यांच्या जोरावर यश मिळते असे सांगणारी 'बिग पिक्चर्', 'टेक द रिस्क', आणि 'थिंक बिग' ही पुस्तकेही खूप गाजली आणि त्यांनी विक्रीचा उच्चांक गाठला. त्यांची जीवनगाथा सांगणारे काही चित्रपटही प्रसिद्ध झाले.

जून २००२ मध्ये डॉक्टरांना कर्करोगाने ग्रासले, त्यामुळे त्यांना आपला व्यग्र कार्यक्रम बदलावा लागला तसेच आपल्या सार्वजनिक कार्यक्रमांवर मर्यादाही घालाव्या लागल्या. असे असले तरी ते दर वर्षी ३०० पेक्षा जास्त मुलांवर शस्त्रक्रिया करतात. पूर्वी ते सकाळी ७ पासून संध्याकाळी ८ वाजेपर्यंत हॉस्पिटलमध्ये काम करीत असत. आता मात्र ६.१५ वाजता घरी परतण्याचा ते प्रयत्न करतात, त्यामुळे त्यांना पत्नी व मुले यांच्यासाठी वेळ देता येतो. या भयंकर व्याधीमुळे इतकाच बदल त्यांनी आपल्या दैनंदिन कामात केला आहे.

आपल्या वैद्यकीय कारकिर्दीबरोबरच उत्कृष्ट वक्ता म्हणूनही त्यांनी लौकिक मिळविला आहे. आपला बराचसा वेळ ते तरुणांच्या घोळक्यात घालवितात. आपल्या भाषणातून आणि पुस्तकातून त्यांनी सर्वसाधारणपणे पुढील मते व्यक्त केली आहेत -

- **हुशारी :** आपल्या निर्मात्याने आपल्याला नुसते नाच, गाणे, खेळ यांचेच वरदान दिलेले नाही तर बौद्धिक सामर्थ्यही बहाल केलेले आहे. म्हणून आपल्या या शक्तीचाही शोध घ्या व तिचाही विकास करून भवितव्य घडवा.
- **प्रामाणिकपणा :** आपण स्वच्छ आणि प्रामाणिक आयुष्य जगलो तर आपण आपला आत्मा पिंजऱ्यात न ठेवता खुला करू शकतो. काही भावना दडपून ठेवल्या तर मात्र नको त्या वेळी त्या डोके वर काढतील आणि आपला नाश करतील.
- **अंतर्ज्ञान :** हे आपण जिथे पोचण्याचा प्रयत्न करतो ते आहे. त्याचे ज्ञान आपल्या अगोदरच तिथे पोचलेल्या माणसांकडून मिळते. त्यांनी गाठलेली उंची आणि केलेल्या चुकांतून शिकण्याचा प्रयत्न करा.
- **चांगुलपणा :** तुम्ही जर लोकांशी चांगले वागलात आणि त्यांची खातरी पटली की तुमचा हा चांगुलपणा कोणत्याही स्वार्थातून जन्म पावलेला नाही तर तेदेखील तुमच्याशी चांगुलपणानेच वागतील.
- **ज्ञान :** ज्ञान आपल्याला अधिक समृद्ध बनविते, मौल्यवान बनविते. आपल्याकडे जितके अधिक ज्ञान असेल तेवढे आपण माणसांना हवेहवेसे वाटू, माणसांना आपली गरज वाटेल आणि ही गमतीची गोष्ट आहे की माणसांना जेव्हा तुमची गरज भासते तेव्हाच तुम्हाला पैसे देण्याची त्यांची तयारीही असते. त्यातूनच आपले आयुष्य बनते.
- **पुस्तके :** पुस्तक हे तर ज्ञान मिळवायचे साधन आहे. यंत्रच आहे म्हणाना. यापुढे टेलिव्हिजन फिका पडतो.
- **सखोल शिक्षण :** ज्ञानासाठी ज्ञान संपादन करा. माणसांना प्रभावित करण्यापेक्षा किंवा परीक्षा पास करण्यापेक्षा ज्ञानासाठी ज्ञान मिळविणे जास्त उपयुक्त आहे.
- **परमेश्वर :** त्याच्यापुढे नेहमीच नम्र व्हा, झुका.

डॉक्टर बेंजामिन कार्लसन यांची जीवन कहाणी आपल्याला खूप काही देऊन जाते, शिकवून जाते. त्यांची आई 'सोनया' ही अशिक्षित होती. आयुष्यात कोणतेही मोठ्ठे यश वा पद तिच्याकडे नव्हते, तरी पण आपल्या मुलाकडून सकारात्मक अपेक्षा करून अप्रत्यक्षपणे आपल्या मुलाला प्रोत्साहन देऊन त्याचे रूपांतर एक मठ्ठ, गुंड मुलगा ते देशातला सर्वोच्च मोठा नागरी बहुमान मिळवणारा नागरिक येथपर्यंत केले. केवळ सकारात्मक अपेक्षेने त्याच्यात केवढे स्थित्यंतर घडविले.

प्रत्येक माणूस, तो कोणत्याही देशाचा, वंशाचा किंवा परिस्थितीतील असो, सर्वांचा मेंदू सारखाच असतो आणि आपल्याला काय हवे ते साध्य करण्याची त्याच्यात ताकद असते. आपण कोणत्या क्षेत्रात जायचे आहे आणि काय करायचे आहे, त्यात कोणती उंची गाठायची आहे हा फक्त आपला आणि आपलाच निर्णय असतो. इतरांकडून आपल्याला फक्त प्रेरणा, प्रोत्साहन मिळू शकते; परंतु ती ताकद आपली आपणच पकडावी लागते.

केवढे सामर्थ्यशाली मुद्दे आपल्याला डॉक्टर बेंजामिन कार्लसन यांच्या उज्ज्वल आयुष्यातून शिकायला मिळतात, नाही? आपण आपल्या मुलांचे, भावंडांचे, शेजाऱ्यापाजाऱ्यांचे आयुष्य त्यांच्याकडून फक्त सकारात्मक अपेक्षा करून आणि त्यांना थोडे प्रेरित करून त्यांच्या आयुष्यात आमूलाग्र बदल घडवून आणू शकतो नाही? चला प्रयत्न करून तर बघूया !

इतरांवर हृदयापासून प्रेम करा

एका गावात एक माणूस राहत होता. त्याने एक अस्वल पाळले होते. त्याच्यावर त्याचे खूप प्रेम होते. दररोज तो त्याच्याशी खेळत असे. एकदा अचानक त्यांची बदली दूरच्या गावाला झाली. त्यांना अस्वलाला त्यांच्या बरोबर नेणे शक्य नव्हते. त्यांनी अस्वलाला एका प्राणिसंग्रहालयात ठेवले. गावाला जाण्यापूर्वी ते शेवटचे, आपल्या लाडक्या अस्वलाबरोबर खेळले आणि जड अंतःकरणाने त्याचा निरोप घेतला.

योगायोगाने सहा वर्षांनी त्यांची बदली पुन्हा पहिल्या गावी झाली. गावी परतल्यावर त्यांनी पहिल्यांदा काय केले असेल? प्राणिसंग्रहालयाला भेट दिली. पाहतात तर आपण अस्वलाला ठेवलेल्या पिंजऱ्याजवळ बरीच गर्दी जमलेली होती. त्यांनी अस्वलाच्या पिंजऱ्याचे दार उघडले आणि आत जाऊन ते आरामात अस्वलाशी खेळू लागले. १०/१५ मिनिटांनी ते पिंजऱ्याच्या बाहेर आले आणि त्यांनी दार बंद केले. त्याबरोबर प्रेक्षकांनी टाळ्यांच्या कडकडाटात त्यांचे स्वागत केले आणि आपण किती शूर आहात म्हणून त्यांचे कौतुकही केले. त्यावर ते म्हणाले, ''नाही नाही, मी काही शूर वगैरे नाही. ते अस्वल माझे आहे, मी त्याच्यावर मनापासून प्रेम करतो आणि म्हणून मी त्याच्याशी इतक्या निर्भयपणे खेळू शकलो.''

तेवढ्यात प्राण्यांचा रखवालदार धावतच तिथे आला व म्हणाला, "साहेब, हे अस्वल आपले नाही. आपले अस्वल तर दोन वर्षांपूर्वीच मेले. हे नवीन अस्वल आहे." मग मात्र त्याला घाम फुटला आणि आपण नशिबाने वाचलो असे वाटले.

इथे मला एक महत्त्वाचे तत्त्व सांगायचे आहे. त्या माणसाला हृदयापासून हे अस्वल आपले आहे असे वाटत होते, म्हणूनच अस्वलानेही हा आपला मालक आहे असा प्रतिसाद दिला. याचा अर्थ असा होतो, की आपल्यासमोर कितीही वाईट, पाषाणहृदयी माणूस असला आणि आपण मात्र त्याच्याशी मनापासून, हृदयापासून संवाद साधला तर तोही सकारात्मक प्रतिसाद देईल.

परस्परांबद्दल चांगला दृष्टिकोण ठेवा

आता एक साधी; परंतु अतिशय अर्थपूर्ण आणि संवेदनक्षम अशी गोष्ट मला आपल्याला सांगायची आहे. एकदा एक बाई रेल्वेतून, खिडकीजवळ बसून, प्रवास करीत होत्या. पुढील स्टेशनवर एक अंध माणूस बाईच्या समोरच्या जागेवर येऊन बसला. कधी-कधी रेटिनात दोष असल्यामुळे पाहणाऱ्या माणसाला तो माणूस आंधळा आहे असे जाणवत नाही. खिडकीतून थंड हवा आत आल्यावर हा माणूस हवा काय छान पडली आहे असे समोर बघत म्हणाला. समोर बसलेल्या बाई त्याला चांगला प्रतिसाद देत होत्या. पुढील प्रवासात दोघांच्या उत्तम गप्पा रंगल्या.

या माणसाला वाटले त्या बाईंना दिसते आहे आणि बाईंना वाटले की त्या माणसाला दिसते आहे. असा त्यांचा संवाद जवळजवळ अर्धा पाऊण तास रंगला होता. नंतर स्टेशन आले आणि बाई खाली उतरून गेल्या. त्यांच्या जागी दुसरा एक माणूस येऊन बसला. पहिला माणूस आपला समोरच्या बाईंबरोबर झालेला संवाद आठवत होता; परंतु त्या बाई दिसायला कशा होत्या त्याबद्दलची त्याची उत्सुकता वाढली होती. न राहवून त्याने आत्ता समोर बसलेल्या माणसाला विचारले, "आत्ता या डब्यातून उतरलेल्या बाईंना आपण पाहिले का? कशा होत्या त्या?" त्यावर तो म्हणाला, "हो दिसायला छान होत्या. खूप व्यवस्थित पोशाख केलेल्या होत्या. त्या खूप सोज्वळही वाटत होत्या." या माणसाला आतून खूप उत्सुकता वाटत होती. आपण ज्या बाईंशी इतक्या वेळ खूप छान संवाद साधला; परंतु त्या कशा होत्या ते आपण पाहू शकलो नव्हतो. म्हणून त्याने अधीरपणे विचारले, "नक्की याच डब्यातून उतरलेल्या बाईंबद्दल आपण बोलता आहात ना?" त्यावर त्या माणसाने होय त्याच बाईंबद्दल मी सांगतो आहे अशी खातरी दिली. त्यावर पहिला माणूस म्हणाला, "पण मला एक शंका येते आहे की त्या बाई अंध असाव्यात." हा माणूस जेव्हा बाईंकडे बघून बोलत होता तेव्हा त्यांना या माणसाला दिसते आहे असे वाटत होते आणि त्या प्रतिसाद देत होत्या. त्या बाई जेव्हा बोलत

होत्या तेव्हा त्या माणसाला असे वाटत होते की त्या बाईंना दिसते आहे. दोघेही अंध होते; परंतु एकमेकांच्या दृष्टिकोणातून दुसऱ्याला दिसते आहे असे वाटत होते. तेव्हा यातून एक छान तत्त्व बाहेर येते - व्यवहारात आपण दोघेही कितीही अयशस्वी असा; परंतु आपले दृष्टिकोण जर चांगले असतील तर आपण स्वर्गात वास कराल.

भारतीय परंपरेतील आध्यात्मिक दृष्टिकोण

भारतातील ऋषी प्रणालीचे थोडे अवलोकन केले तर आपल्या असे लक्षात येईल, की भारताने जगाला एका वेगळ्या दृष्टिकोणाची अद्वितीय देणगी दिलेली आहे. ती म्हणजे आध्यात्मिक दृष्टिकोणाची. या दृष्टिकोणामुळे तर भारतीयांनी विचार आणि आचारांचे एक वेगळेच शिखर गाठलेले आढळते, जगातील विचारांची एक सर्वोच्च पातळी गाठली आहे. येथील नियम हे व्यवहारातील नियमांपेक्षा वेगळे आहेत. काही प्रसंगांच्या माध्यमातून हा विचार, हे नियम आपण समजावून घेऊया. येथे लोभाची जागा त्यागाने घेतली जाते. गोष्टी स्वत:साठी मिळविण्यात नाही तर दुसऱ्याला देण्यात आनंद वाटतो. दुसऱ्याच्या यशासाठी स्वतः पत्करलेले अपयशदेखील समाधान देणारे ठरते, त्यामुळे असे अपयशही हसत हसत स्वीकारण्याचे सामर्थ्य आपल्यात येते. या गुणांची मक्तेदारी मात्र जगात फक्त भारतीय संस्कृतीतच आहे. हे रहस्य फक्त भारतीयांनाच गवसलेले आहे. काही उदाहरणांतून आपण हे समजून घेऊ.

रामानुजनांचे शिक्षण पूर्ण झाल्यावर त्यांच्या गुरुजींनी त्यांना एक मंत्र दिला. हा मंत्र जपणारा माणूस स्वर्गप्राप्ती करेल; परंतु तू जर हा मंत्र दुसऱ्याला दिलास तर तू मात्र नरकात जाशील, अशी चेतावणीही त्यांनी दिली होती. दुसऱ्या दिवशी सकाळी गुरुजी उठून बघतात तर काय रामानुजन मंदिरावरील उंच जागेवर उभे राहून खाली जमलेल्या हजारो माणसांकडून गुरुजींनी दिलेल्या मंत्राचे पठण ते करवून घेत होते. हे बघून गुरुजींचा संताप अनावर झाला. ते रामानुजनांना खाली खेचत म्हणाले, "अरे मूर्खा! तू हे काय करतो आहेस?" त्यावर रामानुजन शांतपणे म्हणाले, "गुरुजी, आपण मला सांगितले होते, की या मंत्राचा जप जे करतील त्यांना स्वर्गप्राप्ती होईल. आता या मंत्रपठणामुळे या सर्वांना स्वर्गाचा लाभ होईल; त्यावर गुरुजी रागावून म्हणाले, "होय ते खरे आहे, पण तू माझी अट मोडली आहेस, त्यामुळे तू मात्र नरकात जाशील." त्यावर हसत रामानुजन म्हणाले, "गुरुजी, ही हजारो माणसे जर स्वर्गात जाणार असतील, तर मी एकटा आनंदाने नरकात जायला तयार आहे." हाच तो भारतीय आध्यात्मिक दृष्टिकोण.

चैतन्य महाप्रभूंचीही अशीच एक उद्‌बोधक कथा आहे. चैतन्य महाप्रभू एकदा आपल्या मित्राबरोबर बोटीने प्रवास करीत होते. चैतन्य महाप्रभूंनी 'न्याय' या विषयावर

एका टीकात्मक ग्रंथाचे लेखन केले होते. त्याबद्दल माहिती त्यांनी मित्राला दिली आणि आपल्या या ग्रंथावर नजर टाकण्याची विनंती त्याला केली. थोड्या वेळाने त्यांनी मित्राकडे बघितले तर त्याच्या डोळ्यांतून अश्रू ठिबकत होते. आश्चर्य वाटून चैतन्य महाप्रभूंनी विचारले, "अरे मित्रा! तुझ्या डोळ्यांत अश्रू का?" त्यावर मित्र म्हणाला, "अरे, मीदेखील इतक्यातच गुप्तपणे याच ग्रंथावर टीका लिहिली आहे; परंतु तुझा हा अप्रतिम ग्रंथ बघितल्यावर माझ्या सर्वसाधारण ग्रंथाला कोण हात लावील?" हे ऐकल्यावर क्षणाचाही विचार न करता, चैतन्य महाप्रभूंनी आपला ग्रंथ हातात घेतला आणि गंगेला अर्पण केला आणि मोठ्या प्रेमाने त्यांनी आपल्या मित्राकडे बघितले. 'न्याय' या विषयावरील एका अप्रतिम ग्रंथाला जग मुकले; परंतु खऱ्या मैत्रीचे एक चिरंतन तत्त्वज्ञान, अनोखे उदाहरण मात्र चैतन्य महाप्रभूंनी जगाला दाखवून दिले. दुसऱ्याच्या यशासाठी स्वतः अपयश स्वीकारण्याची प्रचंड ताकद हा दृष्टिकोण आपल्याला सहज मिळवून देतो.

दृष्टिकोण कसा असावा ?

साहजिकच दृष्टिकोण कसा असावा हा प्रश्न आपल्यापुढे पडला असणार. त्याला स्वामि नारायण परंपरेतील स्वामी ब्राह्मबिहारीदास यांनी असे उत्तर दिले आहे, की *आपल्या स्वतःबद्दल आपला दृष्टिकोण आत्मपरीक्षणाचा, मित्रांबद्दल सहभागाचा, इतरांबद्दल प्रेमाचा, भूतकाळाबद्दल क्षमेचा, वर्तमानकाळाबद्दल जगण्याचा आणि भविष्यकाळाबद्दल आशेचा असायला हवा.* सकारात्मक आणि आशेचा दृष्टिकोण असल्यास सगळे जग जरी आपल्या विरुद्ध गेले तरी तो आपल्याला जगण्याची प्रेरणा आणि सामर्थ्य बहाल करतो. त्याच्या जोरावर आपण स्वतःला, कुटुंबाला, व्यवसायाला, गावाला, राज्याला, आपल्या देशालाच काय; परंतु जगालादेखील बदलून यशस्वी होऊ शकतो.

दृष्टिकोण कसा बदलायचा ?

या शतकातील सर्वांत मोठा शोध कोणता? या प्रश्नाला सर्वसाधारण उत्तरे संगणक, वाफेचे इंजिन, टेलिफोन, विद्युत दिवा, सिलिकॉन चीप अशी अनेक आणि स्वाभाविक उत्तरे मिळतील; परंतु विल्यम जेम्स् यांनी म्हटल्याप्रमाणे *'आपल्या मनाचा दृष्टिकोण बदलून माणूस आपले आयुष्य बदलू शकतो'* हाच या शतकातील सर्वांत महत्त्वाचा शोध आहे. सगळे जग जरी आपल्या विरुद्ध गेले आणि आपला दृष्टिकोण सकारात्मक असला तर यश नक्कीच आपल्या बाजूला येईल.

आता, पुढील प्रश्न असा आहे, की आपला दृष्टिकोण कसा बदलायचा? दृष्टिकोण बदलायचे काही मार्ग उपलब्ध आहेत. ते असे -

- *आत्मनिरीक्षणातून, आत्मपरीक्षणाचा*
- *इतरांना समजावून घेण्याचा*
- *ध्यानाचा - गौतम बुद्धांनी ध्यानाचा मार्ग सांगितला आणि तो इतरांपर्यंत पोचविण्यासाठी त्यांनी आपले आयुष्य वेचले.*
- *प्रार्थनेचा - महात्मा गांधीजींनी हा मार्ग निवडला, त्याचा पुरस्कारही केला.*

सर्वसाधारण विचार करणारा माणूस असा विचार करतो, की हे सर्व जगच वाकडे आहे, भ्रष्टाचारी आहे, स्वार्थी आहे, मग अशा जगात वावरताना मला एकट्यालाच सकारात्मक होऊन कसे चालेल? असा युक्तिवाद करणाऱ्यांना स्वामी बिहारीदासांचा असा सल्ला आहे, की समजा हे सगळे जगच आंधळे आहे, पांगळे आहे, फक्त तुम्हीच डोळस आणि धडधाकट पायांचे आहात. तर मग जगाकडे बघून आपण स्वतःचे डोळे फोडून घेणार आहात का? आपले स्वतःचे पाय छाटून टाकणार आहात का? नाही ना? मग आपणच या असहाय माणसांना मदत, मार्गदर्शन करायला हवे ना? सर्व जग नकारात्मक असेल आणि त्यात एकच माणूस सकारात्मक असेल तरी हे संपूर्ण जग बदलण्याची ताकद त्यात असते, येते. अशी कितीतरी उदाहरणे जगात आहेत. ती आपण अन्यत्र पाहणार आहोत, तेव्हा एक गोष्ट लक्षात ठेवा, की सकारात्मक होणे फक्त आपल्या आणि आपल्याच हातात आहे. आपल्यात जरी सकारात्मक माणूस असला तरी ती खूप खूप मोठी बाब, ठेव आहे.

आता शेवटी दक्षिण भारतात प्रचलित असलेली एक गोष्ट बघू. दहा मित्र होते. खूप उत्तम मैत्रीची भावना त्यांच्या मनात होती. ते सर्व जण काही कामाच्या निमित्ताने गावाच्या बाहेर पडले होते. ते काम करीत असताना अचानक हवामान बदलले आणि पावसाबरोबर विजांचा कडकडाटदेखील होऊ लागला होता. किंबहुना विजाच त्यांचा पाठलाग करीत होत्या. ही सर्व मंडळी भक्तिपरायण आणि धर्मभोळी होती. त्यांना मैदानावरच एक झोपडी दिसली. त्यांनी तेथे आधार घेतला; परंतु विजा तेथेही त्यांच्याभोवती घोंगावत होत्या. हा प्रकार बघून त्यांना वाटले आज आपल्यापैकी एकाच्या प्रारब्धात मरण असणार आणि त्यामुळेच या विजा आपल्याभोवती पिंगा घालीत आहेत. तेव्हा एकासाठी बाकी नऊ जणांचे प्राण वाया जाण्यापेक्षा तो एक कोण आहे, याचा शोध घेऊया. म्हणजे उरलेल्या नऊ जणांची मुक्तता आपल्याला करता येईल. समोरच एक मोठे झाड त्यांना दिसले, तेव्हा त्यांनी असे ठरविले की त्या दहा जणांतील एक एक माणसाने त्या झाडापर्यंत जाऊन परत यायचे. विजेला (दैवाला) ज्याचा बळी घ्यायचा असेल त्याचा बळी घेतला जाईल, त्यामुळे बाकी नऊ जणांचे प्राण आपण वाचवू शकू. पहिला माणूस धडधडत्या अंतःकरणाने बाहेर पडला. झाडापर्यंत गेला आणि आनंदाने

परतला. त्यानंतर दुसरा, तिसरा, चौथा, पाचवा असे करीत सात मित्रांनी हे दिव्य पार पडले. उरलेल्या तीन मित्रांच्या हृदयात आता मात्र जास्तच धडधड होत होती. रक्तात ॲड्रीनलीनचे प्रमाण खूपच वाढले होते. बाहेर पाऊस पडत असूनही अंगातून घामाच्या धारा निघत होत्या. डोकी सुन्न झाली होती. कोणीही बाहेर पडायला तयार नव्हता. मनाचा हिय्या करून पुढील दोघांनी आपली ठरलेली फेरी पार पाडली. आता पाळी होती शेवटच्या आणि दहाव्या मित्राची. त्याचे शरीर घामाने डबडबले होते. घसा कोरडा पडला होता. संपूर्ण अंग थरथरत होते. कोणालाच काय करावे हे सुचत नव्हते. विजेचा झगमगाट अधिक वाढला होता. त्याचे बाहेर पडणे इतरांच्या सुरक्षेसाठी अत्यावश्यकच होते, त्यामुळे सर्वांनी मिळून त्या मित्राला जवळजवळ बाहेर ढकललेच. मनाचा कठोर निग्रह करून तो बाहेर पडला. भीतभीतच झाडापर्यंत पोचला. तिथून मागे वळून बघतो तो काय? विजेचा मोठा लोळ त्या झोपडीवर पडून उरलेल्या नऊ मित्रांसकट ती झोपडी संपूर्ण जाळून गेली होती. खरे तर या दहाव्या मित्रामुळेच इतर सर्व मित्र विजेच्या तडाख्यापासून बचावले होते. त्याचे संरक्षण गेल्यावर त्यांचा विनाश ओढवला होता.

तर मग वेळ न दवडता सुरुवात करा, स्वतःपासून, आपले कुटुंब, आपली मित्रमंडळी, आपल्या अवतीभोवतीचा समाज यांना सकारात्मक बनवून जास्त उत्पादक, सुसंवादी आणि समाधानी करण्याच्या आपल्या प्रयत्नांना.

■ ■ ■

आव्हानांतून सकारात्मकतेकडे

सर्वच प्राणिमात्रांपुढे संकट, आव्हान किंवा समस्या उभी राहते तेव्हा दोनच गोष्टी संभवतात, एक तर त्याचा सामना करणे किंवा त्यापासून पळून जाणे. सकारात्मक माणसे या आव्हानांचा सामना करून यशस्वी होतात, तर नकारात्मक माणसे त्यापासून पळ काढून अयशस्वी होणे पसंत करतात. राल्फ वाल्डो यांनी म्हटले आहे, की शहाण्या माणसांना इतिहासाने धडा शिकविला आहे, की परिस्थितीवर नाही तर कल्पनांवर लक्ष केंद्रित करा. सकारात्मक होण्यासाठी आपल्या समस्यांवर नाही, तर उद्दिष्टांवर लक्ष केंद्रित करा हे सांगण्याचा हा उत्तम मार्ग आहे. प्रयत्न करण्याच्या आधी आपण सर्वच गोष्टी हव्या तशा होण्याची वाट पाहत बसलो तर काय होईल? जग स्तब्धच होईल ना? सकारात्मक माणसाला आव्हाने आवडतात. त्यांच्या लेखी प्रयत्न न करणे हे अपयशापेक्षा वाईट असते म्हणून समस्यांबाबत उडवाउडवी करू नका. त्यात बुडूनही जाऊ नका. त्यांचा समोर जाऊन सामना करा. अधिराज्य कोणाचे आहे, समस्यांचे की आपले?

आईनस्टाईनने समस्यांकडे पाठ फिरविली असती तर, आज त्यांचा इतका गौरव झाला असता का? त्यांनी उत्तर मिळेपर्यंत, त्यांना भेडसावणाऱ्या समस्यांचा पाठपुरावा केला आणि त्यामुळेच त्यांना अनेक गूढ प्रश्नांची उत्तरे मिळाली. आज आपल्यापुढे काही समस्या आहे, हे तर चांगले लक्षण आहे. आपण कशासाठी तरी झगडू शकता. मग त्याच्यावर विचार करा आणि सकारात्मक होऊन या संधीचा पुरेपूर फायदा घ्या.

'जेट एअरवेज'चे संस्थापक नरेश गोयल

नरेश गोयल हे 'जेट एअरवेज'चे संस्थापक अध्यक्ष आहेत. त्यांना विमान वाहतूक क्षेत्रातील चाळीस वर्षांहून अधिक अनुभव आहे. बाजारपेठेतील वाटा आणि प्रवासी संख्या यांचा विचार केला तर, त्यांची 'जेट एअरवेज' ही भारतातील दोन नंबरची मोठी विमान वाहतूक कंपनी आहे. ते सन्माननीय अशा आंतरराष्ट्रीय एअर ट्रान्सपोर्ट असोसिएशन (आय.ए.टी.ए.) यांच्या बोर्ड ऑफ गव्हर्नर्सवर २००९-१० आणि परत २०११-१३ मध्ये होते. २००६चा एन.डी.टी.व्ही.चा पहिला प्रॉफिट बिझिनेस ॲवॉर्ड, हा सन्मान त्यांना मिळाला, तसेच २०१०मध्ये ट्रॅव्हल एजंट्स असोसिएशन यांच्याकडून 'जीवनगौरव' हा पुरस्कार मिळाला. २०११ला देशातील सर्वांत मनाचा समजला जाणारा बेल्जियम कमांडियर ऑफ दि ऑर्डर ऑफ लिओपोल्ड II हा सन्मान त्यांना देण्यात आला.

वयाच्या बाराव्या वर्षी, नरेश गोयल यांनी, आपल्या दृढ विश्वासाखेरीज, सर्व काही गमावले होते. परिस्थितीपुढे हार न मानता सकारात्मक दृष्टिकोण आणि कृतीतून त्यांनी भारतातील सर्वोत्तम म्हणून ओळखली जाणारी 'जेट एअरवेज' ही विमान वाहतूक कंपनी उभारली.

नरेश गोयल यांचा जन्म समृद्ध जवाहिऱ्याच्या कुटुंबात पंजाबमधील संगरूर येथे झाला; परंतु एका आर्थिक संघर्षामुळे त्यांच्याकडील सर्वस्वाचा नाश झाला. त्यांच्या घराचा लिलाव झाला, तर त्यातील राहिलेल्या थोड्या गोष्टी रस्त्यावर फेकून दिल्या गेल्या, तेव्हा नरेश केवळ बारा वर्षांचे होते. त्या वेळी त्यांच्याकडे खायला किंवा शाळेची फी भरायलादेखील पैसे नव्हते. राहायला जागा नव्हती.

गोयल कुटुंबाला, नरेश यांच्या चुलत आजोबांच्या घरात आसरा मिळाला; परंतु तेथेदेखील आयुष्य खूप सुरळीत झाले असे नव्हते. कुटुंबाची आर्थिक ओढाताण सुरूच होती. नरेशांना अनेक रात्री रस्त्यावरच्या दिव्याखाली बसून अभ्यास करावा लागत होता. त्यांची श्रद्धा होती, की शिक्षण ही यशाची पहिली पायरी आहे, म्हणून त्यांना त्यांचे आवडते विषय कायदा आणि चार्टर्ड अकौंटन्सी शिकण्यासाठी पैसे नव्हते, तरी त्यांनी कॉमर्सची पदवी मिळवायची हे नक्कीच ठरवले होते. नरेश म्हणतात, ''प्रामाणिकपणा आणि उद्देश असतील तर कोणतीही गोष्ट अशक्य नाही, यावर श्रद्धा ठेवा आणि ते सत्यात उतरविण्याच्या कामाला लागा.'' आपले सर्वस्व गमावलेला हा मुलगा एक दिवस, भारतातील सर्वांत पुढारलेली विमान वाहतूक कंपनी, 'जेट एअरवेज' उभारेल असा कोणी विचारदेखील केला नसेल.

• यशाकडे झेप

नरेश यांच्या संघर्षाच्या गोष्टी 'जेट एअरवेज'च्या कर्मचाऱ्यांसाठी आता प्रेरणादायी कथा झाल्या आहेत. १९६७ला अठराव्या वर्षी पदवीचा अभ्यासक्रम पूर्ण केल्यानंतर नरेश यांनी आपल्या मोठ्या चुलत काकांच्या 'इस्ट-वेस्ट एजन्सीज्' या ट्रॅव्हल एजन्सीत कॅशियर म्हणून, मासिक ३०० रु. या पगारावर, काम स्वीकारले. ही एजन्सी लीबेनीज इंटरनॅशनल एअरलाइन्सला सेवा पुरवीत होती. तीन वर्षं ते कार्यालयातच झोपत असत, बहुधा जमिनीवरच. त्यानंतर त्यांना लीबेनीज इंटरनॅशनल एअरलाइन्समध्ये पब्लिक रिलेशन्स मॅनेजर म्हणून नोकरी मिळाली. इथे, आपल्या कठोर परिश्रमांमुळे, त्यांना पटकन यश मिळाले. त्याचबरोबर अनेक आंतरराष्ट्रीय एअरलाइन्सबरोबर काम करता आले. जसे, की रॉयल जोर्डानियन अॅण्ड फिलिपिन एअरलाइन्स.

१९७४ ला नरेश केवळ २५ वर्षांचे असताना, त्यांनी स्वतःची 'जेट एअर (प्रायव्हेट) लिमिटेड' एजन्सी काढण्यासाठी आपल्या आईकडून पैसे उसने घेतले. ही एजन्सी आंतरराष्ट्रीय एअरलाइन्सला विक्री आणि वितरण अशा सेवा पुरविणार होती. १९५३ पासून १९९१ पर्यंत हवाई सेवांचे राष्ट्रीयीकरणच होते, तेव्हा फक्त 'एअर इंडिया' आणि 'इंडियन एअरलाइन्स' यांनाच उड्डाणाची परवानगी होती, परंतु भारताने खुली अर्थव्यवस्था स्वीकारली तेव्हा इतर व्यवसायांबरोबरच हवाई क्षेत्रही खुले, निर्बंध झाले. खासगी क्षेत्रात एअरलाइन्स चालवण्यास परवानगी मिळाली. नरेश यांनी या संधीचा फायदा घेत, १९९१ला 'जेट एअरवेज'ची स्थापना केली. ही तर फक्त सुरुवातच होती.

त्यांनी 'गल्फ एअर' आणि 'कुवेत एअरवेज' यांच्याकडून भाड्याने विमाने घेऊन ५ मे १९९३ला कामाला सुरुवात केली. गोयल यांची कल्पना अशी होती, की गल्फमध्ये काम करणारे अनेक भारतीय छोट्या शहरांतून तेथे गेलेले होते. गोयल यांना छोटी शहरे जोडायची होती, तिथे त्यांना व्यावसायिक संधी दिसत होती, कारण इतर एअरलाइन्सचा भर मेट्रो शहरांवर होता. त्यांची दोन विमाने भारतात आल्यावर ती जे.आर.डी. टाटा यांच्या हस्ते स्वीकारली गेली कारण जे.आर.डी. टाटा हे भारतातील वैमानिक क्षेत्रातील पितामह म्हणून ओळखले जात. ते नरेश यांना म्हणाले, ''तू 'जेट एअरवेज' सर्वोत्तमापेक्षा अधिक चांगली बनवू शकणार नसशील तर आजच ही विमाने परत पाठव.''

हा प्रसंग लक्षात ठेवा. नरेश म्हणतात, ''ग्रहणक्षम व्हा. केंद्रित राहा. प्रखर श्रोता बना. आपल्या कर्मचाऱ्यांचे, ग्राहकांचे व आपल्या स्पर्धकांचे ऐका.'' नरेश यांचा असा विश्वास होता, की 'कसे वागावे हे स्वतःच्या उदाहरणाने दाखवून द्यायला हवे.' जेटच्या सुरूवातीच्या दिवसांत सर्वच कामे, सर्वांनाच करावी लागत होती. पायलट्सनादेखील

संडास स्वच्छ करावे लागत होते. काही वेळा तर आपल्या कर्मचाऱ्यांना संडास कसे स्वच्छ करावेत हे दाखविण्यासाठी नरेश यांनीदेखील संडास स्वच्छ केले आहेत.

• जेट – सेट – गो

नरेश यांना 'जेट एअरवेज' ही जागतिक दर्जाची विमान वाहतूक कंपनी व्हायला पाहिजे होती त्यामुळेच त्यांना आपले कार्यक्षेत्र भारतापुरते मर्यादित ठेवून चालणार नव्हते. २००४ मध्ये भारतातून आंतरराष्ट्रीय मार्ग खुले केले गेले. 'जेट एअरवेज'ने २००५ मध्ये लंडनसाठी उड्डाण सुरू केले होते. त्यानंतर ब्रुसेल आणि सॅन फ्रान्सिस्कोसारखी शहरेदेखील जोडली गेली. त्यांच्या सेवा निर्दोष होत्या. विमानातील सेवकांचे पोशाख फॅशन डिझायनर्सनी तयार केले होते. सगळ्या उड्डाणात आणि सगळ्या वर्गासाठी त्रिस्तरीय जेवण (सूप आणि गोड पदार्थ धरून) देण्यात येत होते. पहिल्या वर्गाच्या प्रवाशांसाठी शॅम्पेन दिली जात होती. त्यांना जेटने, जगातील सर्वोत्तम विमान सेवांमधून शिकणे अपेक्षित होते. त्यात तांत्रिक कार्यक्षमता लुफ्तांझाकडून, वेळेचे व्यवस्थापन स्वीस एअरकडून, सेवेचा दर्जा सिंगापूर एअरलाइन्सकडून, अपघातमुक्त उड्डाण क्वान्टाज्‌कडून आणि या सर्व गोष्टी त्यांना आपल्या स्वतःच्या एअरलाइनसाठी बेंचमार्क म्हणून वापरायच्या होत्या. हे साध्य करण्यासाठी, त्यांनी जगातून उत्तम कामगार घ्यायचे असा निर्णय घेतला.

• परत, मुळाकडे

२००६ मध्ये जेट ही फक्त भारतातीलच सर्वोत्तम चालविलेली एअरलाइन्स नव्हती तर जगातली सर्वांत जास्त फायदा कमविणारी एअरलाइन्सदेखील होती. २००६ मध्ये नरेश यांनी सुब्रतो रॉय यांची, कमी किमतीची 'एअर सहारा' ही कंपनी संपादन करण्याचा एक बिनधास्त निर्णय घेतला. संपादन किंमत होती २२५० कोटी रुपये. या निर्णयामुळे जेटच्या ५३ विमानांमध्ये २७ विमानांची भर पडली आणि एकत्रित अस्तित्वाचा बाजारपेठेतील हिस्सा ४८ टक्के झाला.

गोष्टी पुन्हा, नव्याने करण्यात नरेश यांचा हातखंडा आहे. 'विचार आणि शब्द यांचे परिवर्तन जलद गतीने योग्य आणि विधायक कृतीत व्हायला हवे. वेळ हा खूप अनमोल आहे. तो फक्त विचार आणि शब्दांवर खर्च व्हावा, वाया जाता कामा नये,' असे नरेश म्हणतात. त्यांनी जाहीर केले आहे, की ते त्यांच्या एअरलाइन्सची पुनर्रचना करून, त्याचा देशांतर्गत व्यवसाय सुरळीत करून, नवीन अधिक ताकदवान, ब्रँड बनविणार आहेत. जसा 'जेट एअरवेज' की ज्यामुळे नरेश हे इतक्या उंचीवर चढले, की भारतीय विमान सेवेचे 'अंबानी' म्हणून ओळखले जाऊ लागले.

'प्रत्येक क्षणी आणि प्रत्येक माणसाशी जोडले जा. रांगेतील वरची आणि खालची माणसे यशासाठी मदत करीत असतात, त्यांचे ऐका, त्यांना आव्हान द्या, त्यांचे म्हणणे गाळून स्वच्छ करून घ्या परंतु नेहमीच त्यांच्या संपर्कात राहा' असे नरेश म्हणतात.

नरेश यांना गुंतवणूकदारांची गरज होती. २०१३ मध्ये त्यांनी अबुधाबीच्या 'इथिहाद ग्रुप'बरोबर करार केला. या ग्रुपनेदेखील २००३ मध्ये विमान वाहतूक व्यवसाय सुरू केला होता. म्हणून हा ग्रुप तसा जेटपेक्षा बराच तरुण होता. 'इथिहाड ग्रुप'ने जेटचे २४% समभाग ३७९ दशलक्ष, मिलियन डॉलर्सला (२०६० कोटी रुपये) विकत घेतले. या पैशांचा उपयोग तोटा कमी करण्यासाठी आणि कर्ज परत करण्यासाठी होणार होता.

कठीण परिस्थितीचा सामना करण्याची गोयल यांची ही काही पहिलीच वेळ नव्हती. सहारा विकत घेणे काही सोपे नव्हते, नरेश या सर्व समस्यांमधून सहीसलामत बाहेर पडले, परंतु नरेश यांचा काहीतरी अकस्मात किंवा अनपेक्षित बदल घडवून कायापालट करण्याचा प्रयत्न आहे, त्यांचे अतिशय साधे तत्त्वज्ञान आहे, की परिपूर्ण असे काहीतरी करा. 'ध्येय आणि परिणाम केंद्रित राहा. आपल्या सर्व क्रिया ठरविलेल्या लक्ष्याकडे जाणाऱ्या बाणासारख्या आणि केंद्रित असायला हव्यात.'

जिवंत स्वप्रेरणा

कारोली टॅकाचस आणि एकलव्य

सकारात्मक माणूस जेव्हा बंद घड्याळाकडे बघतो तेव्हा त्याच्या मनात येते की अरे! हे घड्याळ तर दिवसातून दोनदा अचूक वेळ दाखविणारे घड्याळ आहे. आपल्याला खरी सकारात्मकता अंगी बाळगायची असेल तर अनेक खेळाडूंची जीवने जवळून बघायला हवीत, त्यांची जीवन-चरित्रे आभ्यासायला हवीत. आपण अशाच एका अलौकिक चरित्रात डोकावून पाहणार आहोत.

कारोली टॅकाचस हे हंगेरिअन सैन्यात सार्जंट या पदावर काम करीत होते. १९३८ मध्ये ते देशातील, पिस्तुलातून गोळी मारणारा सर्वोत्तम खेळाडू (शूटर) म्हणून प्रसिद्ध होते. जवळ-जवळ सगळीच राष्ट्रीय आणि आंतरराष्ट्रीय मानांकने त्यांनी मिळविली होती. १९४० मध्ये टोकियो येथे होणाऱ्या ऑलिंपिक स्पर्धांतील संभाव्य सुवर्णपदक विजेता म्हणून त्यांच्याकडे जग मोठ्या आशेने बघत होते.

परंतु एक अनपेक्षित आणि दुर्दैवी घटना घडली. सैन्यातील एका प्रशिक्षण सत्रात एका 'हँडग्रेनेड'चा स्फोट कारोली यांच्या उजव्या हातातच झाला आणि त्यात त्यांचा उजवा हातच निकामी झाला. या दुर्दैवी अपघाताबरोबरच त्यांचे नुसते ऑलिंपिक विजयाचे

स्वप्नच नव्हे तर नेमबाजी करण्यात निष्णात असणारा उजवा हातही गमवावे लागले.

सर्वसामान्य माणसाची यावर काय प्रतिक्रिया झाली असती? माझ्याच बाबतीत असे का झाले? माझेच दैव खोटे का निघाले? विजयश्रीच्या इतक्या जवळ नेऊन परमेश्वराने मला ही शिक्षा का दिली? इ. इ. आणि कारोलीनेही असेच प्रश्न विचारले असते तरी आपण त्यांना नक्कीच माफ केले असते. इतकेच नाही तर त्यांनी स्वतःची कीव करून आपल्या नशिबाला दोष दिला असता तरीही आपण त्यांना माफ केले असते, कारण तेवढा मोठा दुर्दैवी आणि करुणामय प्रसंग त्यांच्यावर कोसळला होता. ते कुणाचे तरी आश्रित झाले असते तरी ते आपण मान्य केले असते. माणसाने केलेल्या योजना, पाहिलेली स्वप्ने परमेश्वर कसे छिन्नभिन्न करतो याचे कारोली हे एक उदाहरण म्हणून आपण त्यांच्याकडे पाहिले असते, परंतु करोलींना यातील काहीही नको होते. कारोलींनी वरील गोष्टींपैकी काहीही केले नाही कारण ते वेगळ्याच मातीचे बनलेले होते. आपण काय गमावले आहे (म्हणजे हमखास सुवर्णपदक मिळवून देणारा उजवा हात) यावर लक्ष केंद्रित करण्याऐवजी आपल्याकडे काय शिल्लक आहे (अजून उत्तम स्थितीतील डावा हात) यावर लक्ष केंद्रित करावयाचे त्यांनी ठरविले. त्यांचे मनोबल प्रचंड कणखर होते. त्यांची मनोभूमिका जेत्याची होती. विजयी होण्याची प्रचंड जिद्द आणि धगधगता अंगार त्यांच्या हृदयात अजूनही धुमसत होता. पूर्णपणे कार्यक्षम असा आपला डावा हात अजूनही आपल्याजवळ शिल्लक आहे याची पूर्ण जाणीव त्यांना होती. त्यांनी विचार केला की उजवा हात निकामी झाला याचे दुःख करीत बसण्यापेक्षा आपण आपल्या डाव्या हाताला प्रशिक्षण देऊन जगातला सर्वोत्तम नेमबाज म्हणून तयार करू शकतो. या एकाच विचाराने त्यांना पछाडले.

त्यांचा जवळपास एक महिना हॉस्पिटलमध्येच गेला. जवळपासच्या माणसांच्या प्रतिक्रियांचा अंदाज कारोलींना आला होता. त्यामुळे जगाच्या झगमगाटापासून दूर जायचे त्यांनी ठरविले. परिचितांपासून स्वतःला वेगळे करून आपल्या डाव्या हाताने नेमबाजीचा सराव त्यांनी चालू केला. शरीराला होणाऱ्या सर्व यातना, डाव्या हातावर पडणारा ताण या सर्वांकडे त्यांनी पूर्ण दुर्लक्ष करून उजवा हात जे जे करीत होता ते ते आपल्या डाव्या हाताकडून करून दाखवायचे याचा त्यांनी निश्चयच केला होता. आपल्या या ध्येयावर संपूर्ण लक्ष त्यांनी केंद्रित केले होते. एकवटले होते. आपल्या निश्चयाप्रमाणे अहर्निश प्रयत्नांनी आपल्या डाव्या हाताला कारोलींनी तयार केले.

वर्षानंतर कारोली हंगेरीतील नेमबाजीच्या राष्ट्रीय मानांकन स्पर्धेत हजर झाले. त्यांना तेथे बघून स्पर्धेसाठी हजर असलेल्या सर्व खेळाडूंना खूपच आनंद झाला. अपघातानंतर सर्वांना पहिल्यांदाच त्यांचे दर्शन होत होते. त्यांनी दाखविलेल्या धैर्याबद्दल सर्वांनाच

त्यांचे खूप कौतुक वाटत होते कारण ते आपल्याला प्रोत्साहन देण्यासाठी येथे आले आहेत अशीच सर्वांची समजूत झाली होती, त्यामुळे सर्वांनाच धन्यता वाटत होती, परंतु जेव्हा कारोलींनी हे स्पष्ट केले, की मी आपले कौतुक तर करायला आलोच आहे; परंतु त्याच बरोबर मी येथे आपला प्रतिस्पर्धी म्हणूनही आलो आहे, या स्पर्धेतील राष्ट्रीय मानांकन मिळविण्याचा मी निश्चय केलेला आहे, हे ऐकल्यानंतर मात्र सर्व प्रतिस्पर्ध्यांना आश्चर्याचा धक्काच बसला.

प्रतिस्पर्ध्यांपुढे आव्हान उभे करून कारोलींनी स्पर्धेत प्रथम मानांकन मिळवले, आपला उजवा हात निकामी झाल्यावरदेखील केवळ एका वर्षातच आपल्या डाव्या हाताचा वापर करून स्पर्धेचे जेतेपद मिळवून दाखवले. ते खरोखरीच जेता ठरले होते. इतरांच्या नजरेआड जाऊन एकांतात सराव करण्याचा कारोलींचा निर्णय किती अचूक आणि महत्त्वपूर्ण होता हे त्यांनी सिद्धच करून दाखविले होते. त्यांना पटले होते, की आपण खूप मोठी स्वप्ने बघितलेलीसुद्धा समाजाला सहन होत नाहीत, आवडत नाहीत. अशी स्वप्ने त्यांच्या डोळ्यावर येतात आणि अशी स्वप्ने बघणारा त्यांच्या टीकेची शिकार बनतो. आपल्या दुःखात डुंबत राहणे खूपच सोपे असते. कारण त्यामुळे आपल्याला सहानुभूतीच्या लाटेवर आरूढ होऊन प्रवास करता येतो; परंतु प्रखर स्वयंप्रेरणा असणारी कारोलींसारखी माणसे मात्र यापासून दूर राहतात.

मानांकन मिळूनही कारोलींचे ऑलिंपिकचे विजयाचे स्वप्न मात्र दुर्दैवाने काही वर्षे मृगजळच ठरले कारण लागोपाठ दोन वेळेस म्हणजे लागोपाठ आठ वर्षे ऑलिंपिक स्पर्धा जागतिक महायुद्धामुळे रद्द केल्या गेल्या होत्या परंतु त्यानंतरच्या १९४८ च्या लंडन येथील ऑलिंपिकसाठी कारोलींची निवड झाली आणि त्यात आपल्या डाव्या हाताने नेमबाजी करीत त्यांनी सुवर्णपदक हस्तगत केले.

कल्पना करा, सुवर्णपदकाचा संभाव्य विजेता अपघातात उजवा हातच गमावून बसतो. अचानक दुर्दैवाने ग्रासलेल्या परिस्थितीतही आपल्या डाव्या हाताला प्रशिक्षण देतो, त्याला तितकाच कार्यक्षम बनवितो. आठ वर्षे ही क्षमता असूनही रद्द झालेल्या स्पर्धा परत चालू होण्याची प्रतीक्षा करतो आणि स्पर्धा सुरू होताच आपल्या डाव्या हाताने त्या स्पर्धेतील सुवर्णपदकाचा मानकरी ठरतो, तेही विशेष गुणवत्तेने. इतकेच नाही तर नंतरच्या स्पर्धेतही पुन्हा एकदा सुवर्णपदक खेचून आणतो! खरे जेते अशाच मातीचे बनलेले असतात. परिस्थिती कोणतीही असो रडत न बसता जेत्याचे चैतन्य त्यांच्यात मुसमुसत असते आणि आपले ध्येय गाठण्यासाठी ते अखंड, अथक आणि अविश्रांत परिश्रम घेतात. पुन्हा एकदा सिद्ध होते की परिस्थिती नाही तर आपण त्या परिस्थितीला कसे सामोरे जातो हे परिणाम देणारे आहे.

आपल्या प्रत्येकाच्या आयुष्यात असे प्रसंग येतात. मोठ्या यशाच्या, गौरवाच्या, कीर्तीच्या, मोठेपणाच्या आपण अगदी जवळ जातो आणि अचानक दुर्दैवाने हे सारे गमावून बसतो. सगळे जग जणू आपल्याविरुद्ध कटच करीत आहे अशी भावना होते. आपण उरी बाळगलेली स्वप्ने पूर्णपणे बेचिराख होतात, भंग पावतात. आपण संपतो, चिरडले जातो, मार खातो, हरतो, पराजित होतो आणि आक्रोश करतो की हे असे माझ्या बाबतीतच का? असा प्रसंग यदाकदाचित आपल्यावर ओढवला तर कारोलींची आठवण करा, त्यांचे स्मरण करा. खरे तर त्यांचाचसारखा विचार करा. आपण काय गमावले आहे याची चिंता सोडा. आपल्याजवळ अजूनही काय शिल्लक आहे यावर सारे लक्ष केंद्रित करा, त्यावरच जोर द्या. आपल्या आतील ताकद, आपल्या आतील कणखरपणा याचाच विचार करा. जगातील कोणतीही ताकद या गोष्टी आपल्यापासून हिरावून घेऊ शकत नाही यावर संपूर्ण श्रद्धा असू द्या. अंतिम विजय आपलाच होईल.

एखादा दुर्दैवी प्रसंग आपल्यावर आला तर स्वतःची कीव करीत बसू नका. पश्चात्ताप करीत बसू नका, कारण पश्चात्ताप ही नकारात्मक ऊर्जा आहे, तसेच आपण आपला भूतकाळ बदलू शकत नाही ही काळ्या दगडावरची रेघ आहे. वेळ न दवडता लगेचच त्यातून बाहेर पडा. अशा वेळी प्रत्येक क्षण महत्त्वपूर्ण आणि निर्णायक असतो. कारोलींनी आपल्या दुर्दैवी अपघातानंतर नकारात्मक प्रतिक्रिया टाळीत केवळ एक महिन्यातच सरावाला पुन्हा सुरुवात केली होती. जेव्हा आपण पडतो, डगमगतो, घायाळ होतो तेव्हा बॉक्सरसारखा विचार करा. जेव्हा तो घायाळ होतो तेव्हा त्याला दहा सेकंदांच्या आत सावरून पुन्हा युद्ध सुरू करणे आवश्यक असते. एक सेकंदही जास्त लागला तर सर्वच संपणार असते याची जाणीव त्याला ठेवावी लागते. तसेच जेते याबद्दल जागरूक असतात. ते अशी वेळ कधीही येऊ देत नाहीत. पटकन सावरतात. पुन्हा आपले ध्येय निश्चित करा आणि ते गाठण्यासाठी, प्रत्यक्षात उतरविण्यासाठी कटिबद्ध व्हा! ध्येय समोर असले की शरीर आणि मन संघटित होतात आणि उद्दिष्टप्राप्तीसाठी जोरकसपणे कामाला लागतात. मागे वळून झालेल्या नुकसानीबद्दल वृथा काळजी करणे सोडतात. अर्थातच नकारात्मक विचार बाजूला टाकणे वाटते तितके सोपे नाही. त्यासाठी सकारात्मक विचारांची प्रचंड शक्ती निर्माण करावी लागते. आपल्या ध्येयावरची प्रखर निष्ठा अशा नकारात्मक विचारांना आपल्या प्रवाहात वाहून नेते, नामशेष करते.

ऑलिंपिक स्पर्धेतील नेमबाजीचे सुवर्णपदक मिळविणे याचा संबंध हाताशी नाही तर आपल्या मनाशी जास्त जवळचा आहे, हे कारोलींनी निर्विवादपणे सिद्ध केले आहे. आयुष्याचेही असेच आहे. यशाचा संबंध कौशल्यापेक्षा दृष्टिकोणाशी जास्त जवळचा आहे. कारोलींनी हेही निर्विवादपणे सिद्ध करून दाखविले आहे की निष्ठा असेल तरच कौशल्ये निर्माण करता येतात. अशी असते जेत्याची मानसिकता आणि मनोभूमिका !

वर बघितलेले उदाहरण तसे आधुनिक आहे परंतु जगाचे आकर्षण ठरलेल्या महाभारतातदेखील अशाच प्रकारची कहाणी आलेली आहे. ही कहाणी आहे एक महान, धनुर्विद्या प्रवीण आणि अतिशय सुसंस्कृत महामानव एकलव्याची. एकलव्य हा निषाद महादंडनायक हिरण्यधनू याचा अतिशय सुसंस्कृत मुलगा. आपण उत्कृष्ट धनुर्धर व्हावे या हेतूने तो आचार्य द्रोणांकडे आला; परंतु तो एकलव्य निषादोत्पन्न आहे आणि तो इतर शिष्यांहून धनुर्विद्येत वरचढ होऊ नये म्हणून द्रोणांनी शिष्य म्हणून त्याचा स्वीकार केला नाही.

निकृष्ट जातीचा म्हणून द्रोणांनी शिष्य म्हणून त्याचा स्वीकार केला नसली तरी एकलव्याचा उत्साहभंग झाला नाही, किंवा गुरुवर्य द्रोणाचार्यांविषयीचा त्याचा आदरदेखील कमी झाला नाही. ज्या द्रोणांनी शिष्य म्हणून आपला स्वीकार करण्यास नकार दिला, त्याच द्रोणांना त्याने साष्टांग नमस्कार केला आणि जवळच्याच अरण्याचा मार्ग धरला. अरण्यात एकलव्याने आचार्य द्रोणांचा मातीचा पुतळा तयार केला आणि त्याच्या ठिकाणी गुरूप्रमाणे उत्तम भाव ठेवून, नियम पाळून तो श्रद्धेने धनुर्विद्या आणि अस्त्रांचा अभ्यास करू लागला. त्याची गुरुवर्य द्रोणाचार्यांवरची श्रद्धा आणि विद्येविषयीची जिद्द अभंग होती, त्यामुळे गुरूशिवायही एकलव्याने सतत अभ्यास करून उच्च प्रतीचा धनुर्धर म्हणून कौशल्य संपादन केले. एकलव्याच्या या नैष्ठिक तपश्चर्येची द्रोणांना किंवा हस्तिनापुरातील राजकुमारांना काहीच कल्पना नव्हती. एक दिवस असा उजाडला, की या सर्वांना त्याची दखल घ्यावी लागली.

एक दिवस सर्व राजकुमार द्रोणांच्या संमतीने शिकार करण्यासाठी त्याच अरण्यात आले. त्यांच्याबरोबर एक कुत्राही होता. तो चुकला आणि एकलव्य जेथे अभ्यास करीत होता तेथे आला. काळा, मळाने अंग भरलेल्या, व्याघ्राजीन घातलेल्या आणि जटा वाढलेल्या निषाद पुत्राला पाहून तो कुत्रा भुंकत त्याच्याजवळ उभा राहिला. आपल्या अभ्यासातील व्यत्यय थांबून कुत्र्यालाही इजा होऊ नये म्हणून एकलव्याने मोठ्या कौशल्याने एकदम सात बाण मारून कुत्र्याचे तोंड बंद केले. कुत्रा तसाच पांडवांकडे परतला. त्याला पाहून वीर पांडवांना फार आश्चर्य वाटले. ते उत्कृष्ट शब्दवेधित्व आणि चापल्य पाहून त्यांनी सर्व प्रकारे त्या कृत्याची प्रशंसा केली. त्या बाण मारणाऱ्याला शोधीत असताना अरण्यात राहून धनुर्विद्येचा अभ्यास करणारा एकलव्य त्यांना दिसला. तू कोण आहेस, कोणाचा शिष्य आहेस, वगैरे चौकशी करू लागले. त्यावर एकलव्य म्हणाला, ''वीरहो! मी निषादाधिपती हिरण्यधनूचा पुत्र आणि आचार्य द्रोण यांचा शिष्य आहे.'' त्याच्या या उत्तरावरून अर्जुनाने त्याला ओळखले. त्याने ताबडतोब जाऊन हा

अद्भुत प्रकार आचार्य द्रोणांच्या कानावर घातला. आपल्यापेक्षा वरचढ शिष्य आचार्य द्रोण यांना आहे याची खंत अर्जुनाला वाटत होती. ही कल्पनाच अर्जुनाला असह्य होती. त्याने सरळ सरळ द्रोणाचार्यांना त्यांच्या 'तुझ्यासारखा धनुर्धर दुसरा कोणीही असणार नाही' या वचनाची आठवण करून दिली.

त्यानंतर द्रोण अर्जुनाला घेऊन एकलव्याकडे गेले. ज्यांचे अष्टौप्रहर ध्यान व चिंतन-मनन आपण केले ते आचार्य द्रोणच येत असल्याचे पाहताच एकलव्याने हातातले धनुष्य टाकून दिले आणि आचार्य द्रोणांना साष्टांग प्रणिपात करून त्यांचे स्वागत केले. त्यांची पूजा केली. मात्र याच वेळी द्रोणांनी गुरुदक्षिणा म्हणून त्याच्या उजव्या हाताच्या अंगठ्याची मागणी केली. ही ऐकून एकलव्य अतिशय आनंदित झाला. हसतमुखाने आणि प्रसन्न मनाने त्याने कोणताही विचार न करता धनुर्विद्येतील प्राणाधार असलेला आपला अंगठा कापून गुरुदक्षिणा म्हणून आचार्य द्रोणांना अर्पण केला.

अर्थात पुढे उरलेल्या चार बोटांचा उपयोग करून एकलव्याने धनुर्विद्येत पूर्वीपेक्षा जास्त चांगले कौशल्य आत्मसात केले. यावरूनही हे निर्विवाद सिद्ध होते की कौशल्य निर्माण करता येते, ते साधनात नाही तर साधनेत आहे. स्वतःच्या मनात आहे. मनाच्या निश्चयाची शक्ती अपार आहे. त्याच्या मदतीने आपण काहीही साध्य करू शकतो. अलौकिक गोष्टी प्राप्त करून घेऊ शकतो. अशी असते जेत्याची मानसिकता आणि मनोभूमिका !!!

कारोली टॅकाचस आणि एकलव्य यांच्या व्यक्तिमत्त्वांतून आपल्याला असा निश्चित धडा मिळतो, की आपल्याला मिळणारे यश हे आपल्याला उपलब्ध साधनांवर किंवा क्षमतांवर अवलंबून नसते तर ते आपल्या दृष्टिकोणावर, मनोवृत्तीवर अवलंबून असते. त्या जर योग्य असतील तर साधने, क्षमता आपण निर्माण करून हवे ते यश प्राप्त करू शकतो. म्हणजेच यशाचा संबंध कौशल्यापेक्षा, साधनांपेक्षा दृष्टिकोणाशी जास्त जवळचा असतो. निष्ठा असेल तर या गोष्टी निर्माण करता येतात. हे या व्यक्तिमत्त्वांनी निर्विवादपणे सिद्ध करून दाखविले आहे.

निराधारांच्या कल्याणाची चळवळ उभी करणारे विजय फळणीकर

आता मी आपल्यापुढे एक आगळीवेगळी; परंतु तितकीच प्रेरक आणि जगावेगळी कथा मांडणार आहे. तशा या पुस्तकातील सर्वच कथा प्रेरक आहेत. तरी प्रत्येक कथा वेगवेगळ्या प्रकारे प्रेरणा जागृत करणारी आहे. विजय फळणीकर हे असे अफलातून व्यक्तिमत्त्व आहे की त्यांनी परिस्थितीने उभी केलेली आव्हाने कधी अंतःप्रेरणेने तत्काळ निर्णय घेऊन तर कधी योजनाबद्ध पद्धतीने पेलून निराधारांच्या कल्याणाची चळवळ उभी केली.

विजय फळणीकर मूळचे नागपूरचे, एका सुखवस्तू घरात त्यांचा जन्म १६ ऑक्टोबर १९६१ ला झाला. पाच भावंडांतील ते दुसरे अपत्य. त्यांचे वडील गजाननराव सोन्याचे दागिने घडविण्याचा व्यवसाय करीत होते. वडिलांनी आपल्या व्यवसायात अनेक कारागिरांना तयार केले. काहींना तर आपल्याच व्यवसायात नोकरीला लावून घेतले. एक कुशल कारागीर आणि सच्चा माणूस म्हणून त्यांनी कीर्ती मिळविली. व्यवसायात जम बसल्यावर त्यांनी मोठे घर घेतले. बायकोला दागदागिन्यांनी मढविले. वडिलांची वृत्ती दिलदार होती. आपल्या पदरी असणाऱ्या नोकरांना ते आपल्या कुटुंबीयांसारखेच वागवीत. धंद्यात यशस्वी झाल्यावर त्यांनी परवानाधारी सावकारीलादेखील सुरुवात केली होती. थोडक्यात, घरात सगळी रेलचेल आणि आबादीआबाद होती.

विजयजी सात-आठ वर्षांचे असताना अचानक नियतीचे चक्र उलट्या दिशेने फिरले. ध्यानीमनी नसताना वडिलांना मृत्यू आला. ते दुःख सहन न झाल्यामुळे त्यांच्या आजोबांची दृष्टी गेली. सगळे घरच निराधार झाले. त्यात कामगारांनी सर्व दुकानच लुटून नेले. घरातील आणि दुकानातील होती नव्हती ती संपत्ती खऱ्या-खोट्या ग्राहकांनी लुटली. इतके अपुरे म्हणून की काय एका सावकाराने दावा करून त्यांचे घरही ताब्यात घेतले. अशा प्रकारे सर्व कुटुंबच रस्त्यावर आले. निराधार झाले. एकेकाळी सुखी आणि समृद्ध असणारे हे कुटुंब दारिद्र्याच्या खाईत लोटले गेले.

विजयजींची विधवा आत्या, जी त्यांच्याकडेच राहत होती त्यांनी विजयजींच्या आईच्या मदतीने या कुटुंबाला आधार देण्यासाठी कंबर कसली. विजयही आपल्या पद्धतीने कुटुंबाला हातभार लावण्याचा प्रयत्न करीत होते. भजनी मंडळातील कामामुळे त्यांना पेटीवादनाची अनिवार्य ओढ निर्माण झाली. त्यांची शाळाही सुरूच होती. मित्रांच्या गप्पात मुंबई, तेथील हिरो आणि त्यांच्या समृद्ध जीवनाची खुमासदार चर्चा होत असे. त्याचा परिणाम होऊन आपण मुंबईला जाऊन हिरो बनून खूप प्रगती करून मोठे व्हावे आणि कुटुंबीयांना सुखी करावे अशी प्रबळ इच्छा विजयजींच्या मनात निर्माण झाली.

मनातील या स्वप्नाचा पाठपुरावा करीत एक दिवस मनाचा हिय्या करून मुंबई गाठण्याच्या निर्धाराने कोणालाही न सांगता हा दहा वर्षांचा मुलगा घराबाहेर पडून रेल्वेच्या डब्यात चढला. टी.सी.ने एका गाडीतून उतरविले की दुसरी गाडी असे करीत ते मुंबईला पोचले. सुरुवातीला आपण दरिद्री असलो तरी भिकारी नाही हा निश्चय पक्का होता. कामाच्या शोधात चौपाटीवर आले. तेथे एका भेळवाल्याने जुजबी मोबदल्यात त्यांना कामाला ठेवून घेतले. त्याच्या अमानुष वागण्यामुळे विजयजींना या कामाला मुकावे लागले. नेक इरादा असणाऱ्या या माणसाला परिस्थितीने भिकारी बनविले. एक दिवस त्यांनी तीव्र स्पर्धेला तोंड देत मुंबादेवीच्या मंदिराजवळील दादा लोकांची मदत

घेऊन भिकाऱ्यांच्या रांगेत आपली जागा निश्चित केली; परंतु यामुळे घरी परतण्याचा मार्ग बंद झाला. आता त्यांचा खाण्यापिण्याचा प्रश्न तर सुटला होता उलट आता जोडीला चार पैसेही मिळत होते. तेथे एक रात्री अचानकच पोलिसांची धाड पडली आणि झोपेतच विजयजींच्या डोक्यात पोलिसांचा काठीचा जबरदस्त दणका बसला. त्यात ते रक्तबंबाळ होऊन बेशुद्ध झाले. सकाळी रस्ता स्वच्छ करणाऱ्या एका माउलीला त्यांची दया आली आणि तिने त्यांना हॉस्पिटलमध्ये दाखल केले. तेथे एका नर्सने त्यांची उत्तम सेवा केली. तिच्या रूपात त्यांना नुसती माणुसकीच नाही तर माता भेटल्याचा साक्षात्कार झाला. ते दारिद्र्याचे चटके सोसत या जगातील वैविध्यपूर्ण आणि कल्पनातीत अनुभव घेत होते. एका अर्थी त्याचे जीवनच समृद्ध होत होते.

एक दिवस बालसुधारगृहाचे अधिकारी श्री. काळे यांची नजर त्यांच्यावर पडली त्यांनी विजयजींना डोंगरीच्या तुरुंगातील बालसुधारगृहात दाखल करून घेतले. येथे वाट चुकलेल्या मुलांना सन्मार्गावर आणण्याचा प्रयत्न केला जातो. त्यांना जुजबी धंदे शिक्षणही दिले जाते. येथे त्यांनी मिळेल ते काम स्वीकारले आणि अतिशय मन लावून केले, त्यामुळे ते सुधारगृहात सगळ्यांचे लाडके बनले. येथील तीन वर्षांचा काल त्यांनी पुरा केला. मोठ्या सन्मानाने त्यांना नागपूरला घरी परत पाठविण्यात आले. घरातील सर्वांना हे चुकलेले वासरू परत आले याचा आनंद झाला. आता अस्तित्वासाठी त्यांना वेगळ्या लढाया लढाव्या लागणार होत्या. मुंबईला जाण्याच्या उद्देशावर पाणी सोडावे लागले.

परंतु मनातील जिद्द कायम असल्याने काहीही झाले तरी शिक्षण सुरूच ठेवायचे हा निश्चय कायम होता, त्यामुळे 'कमवा आणि शिका' हाच पर्याय त्यांच्यापुढे होता. त्यासाठी त्यांनी अनंत अडचणी सोसल्या. विविध प्रयोग केले. शेवटी रात्रशाळेचा पर्याय पुढे आला. दिवसा नोकरी आणि रात्री शाळा असा दिनक्रम सुरू झाला. आताही जे-जे काम मिळेल ते-ते आनंदाने आणि त्यातूनही आपल्याला काहीतरी शिकायला मिळेल या वृत्तीने करीत होते. कलाक्षेत्रातदेखील त्यांनी चांगली प्रगती केली. नाटकांचे दिग्दर्शन, नेपथ्य, त्यात भूमिका करणे, कविता करून त्यांना चाली लावणे अशा कामात त्यांनी उत्तम नाव कमावले. याच काळात त्यांच्या आजोबांचे निधन झाले. आत्याला कॅन्सरने ग्रासले. मोठ्या भावाने वेगळा संसार मांडला. उरलेल्या सर्व कुटुंबाची जबाबदारी विजयजींवर येऊन पडली. खर्चाची तोंडमिळवणी करता करता नाकी दम येत असे.

नागपूरमध्ये नवीनच सुरू झालेल्या दूरदर्शन केंद्रावर त्यांची ये-जा सुरू झाली. त्यांनी रचलेले महाराष्ट्र गीत प्रसारित केले गेले. सर्व महाराष्ट्रातून त्याला उत्तम प्रतिसाद मिळाला. अनेक शाळांतून ते मोठ्या श्रद्धेने प्रार्थना म्हणून वापरले जाऊ लागले. अनेक

कलांच्या माध्यमातून 'विजय फळणीकर' या धडपडणाऱ्या मुलाने रसिक मनात एक खास प्रतिमा निर्माण केली. कामगारांच्या बाजूने लढताना त्यांना आपली नोकरी सोडावी लागली. नंतर त्यांनी 'फळणीकर झेरॉक्स' या नावाने त्यांनी विविध सेवा पुरविणारा उद्योग सुरू केला. ३० मार्च १९८६ ला ते साधना या युवतीशी विवाहबद्ध झाले. लवकरच त्यांना पुत्ररत्न झाले त्याचे नाव त्यांनी 'वैभव' असे ठेवले. आपण जे-जे करू शकलो नाही ते-ते आपल्या मुलाकडून करून घ्यायचे या उमेदीत भावी जीवनाची स्वप्ने ते पाहू लागले. पुढे योगायोगानेच परंतु स्वतःच्या गुणांवरच त्यांना पुण्याच्या 'बालचित्रवाणीत' चांगली नोकरीदेखील मिळाली. या नोकरीतील सर्वांत मोठा फायदा असा झाला की असंख्य कलाकारांची घनिष्ट मैत्री त्यांना लाभली. त्यात सुरेश वाडकर, दिलीप प्रभावळकर, मृणाल कुलकर्णी इत्यादींचा समावेश होता.

नोकरी करीत असताना, आपल्या आवडी-निवडी जपत काही व्यवसाय करून अर्थार्जन केले आणि आपल्या कर्तबगारीचा ठसा उमटविला; परंतु त्यात पूर्णपणे गुरफटले गेले आणि घराकडे दुर्लक्ष झाले. त्यामुळे आपल्या लाडक्या वैभवसाठी आवश्यक तो वेळ देऊ शकले नाहीत. नंतर दुर्दैवाने वैभवला कॅन्सरने पछाडले. सर्व प्रयत्न करूनही आजारावर नियंत्रण मिळवता आले नाही. नियतीपुढे त्यांना हार मानावी लागली. १८ नोव्हेंबर २००१ रोजी वैभव हे जग सोडून गेला. दोघांनाही हे दुःख सहन करणे अशक्य होते. पुढे एका घरगुती कार्यक्रमात त्यांच्या पत्नी साधना यांचा निपुत्रिक म्हणून अपमान केला गेला. ही गोष्ट त्यांना झोंबली. त्याच वेळी त्यांनी मुलांसाठी काहीतरी ठोस कार्य करायचे असे ठरविले. त्यासाठी त्यांनी काही मित्रांना एकत्र करून 'स्वर्गीय वैभव फळणीकर मेमोरियल ट्रस्ट' स्थापन केला. त्या नावाने ना 'नफा-ना तोटा' या तत्त्वावर एक रुग्णवाहिका चालू केली. या कामातून त्यांना अनेक चित्रविचित्र अनुभव आले. हे करीत असतानाच त्यांच्या आयुष्याला कलाटणी मिळाली आणि त्यांनी स्वतःच्या हिमतीवर, नोकरी चालू ठेवूनच 'आपलं घर' नावाचा अनाथाश्रम सुरू केला. या कामी त्यांना सौ. साधनाताईंची अमूल्य साथ लाभली. संस्थेची उभारणी करताना त्यांना अनेक अडचणी आल्या; परंतु ध्येयप्रेरित विजयजींनी त्या पार पडून 'आपलं घर' ही संस्था नावारूपाला आणली. त्यांनी दिलेल्या मुलाखती व 'आपलं घर'वर लिहिले गेलेले अनेक लेख यांमुळे त्यांच्या कामाची प्रसिद्धी भारताच्या सीमारेषा पार करून गेली.

प्रसिद्धीने मिळालेल्या प्रतिसादामुळे त्यांना पुण्यातील वारजे येथील जागा अपुरी पडू लागली. त्यांनी सिंहगडाजवळील डोणजे येथे मोठी जागा घेऊन मुलांबरोबरच निराधार वृद्धांसाठी निवारा मिळवून दिला. या प्रकल्पामुळे मुलांना आजी-आजोबांचे प्रेम आणि आजी-आजोबांना नातवांची माया मिळाली. मुळातच विजयजींची हाती घेतलेल्या

कामात पूर्णपणे झोकून द्यायची प्रवृत्ती असल्यामुळे त्यांना नोकरी आणि 'आपलं घर' सांभाळणे अवघड जाऊ लागले, त्यामुळे त्यांनी नोकरी सोडण्याचा निर्णय घेऊन संपूर्ण लक्ष आपलं घर वर केंद्रित करायचे ठरविले.

आपल्या कामासाठी त्यांनी आपल्या व्यक्तिमत्त्व आणि पारदर्शिक व्यवहाराने हजारो देणगीदार समाजातील सर्व स्तरांतून निर्माण केले. त्यांनी केलेल्या या कामामुळे समाजातून त्यांना अनेक मानसन्मान लाभले. त्यात *'ब्रदरहूड फाउंडेशन', ॐकार न्यासचा 'जीवन गौरव', 'मा. दीनानाथ मंगेशकर पुरस्कार', 'पुण्यगौरव'* असे मानाचे अनेक पुरस्कार मिळाले.

आत्मविश्वास, इच्छाशक्ती, स्वयंप्रेरणा आणि जिद्द या जोरावर परत ताठ मानेने उभे राहिले. मिळालेली प्रत्येक संधी वाया न घालविता त्याचे सोने कसे करता येईल याचाच सदैव विचार विजयजींनी केला. त्याचबरोबर हेदेखील कबूल करावयास हवे की या गोष्टी करताना नशिबाची साथ मिळाली तिथे त्याचे सोने केले, जिथे नशिबाची साथ मिळाली नाही तिथे जबरदस्त आपटीपण खाल्ली. असे दोन्ही अनुभव त्यांच्या गाठीशी होते. त्याचेच फळ म्हणून आज ते एवढा मोठा डोलारा सरकारी मदतीशिवाय लोकांच्या पाठिंब्यावर आणि देणगीदारांच्या मदतीवर सांभाळत आहेत.

माणूस स्वयंप्रेरित असला की परिस्थितीची तमा न बाळगता परिस्थितीशी सामना करीत योग्य निर्णय घेत तो आपले ध्येय प्राप्त करू शकतो. जीवन उन्नत आणि अर्थपूर्ण बनवू शकतो.

■ ■ ■

अपंगत्वाकडून सकारात्मकतेकडे

एक माणूस अपंगत्व आले म्हणून आत्महत्या करतो, तर दुसरा अपंगत्व आले तरी न डगमगता आलेल्या परिस्थितीशी झगडून उभा राहतो, इतकेच नाही तर सर्वसाधारण माणसांनादेखील अशक्य वाटणारी कामगिरी अत्यंत निष्ठेने आणि कठोर प्रयत्नाने करून दाखवितो. असे का घडते? काही उदाहरणे अभ्यासली तर आपल्या सहज लक्षात येईल, की असे घडते ते त्यांनी निवडलेल्या सकारात्मक दृष्टिकोणामुळे. अशा अपंग माणसांकडे, खरे तर त्यांच्या कामगिरीकडे, बघितले की असे वाटून जाते की त्यांनी फक्त सकारात्मक दृष्टिकोणच अवलंबिला नाही तर त्या पलीकडे जाऊन आपल्या या सकारात्मक दृष्टिकोणाला सकारात्मक कृतीची साथ दिली. कारण मला असे वाटते, की फरक पाडते ती कृती, नुसते विचार नाहीत. सकारात्मक दृष्टिकोण अनेकांकडे असतो; परंतु फार थोडे त्याला सकारात्मक कृतीची जोड देतात आणि तेच काही तरी भव्य-दिव्य करून दाखवितात व यशस्वी होतात.

सर्वसाधारण माणसांनादेखील एव्हरेस्ट चढून जाणे अतिशय कठीण आहे. ते काम अपघातात पाय कापला गेलेली महिला किंवा विशिष्ट नेत्ररोगाने दृष्टी गेलेला अंध तरुण करून दाखवितो. नवव्या वर्षी अचानक ताप येऊन अंध झालेली मुलगी अमेरिकेतील सर्वोच्च नागरी सन्मान मिळविते. त्याचप्रमाणे पोलिओ झालेल्या मुलीला, 'तू जमिनीवर पायदेखील टेकवू शकणार नाहीस' असे भाकित डॉक्टरांनी केले होते; परंतु आईच्या प्रेरणेमुळे त्याला आव्हान देऊन तीच मुलगी एकाच ऑलिंपिक स्पर्धेत तीन सुवर्णपदके मिळविणारी जगातील पहिली महिला ठरते. हे कसे घडले असेल? याचे उत्तर आपल्याला या प्रकरणात मिळेल.

ज्यांना 'का जगायचे' याचे उत्तर माहीत असते ते काहीही झाले तरी, 'कसे जगायचे'

याचा मार्ग शोधून काढतात.

ज्याला प्रकाश द्यायचा आहे, त्याला जळण्याच्या यातना सोसाव्याच लागतात. जेव्हा आपण परिस्थिती बदलू शकत नाही, तेव्हा आपण स्वतःला बदलायचे आव्हान स्वीकारायला हवे.

येथे ओशाळली नियती : अरुणिमा यांची दुर्दम्य जिद्द

हलाखीतील कुटुंबात जन्मलेली आणि पित्याचे छत्र हरवलेली, औद्योगिक सुरक्षा दलात हेड कॉन्स्टेबल पदाच्या मुलाखतीस रेल्वेने लखनौहून दिल्लीला जात असताना अरुणिमा सिन्हा या मुलीने एका भयंकर अपघातात पाय गमावले. बहुतेकांनी हात टेकले असते, अशा परिस्थितीचा अरुणिमा सिन्हा यांनी खचून न जाता सकारात्मक दृष्टिकोणातून, खंबीरपणे आणि चिकाटीने सामना केला. स्वतःचा आत्मशोध घेतला. आपल्यापुढे उत्तुंग ध्येय, स्वप्न ठेवले. त्याला सकारात्मक दृष्टिकोणाबरोबरच कठोर परिश्रमाने सकारात्मक कृतीची साथ दिली, आपले वरवर अशक्य वाटणारे स्वप्न प्रत्यक्षात उतरवून, आपल्या कृत्रिम पायांनिशी अपघातानंतर अवघ्या दोन वर्षांत त्या एव्हरेस्ट हे जगातील सर्वांत उंच पर्वत शिखर सर करणाऱ्या पहिल्या विकलांग महिला ठरल्या.

अरुणिमाने स्वीकारलेल्या आव्हानाचा जन्म त्यांच्या मनातच झालेला आहे. त्या स्वतःच्या मनोबलाची आणि क्षमतांची परीक्षा पाहत होत्या असे वाटून जाते. अपघाताने आलेल्या अपंगत्वाचे असमाधान हाच त्यांच्यातील भावी कृतीचा अंगार, निखारा आहे, त्यांच्या जिद्दीचे, धैर्याचे इंधन आहे. घडणाऱ्या घटना नाही तर त्या घटनांना आपण कसे सामोरे जातो त्यावर आपले भवितव्य ठरते, हे डॉ. व्हिक्टर फ्रँकल याचे तत्त्वज्ञान, अरुणिमांनी पुन्हा एकदा सिद्ध करून दाखविले. ध्येय आपण स्वतःच ठरविलेले असले तर आपल्या निश्चयाबद्दल इतरांना काय वाटेल, आपल्या प्रयत्नांना यश मिळेल, की नाही, स्वीकारलेल्या धाडसात आपण जगू की मरू हे प्रश्न अशा परिस्थितीत अनाठायी ठरतात. अशा ध्येयापुढे अडथळे दिसतच नाहीत. अडथळे शक्तिहीन होतात. अशा कणखर श्रद्धेतून शक्तिशाली कार्यप्रेरणेची निर्मिती होते.

अरुणिमा स्वतःच याबद्दल म्हणतात, ''मला आयुष्यात पराकोटीचं दुःखं, कारस्थानं, वैयक्तिक मत्सर यांच्याशी अखंड लढा द्यावा लागला. त्यातूनच प्रचंड काही तरी करून दाखवलं पाहिजे याची निकड वाटू लागली. हे प्रचंडच नंतर हिमालयाचं एव्हरेस्ट 'शिखर' ठरलं.''

अरुणिमा या उत्तर प्रदेशातील आंबेडकरनगर तेथील रहिवासी. त्यांचा जन्म

१९८८चा. सिन्हा या, माजी राष्ट्रीय व्हॉलिबॉल आणि फुटबॉल खेळाडू होत्या. सी.आय. एस.एफ.मध्ये सहभागी होण्यासाठी, मुलाखत देण्यासाठी, त्या ११ एप्रिल २०११ रोजी दिल्ली लखनौ येथे पद्मावती एक्स्प्रेसने जात असताना, त्यांची पिशवी आणि सोन्याची साखळी हिरावून घेण्यासाठी चोरट्यांनी त्यांच्यावर हल्ला केला. त्यांनीही त्याला विरोध केला आणि झटापटीत चोरट्यांनी चिडून त्यांना दारातून बाहेर फेकून दिले. त्या समांतर रेल्वे रुळावर जखमी होऊन पडल्या. जबरदस्त मार लागल्यामुळे त्या हालचाल करू शकत नव्हत्या. तेवढ्यात त्या पडल्या होत्या त्याच मार्गावरून एक रेल्वेगाडी जोरात येते आहे हे त्यांना जाणवले. त्यांना खूप भीती वाटली; परंतु त्या काहीच करू शकत नव्हत्या. गाडी त्यांच्या अंगावरून जात त्यांचा डावा पाय निकामी करून गेली. रात्रभर या सर्व यातना सहन करत त्या रेल्वेच्या रुळांवरच पडून होत्या. अधूनमधून येणाऱ्या बेशुद्धावस्थेतच काय त्या यातना त्यांना जाणवल्या नसतील एवढेच.

दुसऱ्या दिवशी काही ग्रामस्थांच्या मदतीने अरुणिमांवर वैद्यकीय उपचार सुरू झाले. जिल्हा रुग्णालयातील सेवेचा दर्जा यथातथाच होता. अरुणिमाचे अद्वितीय धैर्य वाखाणण्याजोगेच होते असे म्हणावे लागेल, कारण त्या वेळी भूलतज्ज्ञ उपलब्ध नसल्यामुळे, त्यांनी पायाची शस्त्रक्रिया भुलीशिवाय करण्यास परवानगी दिली, खरे तर तसा आग्रहच धरला. अखेर अरुणिमांची शस्त्रक्रिया पार पडली. अरुणिमांचे हे धाडस विलक्षण होते. त्यानंतर त्या प्रसारमाध्यमांतून देशाच्या कानाकोपऱ्यात पोचल्या. मदतीचे असंख्य हात पुढे आले. त्यांना पुढील उपचारासाठी १८ एप्रिल २०११ ला सरकारी इतमामात दिल्लीच्या 'एम्स' (ऑल इंडिया मेडिकल सायन्स) या हॉस्पिटलमध्ये हलविण्यात आले. उत्तम उपचार, तेदेखील अतिशय सन्मानाने आणि पैशांशिवाय, सुरू झाले. दिल्लीतील एका खासगी कंपनीने तिच्या कृत्रिम पायाच्या खर्चाची जबाबदारी घेतली. पुढे दुष्ट हेतूने अरुणिमावर अनेक आरोपांची चिखलफेक झाली. अरुणिमानेदेखील मोठ्या धीराने त्याला कायदेशीर तोंड दिले. अलाहाबाद कोर्टातील लखनौ खंडपीठाने रेल्वे प्रशासनाकडून, अरुणिमाला पाच लाख रुपये नुकसानभरपाई देण्याचे आदेश दिले. त्यामुळे अरुणिमा अनेक मानसिक त्रासातूनदेखील सहीसलामत सुटल्या.

'एम्स' (ऑल इंडिया मेडिकल सायन्स) या हॉस्पिटलमध्ये उपचार घेत असतानाच त्यांचे मेव्हणे ओमप्रकाश, जे *साहेब* या नावाने ओळखले जायचे, त्यांनी अरुणिमा यांच्यासमोर एव्हरेस्ट चढण्याचा प्रस्ताव ठेवला. कारण त्यांच्या वाचनात आले होते, की आत्तापर्यंत पाय कापलेल्या कोणाही महिलेने असा विक्रम केलेला नव्हता आणि ते तू केलेस तर तू इतिहास घडवशील असे साहेब यांना वाटत होते. अरुणिमादेखील क्रिकेटपटू युवराजसिंगने कर्करोगाशी दिलेल्या लढ्यामुळे खूपच प्रभावित झाल्या होत्या.

एव्हरेस्टची कल्पना पुढे आली आणि अरुणिमा खूप सावरल्या. एकाएकी त्यांच्यापुढे एक ध्येय, एक स्वप्न, एक आव्हान साकारू लागले. आयुष्यात ध्येय असेल तरच मजा येते हे अरुणिमा यांनी स्वानुभवाने जाणले होते. त्यांना कृत्रिम पाय मिळाला. त्याचे प्रशिक्षण सुरू झाले. आता त्या एव्हरेस्टला नमविण्याची स्वप्ने पाहू लागल्या.

जुलै २०११ ला म्हणजे जवळजवळ चार महिन्यांनी त्यांची 'एम्स'मधून सुटका झाली. एव्हरेस्टच्या स्वप्नांनी त्यांना चांगलेच घेरले आणि कोणत्याही कारणाने ते पुसट, धूसर व्हायच्या आधीच त्या तयारीला लागल्या. सर्वांत पहिल्यांदा त्यांनी एव्हरेस्ट पादाक्रांत केलेल्या पहिल्या भारतीय महिला बचेंद्री पाल यांना भेटायचे ठरविले; परंतु त्यांच्याशी संपर्क कसा साधणार हा मोठा प्रश्न होता. एका पत्रकाराकडून त्यांनी तो मिळवला. बचेंद्री पाल यांनी २३ मे १९८४ ला एव्हरेस्टवर यशस्वी चढाई केली होती. त्या अनेक मुलींचं आणि स्त्री गिर्यारोहकांचे प्रेरणास्थान होत्या. बऱ्याच जणांना अरुणिमा यांची एव्हरेस्ट वरची चढाई ही वेडगळ कल्पना वाटत होती; परंतु आपल्यावर झालेले भन्नाट आरोप, त्यातून झालेली बदनामी त्यांना सलत होती. त्या साऱ्याची परतफेड करण्याचा त्यांचा निर्धार दिवसागणिक अधिकाधिक पक्का, दृढ होत होता. आता एक विजेती म्हणून आपली ओळख त्यांना करून द्यायची होती. या प्रयत्नात आपण अयशस्वी ठरलो तरी हरकत नाही; पण आपण 'अखेरपर्यंत झुंजलो' हे समाधान त्यांना मिळवायचे होते.

अरुणिमाने मॅडम बचेंद्री पाल यांची जमशेटपूरला जाऊन भेट घेतली. त्यांना अरुणिमा म्हणाल्या, ''मॅडम, काही वर्षांपूर्वी आपण ज्या शिखरावर चढून गेलात, तिथेच मलाही जायचं आहे.'' त्यांना अरुणिमाचे खूपच कौतुक वाटले. त्यांनी लगेच फोन करून काही महत्त्वाच्या पत्रकारांना बोलावून अरुणिमाची माहिती दिली आणि म्हणाल्या, ''बघा, अशा परिस्थितीतदेखील ही मुलगी, एव्हरेस्टवर जायला निघाली आहे. विजिगिषेचे याहून उत्तम उदाहरण आपण कुठे पाहिलंय? नंतर अरुणिमाकडे बघून त्या म्हणाल्या, ''तुझ्या मनात तू आत्ताच एव्हरेस्टवर चढून गेली आहेस, आता फक्त जगाला ते दाखवायचं आहे.'' एव्हरेस्ट चढाईतील आव्हाने त्यांनी अरुणिमाला समजावून सांगितली आणि सुचविले, की आमच्या टाटा ॲडव्हेंचर फाउंडेशनचे प्रशिक्षण केंद्र उत्तर काशीला आहे, तिथे तू दाखल हो, आमची प्रशिक्षण टीम तुला प्रशिक्षण देईल. तिथे तुला कितपत जमते आहे ते पाहून पुढील योजना करू. काही झाले तरी माझ्या दृष्टीने तू विजेतीच आहेस. तुला माझ्या खूप खूप शुभेच्छा!

अरुणिमा त्या प्रशिक्षण केंद्रात दाखल झाल्या. त्यानंतर अनेक तांत्रिक अडचणी आणि शारीरिक आव्हानांना तोंड देत एव्हरेस्ट चढून जाण्याची आपली क्षमता त्यांनी

कौतुकास्पदपणे सिद्ध केली. या काळात ओमप्रकाश यांनी त्यांना दिलेली साथ हीच अरुणिमांची खरी ताकद होती. अरुणिमांच्या मनात एव्हरेस्टची कल्पना रुजविण्यापासून तर ती प्रत्यक्षात आणण्यापर्यंत, ते आपल्या वैयक्तिक बाबी बाजूला सारून, अरुणिमांच्या मागे हिमालयासारखे खंबीरपणे उभे होते. तेच अरुणिमांची खरी ताकद, प्रेरणास्रोत आणि आधारस्तंभ वाटतात. प्रशिक्षण काळात दिवसेंदिवस अरुणिमा आपली क्षमता सिद्ध करीत होत्या. अधूनमधून बचेंद्री पाल यांचे मोलाचे मार्गदर्शनदेखील त्यांना मिळत होते. प्रशिक्षणाच्या शेवटी तर त्या म्हणाल्या, ''अरुणिमा अपंग तू नाहीस, तर बाकीचे सगळे आहेत, हे तू तुझ्या कर्तबगारीने सिद्ध करून दाखविलेस. मला तुझा अभिमान वाटतो.''

प्रशिक्षणाच्या विविध दिव्यांतून अरुणिमा यशस्वीपणे पुढे पुढे जात होत्या. सगळेच तिच्या कामगिरीवर, प्रगतीवर खूश होते. माणसाचा स्वतःवर कितीही विश्वास असला तरी घटना प्रत्यक्ष घडेपर्यंत मनात थोडी शंका, हुरहूर तर असतेच. अरुणिमा, मॅडम बचेंद्री पाल यांच्या हिरव्या कंदिलाची आतुरतेने वाट पाहत होत्या. एक दिवस बचेंद्री पाल यांनी जाहीर केले, की एव्हरेस्टवर चढाई करण्याची अरुणिमा यांची तयारी पूर्ण झाली आहे. आता खरा प्रश्न होता तो एखाद्या बड्या कंपनीकडून प्रायोजकत्व मिळवायचा. अरुणिमांच्या दुर्दैवी अपघातानंतर आणि त्यांनतर तिने दाखविलेल्या अद्वितीय धैर्यामुळे माध्यमांनी तिला खूपच सकारात्मक साथ दिली होती, त्यामुळे अरुणिमांना खूपच लोकप्रियता मिळाली होती आणि म्हणून प्रायोजकत्व सहज मिळेल असे वाटत होते; परंतु हे कामदेखील मॅडम बचेंद्री पाल यांनी अधिक सोपे केले. त्या अरुणिमाला म्हणाल्या, ''याबाबत मी 'टाटा स्टील'च्या वरिष्ठ अधिकाऱ्यांशी बोलेन आणि मला खातरी आहे, की ते मला नाही म्हणणार नाहीत.'' अरुणिमा एव्हरेस्ट शिखर सर करणार का, हा प्रश्न संपूर्ण देशाला पडला होता; त्याचे उत्तर मात्र फक्त आणि फक्त अरुणिमांनाच द्यायचे होते.

दिल्लीहून काठमांडूला जाण्यापूर्वी एका पत्रकार परिषदेच्या वेळी आपल्या भावना आपल्या आत्मचरित्रात व्यक्त करताना त्या म्हणतात, ''माझ्या मनात माझ्या लहान-मोठ्या उपकारकर्त्यांच्या आठवणी उचंबळून येत होत्या. मी अगदी भावूक होऊन गेले होते, परंतु या भावनांचे प्रदर्शन होणार नाही याचीही काळजी घेणे मला भाग होते. जगाला काय हो, फक्त विजेत्यांचंच कौतुक असतं. हरणारे किंवा रडू कोसळणाऱ्यांची नेहमीच कुचेष्टा होते.'' एका पत्रकाराने त्यांना विचारले 'आता कसं वाटतंय' तेव्हा त्या म्हणाल्या होत्या, ''खूपच छान, तुमच्याकडे प्रखर जिद्द आणि प्रबळ इच्छाशक्ती असेल तर कोणत्याही दिव्यातून तुम्ही सहीसलामत बाहेर येऊ शकता.'' पण मनातून

त्या थोड्या चिंताग्रस्त होत्या कारण त्या जाणून होत्या की या सर्व प्रश्नांना उत्तर त्या एव्हरेस्टवर पोचल्यावरच मिळणार होते.

एव्हरेस्टवरील चढाईला प्रत्यक्ष सुरुवात करण्यापूर्वी आपल्याला मिळालेल्या सर्व सल्लेवजा उपदेशांची त्यांनी पुन्हा एकदा उजळणी केली. त्यात महत्त्वाचा उपदेश होता. शारीरिक बळ आणि फिटनेस, यांना तर महत्त्व असतंच; परंतु अखेरच्या कसोटीच्या वेळी, मानसिक बळाचाच खरा कस लागतो, त्यामुळे काही झाले तरी तुमचा मानसिक फिटनेस आणि संयम सांभाळा. शेवटच्या विमान उड्डाणापूर्वी जेव्हा मॅडम बचेंद्री पाल अरुणिमाला भेटल्या तेव्हा त्यांना मिठीत घेत त्या म्हणाल्या, ''जा आणि एव्हरेस्ट जिंकून ये.''

पुढे त्यांची एव्हरेस्टची प्रत्यक्ष चढाई सुरू झाली. अनेक अडचणींना यशस्वीपणे तोंड देत मजल-दरमजल करीत त्यांनी 'आयलंड पीक' सर केले. तोपर्यंत त्यांना कल्पनाच नव्हती, की एक पाय तुटलेल्या महिलेने 'आयलंड पीक' सर करणे हाच एक विश्वविक्रम होता. कित्येक तज्ज्ञांच्या मते 'आयलंड पीक' सर करणे, हे तांत्रिकदृष्ट्या, एव्हरेस्ट सर करण्यापेक्षाही अवघड होते. या चढाईनंतर त्यांना एव्हरेस्ट चढाईपूर्वीच्या बेसकॅम्पवर जायचे होते. योगायोगाने अरुणिमा बेसकॅम्वर पोचल्या ती तारीख होती ११ एप्रिल २०१३. दोन वर्षांपूर्वी त्यांना, याच दिवशी चालत्या रेल्वेतून खाली फेकले गेले होते.

कॅम्प १ ते ४ पर्यंत पोचण्यात अरुणिमा यशस्वी झाल्या होत्या परंतु पुढे १६ तास चालल्यानंतर त्या 'बाल्कनी एरिया' जवळ आल्या होत्या. आता मात्र त्यांची हालत खूप खराब होत चालली होती. त्यांची गतीदेखील मंद झाली होती आणि त्यांना 'हिलरी स्टेप' ओलांडायची होती. त्यांच्या पायातून रक्त ठिबकत होते. त्याच्या त्यांना खूप वेदनाही होत होत्या. माणसेही ओळखायला त्यांना कठीण जात होते. नुकत्याच एव्हरेस्ट सर करून आलेल्या विजेत्यांबरोबर अरुणिमाने परत जावे असा सर्वांचा आग्रह होत होता, आता तिने जीव धोक्यात घालू नये असा सर्वांचाच सल्ला होता. ते तिला सांगत होते ''हे बघा, एकही 'ॲम्पूटी' आजपर्यंत इथवर पोचलेली नाही. आत्ता तुम्ही एक विश्वविक्रम केलेलाच आहे, आता जीव धोक्यात घालू नका.'' बेसकॅम्पवरूनही अरुणिमाला परतण्याचा आग्रह होत होता. त्या वेळी त्यांनी आपल्याला वाटणाऱ्या भीतीशी संवाद साधला आणि आपल्या शरीराला बजावले, की मरण हा आपल्यासाठी पर्याय नाही. त्यांची अशी श्रद्धा होती, की आपले शरीर आपण जसा विचार करतो तसेच वागते.

सर्व सल्ले धुडकावून आपल्या, आपल्या कुटुंबाच्या आणि देशाच्या सन्मानासाठी, अगदी आवाक्यात आलेल्या स्वप्नासाठी, अरुणिमाने पुढे कूच करायचे ठरविले.

थोड्या अंतरावर एक विश्वविक्रम त्यांची प्रतीक्षा करीत होता. आता स्वत:च्या जिवाची बाजी लावून त्या ते स्वप्न पूर्ण करणार होत्या. त्यांच्याजवळचा प्राणवायूचा साठा संपत आला होता म्हणून शेर्पा त्यांना म्हणाले होते, की अरुणिमा, परत फिरून स्वत:चा जीव वाचवा, एव्हरेस्ट काय परत चढता येईल. त्यावर त्या शेर्पांना म्हणाल्या की मी जर आत्ता एव्हरेस्टवर पोचले नाही तर माझे आयुष्यदेखील वाचविण्याच्या लायकीचे राहणार नाही. सर्वांच्या सल्ल्याकडे दुर्लक्ष करून त्या स्वत:ला पुढे ढकलीत राहिल्या.

शेवटी, २१ मे २०१३ रोजी सकाळी १० वाजून ५५ मिनिटांनी एव्हरेस्ट या जगातील सर्वोच्च माथ्यावर अरुणिमा उभ्या राहिल्या. तेथे शेर्पाकडून त्यांनी आपली दोन मिनिटांची एक व्हिडिओ क्लिप काढून घेतली. त्यात अरुणिमा म्हणाल्या होत्या, ''मला आज खूप आनंद झाला आहे. तुम्ही एखादी गोष्ट करायची ठरवलीत तर शेवटपर्यंत तिचा पिच्छा पुरवायला हवा. खरी जिद्द आणि निर्धार असणाऱ्या माणसाला अशक्य काहीच नसतं.'' ही क्लिप काढण्याचा उद्देश, आपण जर खाली पोचू शकलो नाही तर सर्वांना आपली ही क्लिप तरी ऐकता येईल हा असावा. नंतर त्यांनी बचेंद्री पाल यांना हवा असलेला शिखरावरचा एक दगड मिळविला. परतीच्या प्रवासातदेखील, अनंत अडचणी आल्या. त्यांचा मार्गदर्शक शेर्पादेखील त्यांच्यावर नाराज झाला होता; परंतु अरुणिमांची ध्येयनिष्ठा आणि निर्धार पाहून त्यांचा शेर्पा निमा कंचादेखील त्यांना म्हणाला, ''अरुणिमा घाबरू नका, मी तुमच्या सोबत आहे. मरण येणारच असेल तर आपण दोघेही त्याला एकत्रच कवटाळूया. काही झालं तरी मी पळ काढणार नाही.'' केवढी ही ध्येयनिष्ठा आणि निर्धाराची ताकद. अरुणिमा यांच्यात प्रचंड चिकाटी आणि आपणच आपले आयुष्य बनवितो यावर श्रद्धा होती. त्याचबरोबर त्यांना असेही वाटत होते, की ज्यांच्या जवळ हेतू, उद्देश आणि चिकाटी, करारीपणा असतो त्यांनाच नशीब साथ देते. एव्हरेस्टवरून उतरताना त्यांचा प्राणवायू संपत आला होता आणि त्यांना गुदमरल्यासारखे वाटू लागले होते. तेवढ्यात त्यांना खाली पडलेला, एक प्राणवायूचा सिलेंडर दिसला. शेर्पाने तो पटकन उचलून अरुणिमांच्या नाकाला लावला. याला आपण अपघात, योगायोग की चमत्कार म्हणाल? त्यांनतर त्यांनी, अनिश्चिततेने भरलेला, त्यांचा उतरणीचा प्रवास चालू केला आणि दोघेही सुरक्षितपणे काठमांडूला पोचले, त्यामुळे या दोघांचीही नावे इतिहासात अजरामर झाली हे मात्र निश्चित.

'अपयश म्हणजे आपण आपले ध्येय साध्य करण्यात कमी पडलो हे नाही, तर आपण आपल्यापुढे उचित ध्येय ठेवलेच नाही हे आहे,' असा संदेश अरुणिमांनी आपल्याला दिला आहे. अरुणिमांनी आपले हे यश जी माणसे आशा सोडतात, अशांना अर्पण केले आहे. त्यांच्या या कामगिरीबद्दल त्यांना 'पद्मश्री' या किताबाने गौरविण्यात आले. सर्व

खंडांतील सर्वांत उंच आणि अवघड शिखरे पादाक्रांत करण्याचा आणि अपंगासाठी एक उत्कृष्ट क्रीडा संकुल बांधण्याचा त्यांचा संकल्प आहे.

आश्चर्यकारक साहस आणि निश्चय : एरिक वैहेनमायर

एरिक वैहेनमायर हे सकारात्मकतेचा एक वेगळाच धडा जगाला देऊन गेले. २५ मे २००१ या दिवशी त्यांनी एव्हरेस्ट हे जगातील सर्वांत उंच पर्वत शिखर सर केले. तेनसिंग नोर्गे आणि एडमंड हिलरी यांनी तर हे शिखर मानवी इतिहासात पहिल्यांदा दिनांक २९ मे १९५३ ला सर केले आहे. म्हणजे हिमालयाच्या साठ लाख वर्षांच्या इतिहासात पहिल्यांदा मानवाचे पाऊल या शिखरावर पडले होते आणि त्यानंतर नियमितपणे अनेक माणसांनी याबाबतचे वेगवेगळे उच्चांक नोंदविले आहेत. मग २५ मे २००१ असे विशेष ते काय घडले? या दिवशी एरिक या ३३ वर्षीय अंध तरुणाने जगातील या सर्वांत उंच शिखरावर आपले पहिले पाऊल ठेवले. एका अंध व्यक्तीने केलेला हा पराक्रम म्हणजे इतिहासात नोंद झालेली सर्वांत विस्मयकारक घटना आहे. एक अंध माणूस जर आपल्या सकारात्मक विचाराने जगातली ही सर्वाधिक उंची गाठू शकतो तर आपण सर्वसामान्य माणसे आपल्या सकारात्मक विचारांच्या आधारे आपण स्वतः ठरवलेली कोणतीही उंची का गाठू शकणार नाही? याचा उत्कृष्ट धडाच एरिक यांनी आपल्यापुढे घालून ठेवला आहे. आगळेवेगळेच आव्हान त्यांनी आपल्यापुढे ठेवले आहे. एरिक येथेच थांबले नाहीत तर जगातील सात खंडांमधील प्रत्येक खंडातील सर्वोच्च शिखरे आपण सर करावयाची हा निश्चयच त्यांनी केला.

एरिक यांचे हे कर्तृत्व केवळ व्यक्तिगत विजयच नाही, तर एखादा माणूस स्वतःच्या मर्यादा ओलांडून पुढे जातो तेव्हा... आणि तेव्हाच आपण एखादी गोष्ट साध्य करू शकतो याची साक्ष देणारे हे मूर्तिमंत उदाहरण आहे. एरिक वैहेनमायर यांच्या उदाहरणावरून मला एडवर्ड हिलरी यांचे एक वचन आठवते. अमुक एक गोष्ट करण्यासाठी तुम्ही खास कुणी हिरो असण्याची गरज नसते. त्यासाठी तुम्ही फक्त प्रेरणेने भारलेली सामान्य व्यक्ती असायला लागते.

१६ ऑगस्ट २००८ या दिवशी 'कारटेन्झ पिरॅमिड' हे ऑस्ट्रल-एशियातील सर्वोच्च शिखर पादाक्रांत करून एरिक वैहेनमायर यांनी आपला निश्चय पुरा केला. या कामगिरीमुळे असा विक्रम करणाऱ्या १०० गिर्यारोहकांच्या यादीत ते दाखल झाले आणि त्यातील सर्वांत लहान, तरुण गिर्यारोहक ठरले. यापुढे जाऊन त्यांनी 'इआय कॅपिटान' हा ल्हासर योशेमाइट येथील ३३०० फुटांचा धबधबा आणि 'माउंट केनया' हा १७,००० फूट उंचीचा अतिशय अवघड आणि क्वचितच सर केला जाणारा पर्वतही सर

केला. अलापरामायो-पेरू येथील अतिशय देखणे आणि १९,५११ फूट उंचीचे शिखरही ते चढले आणि आपल्या चमकदार कारकिर्दीवर सुवर्ण कळसच चढवला.

एरिक वैहेनमायर यांचा जन्म २३ सप्टेंबर १९६८ ला झाला. जन्मत:च रेर्टिओसचीसीस (Rrtroschisis) नावाच्या दुर्धर नेत्ररोगाने त्यांना पछाडले, त्यामुळे हळूहळू येणाऱ्या अंधत्वाची ते शिकार झाले. या रोगाचा प्रभाव हळूहळू वाढतच राहिला आणि एरिक वयाच्या १३ व्या वर्षी संपूर्ण अंध झाले. एरिकचे वडील 'एड' हे मात्र एरिकला सतत प्रोत्साहन देत असत. अंध माणूस काय काय करू शकतो आणि काय करू शकत नाही याला सतत आव्हान देण्यासाठी त्यांनी एरिकला तयार केले. अनेक वेळा ते एरिक आणि त्याचा भावाला दूरच्या रपेटीसाठी घेऊन जात. अंधांच्या अनेक साहसी शिबिरांत ते भाग घ्यायला लावीत, त्यामुळेच गिर्यारोहणाची सारी कौशल्ये ते आत्मसात करू शकले. अशा प्रकारे गिर्यारोहणातील त्यांच्या अद्वितीय कामगिरीची बीजे त्यांच्या लहाणपणीच रुजायला लागली. १९८७ मध्ये एरिकने पदवी संपादन केली. कुस्तीगीर म्हणून राष्ट्रीय सन्मान मिळविला. त्यामुळे 'कनेक्टिकटचा' सर्वांत साहसी खेळाडू म्हणून ते ओळखले जाऊ लागले. १९९५ मध्ये बोस्टन महाविद्यालयातून त्यांनी माध्यमिक शिक्षणातील उच्च पदवी संपादन केली. त्याचबरोबर निसर्गावर हुकूमत गाजविण्याची कलाही ते अवगत करीत राहिले. शाळेतही त्यांनी प्रशिक्षक म्हणून कामाला सुरुवात केली.

१९९५ मध्ये त्यांनी 'माउंट मॅक किनले' हे उत्तर अमेरिकेतील २३३२० फूट उंचीचे सर्वोच शिखर सर करून अशी कामगिरी करणारा पहिला अंध गिर्यारोहक ही ओळख जगाला करून दिली. 'अमेरिकन फाउंडेशन फॉर ब्लाइंड' या संस्थेने पुरस्कृत केलेल्या या मोहिमेमुळे एरिक हे जगन्मान्य गिर्यारोहक झाले. अर्थात ही तर त्यांच्या जादुई कारकिर्दीची नुसती सुरुवातच होती. त्यांच्या या क्षेत्रातील अजोड कामगिरींमुळे त्यांना १९९६ च्या ऑलिम्पिक स्पर्धेत 'ऑलिम्पिक ज्योत' वाहून नेण्याचा बहुमान मिळाला होता. त्यानंतर एक वर्षाने म्हणजे १९९७ मध्ये एरिक यांनी 'किलीमांजरो' या आफ्रिका खंडातील सर्वोच्च शिखरावर चढाई केली. याची उंची १९,३३९ फूट आहे. ही मोहीम एरिक यांच्या दृष्टीने विशेष स्मरणीय ठरली कारण याच मोहिमेत १३,३०० फूट उंचीवर त्यांचा 'एलन रीवा' या युवतीबरोबर विवाह सोहळा पार पडला. स्थानिक भाषेत 'फ्रीडम' म्हणून ओळखल्या जाणाऱ्या पर्वतावर एरिक मात्र आपले 'फ्रीडम' गमावून बसला. एरिक इतकाच एलनलाही गिर्यारोहणाचा ध्यास आहे. एरिक नेहमीच स्वत:ची चाचणी घेण्यासाठी उत्सुक असतात. ते म्हणतात, की जेव्हा आपली दृष्टी जाते तेव्हा आपण काय करू शकू, असा प्रश्न आपल्याला भेडसावतो. आपल्या क्षमतांबद्दल प्रश्नचिन्ह उभे राहते. मी जेव्हा गिर्यारोहणाला सुरुवात केली तेव्हा मला या सर्व प्रश्नांना सामोरे जाऊन

त्यांची उत्तरे मिळवायला लागलीत. माझ्या आजाराच्या मर्यादा आणि आव्हाने स्पष्ट दिसू लागली. आपण आपल्या आयुष्यापासून, जगण्यापासून काय अपेक्षा करू शकतो? याची जाणीव व्हायला लागली. डोळ्यात उच्च दाब असूनही मी पर्वत शिखरावरची एवढी उंची गाठू शकलो ही गोष्ट 'ग्लुकोमा' असणाऱ्या प्रत्येकाला प्रोत्साहित करणारी नाही का?

एरिक यांचे जीवन स्पष्ट आणि स्वच्छ जाणीव करून देते की योग्य कौशल्ये हस्तगत केली आणि प्रयत्नात सातत्य ठेवले तर जगात काहीही मिळवणे, कोणतीही उंची गाठणे अशक्य नाही. एरिकने वेगवेगळ्या खंडांतील सर्वोच्च शिखरे गाठायची या निश्चयातील दुसरे शिखर त्यांनी ऑगस्ट १९९७ ला सर केले. एरिकचे चरित्र वाचायला सुरुवात केल्यावर एका प्रचंड प्रश्नाने माझे मन ग्रासले; तो म्हणजे माणसाच्या मनात साहसाचा जन्म केव्हा, कसा आणि कोठे होतो? कारण या पूर्वी गिर्यारोहण हा विषय आला की तो हिमालयातील एव्हरेस्ट पर्वतावर संपत असे; परंतु सात खंडांतील सात सर्वोच्च शिखरे आणि इयान कॅपीतान, बर्फाचा धबधबा, माउंट केन्या यांसारखी आव्हाने एरिक यांना कोठे दिसली? ती सर करण्याची आव्हाने त्यांनी कशी स्वीकारली? आणि ती पार पाडण्याची स्फूर्ती आणि ध्यास कसा निर्माण केला? एरिक यांना या आव्हानातील धोके दिसत नव्हते म्हणून ते अशी आव्हाने न घाबरता स्वीकारू शकत होते का? कारण बऱ्याच वेळा आपल्याला दिसते आणि म्हणूनच अशी आव्हाने स्वीकारण्याच्या अगोदरच आपले मनोधैर्य खचून/गळून जाते का? प्रत्यक्ष आव्हान स्वीकारण्याच्या आधीच आपण पराजय स्वीकारतो का? अंध तरुणांचे तर सोडाच, पण एरिकचे चरित्र वाचणाऱ्या डोळस तरुणांनाही या चरित्रापासून यशाकडे झेप घेण्याची दुर्दम्य इच्छा झाल्याशिवाय राहणार नाही, अशी माझी गाढ श्रद्धा आहे. ज्यांना त्यांच्याशी प्रत्यक्ष संवाद साधण्याची संधी मिळाली असेल त्यांच्या प्रेरणेला/उत्साहाला मग उधाणच येत असणार आणि हे बाळकडू, हे संस्कार मुलांच्या संस्कारक्षम वयात झाले तर त्यांच्या भवितव्याला नक्कीच वेगळाच साज चढेल/अर्थ लाभेल.

'नॅशनल फाउंडेशन फॉर ब्लाइंड' या अमेरिकेतील संस्थेने एरिकसाठी माउंट एव्हरेस्ट ही मोहीम २००१ मध्ये पुरस्कृत करण्याचे जाहीर केले. अर्थातच तोपर्यंत एरिक यांनी उत्तर अमेरिका, आफ्रिका, दक्षिण अमेरिका, आणि अंटार्क्टिका या चार खंडांतील सर्वोच्च शिखरे काबीज केलेली होतीच. आव्हाने आणि थरारक साहसे त्यांना नवीन नव्हती. इथे एरिकने आपल्या दुर्दम्य साहसाला (अनोख्या भवितव्याला) सुरुवात करण्यापूर्वीची परिस्थिती समजून घेणे उपयुक्त ठरेल. आपले अंधत्व जेव्हा त्यांनी स्वीकारले तेव्हा ते म्हणाले होते, "मी जेव्हा पूर्ण अंध झालेला नव्हतो तेव्हा मला खेळात

भाग घेण्यासाठी खूप बंधने, मर्यादा येत असत, कारण त्यामुळे माझी रेटिना खराब तर होणार नाही ना, अशी सतत भीती असायची. आता माझ्या पूर्ण अंधत्वामुळे त्या सर्व मर्यादा संपलेल्या आहेत. दृष्टिहीन होण्यापेक्षा आता माझे जास्त नुकसान ते काय होणार आहे? एका अर्थी मी आता मुक्तच झालो.'' अंधत्वाच्या या धक्क्यातून ते सावरतात न सावरतात तोच दुसरा प्रचंड मोठा आघात नियतीने त्यांच्यावर केला, तो म्हणजे एका दुर्दैवी अपघातात त्यांच्या आईचा मृत्यू झाला. हा आघात मात्र एरिकना आपली दृष्टी गमावण्यापेक्षाही हजार पटींनी भयानक वाटला होता; परंतु आपल्या कुटुंबातील परस्परांच्या जिव्हाळ्यामुळे आणि बांधिलकीमुळे एरिक उभे राहिले आणि आपल्या या अद्वितीय भवितव्याचा पाठपुरावा करू शकले.

सुरुवातीला जेव्हा एरिकच्या आई-वडिलांनी त्यांना अंध तरुणाच्या कौशल्य शिबिरात दाखल होण्यासंबंधी सांगितले, तेव्हा एरिक एवढे उत्सुक नव्हते, पण तरी ते शिबिरात दाखल झाले आणि त्या शिबिरात काहीतरी अविस्मरणीय घडले. तेथे पर्वतावर चढाई कशी करायची हे ते शिकले. ते म्हणतात, ''माझ्या सर्व संवेदनाच जागृत झाल्या आणि आपण आता गिर्यारोहण करू शकतो या कल्पनेने मी भारावून गेलो आणि त्या नंतर मी कधीही मागे वळून पाहिले नाही, की कोठे थांबलोच नाही.'' गिर्यारोहकांच्या 'टीम'मध्ये सहभागी होताना एरिक यांचा दृष्टिकोणही वाखाणण्यासारखा होता. ते म्हणतात, ''मी कोणत्याही टीमची कमकुवत कडी व्हायचे नाकारले. त्यांचेही आयुष्य मी माझ्या तळहातावर तोलले, कारण ते सर्वही मला तसेच वागवत होते. मी प्रत्येक वेळी माझा भाग सांभाळला आणि प्रत्येक वेळी इतर सभासदांच्या बरोबरीने काम केले. जबाबदारी स्वीकारली. पर्वताच्या शिखरावर फुटबॉलसारखे टोकावर टाकणे मला कधीच मान्य नव्हते. आवडलेही नसते कारण मला शिखरावर पोचायचे असेल तर ते सन्मानाने पोचायचे होते.'' एरिक किती स्वाभिमानी, स्वतःचा आणि इतरांचा आदर करणारे होते. एरिक याचे संपूर्ण आयुष्यच साहस आणि निश्चयाने ओतप्रोत भरलेले आहे.

सुरुवातीला एरिक यांची दृष्टी अगदी अंधुक होती आणि त्यात हळूहळू बिघाड होत वयाच्या तेराव्या वर्षी ते संपूर्ण अंध झाले. त्यांना नैराश्यानेही घेरले होते. एकांगीही वाटू लागले होते. मित्रांपासून ते दूर राहू लागले होते; परंतु नवनवीन तंत्रज्ञानांचा आणि कार्यपद्धतींचा उपयोग करून हळूहळू त्यांनी आपल्या अंधत्वाचा स्वीकार करूनच त्यावर मात करायला सुरुवात केली. आपले शिक्षण चालू ठेवून खेळात आणि टीममध्ये भाग घ्यायला सुरुवात केली. आपल्या ताकदीचा आणि स्वातंत्र्याचा अनुभव घ्यायला सुरुवात केली. खेळात आणि कुस्तीत भाग घेताना त्यांनी आपल्या अपंगत्वाची कधी

कीव केली नाही किंवा त्याचा त्यांनी कधी गैरफायदाही घेतला नाही. उलट सरावाच्या वेळी, सवय करीत असतानासुद्धा आपल्याला सर्वसामान्य माणसासारखेच वागवा असा त्यांचा आग्रह/विनंती असे. या प्रत्येक वेळी त्यांच्याबरोबर त्यांची आई असे. शिबिरातून मिळवलेल्या कौशल्यांचा, आपल्या जवळ असणाऱ्या संवेदनशील हुशारीचा आणि सवयीने मिळविलेल्या अनुभविक अंदाजाचा उपयोग करीत त्यांनी गिर्यारोहणावर स्वामित्व प्रस्थापित केले आणि त्यातच आपले भवितव्य घडवायचे ठरविले.

ॲरिझोनात एरिक यांनी काही साक्षीदारांच्या मदतीने स्थानिक टेकड्या चढायला सुरुवात केली. या अनुभवाने आनंदित होऊन त्यांनी आपला बहुतेक मोकळा/रिकामा वेळ गिर्यारोहणात घालवायचे ठरविले. खूप सरावानंतर मोठे साहस दाखवून त्यांनी आव्हाने स्वीकारण्याची तयारी केली आणि उत्तर अमेरिकेतील सर्वांत उंच पर्वत शिखर 'मॅक किनले' हे सर करण्याची तयारी चालू केली. इतकी उत्तुंग कल्पना त्यांच्या डोक्यात कुठून आणि कशी आली या विचारानेच मेंदू बधिर होतो. १९ दिवसांचा थकवा आणणारा हा ट्रेक एरिकने आपल्या सहकाऱ्यांच्या मदतीने जून १९९५ ला पूर्ण केला. ही घटना कोणालाही आपल्या जीवनाचे सार्थक झाले असे वाटावे अशीच आहे. अंध माणसाला तर नक्कीच; पण येथे थांबला असता तर तो एरिक वैहेनमायर कसला. त्याच दिवशी जगातील कोणत्याही सक्षम गिर्यारोहकाच्या मनात येईल असाच विचार एरिक वैहेनमायर यांचा मनात पक्का झाला असणार आणि तो म्हणजे जगातील गिर्यारोहकांच्या पुढे असणारी सर्व आव्हाने आपण पार करून दाखवायची. माझ्या मनातील नेहमीचाच प्रश्न परत चमकला. तो म्हणजे या अशा दिव्य कल्पना या अजब माणसांच्या मनात उत्पन्न तरी कशा होत असतील? त्याचे उत्तरही मला संजीवनी मराठे यांचा या ओळीत सापडले

मी न कुणाला सांगायची कविता स्फुरते कशी ।
जशी अचानक जनी प्रगटते मनातली उर्वशी ।।

कल्पना कशा सुचतात ते सांगता येत नाही. कारण प्रतिभा म्हणजे अचानक प्रगट झालेले तेज/ चमकून गेलेले तेज होय हेच खरे! याच दृष्टीने एरिकचे सगळे जीवनच अगम्य, अनाकलनीय, आश्चर्यकारक आणि दिव्य स्फूर्ती देणारे वाटते. एरिक यांनी ही विलक्षण वाटचाल करताना त्यांचे विचार कसे होते कोणती ध्येयधोरणे त्यांनी वापरलीत हे पाहणे प्रेरक ठरेल. अंध झाल्यावर सुरुवातीलाच त्यांनी 'पांढरी काठी' किंवा 'ब्रेल लिपी'चा उपयोग करायचे टाळले होते; परंतु नंतर आयुष्यात आपल्याला पुढील वाटचालीसाठी या गोष्टींची गरज पडणार आहे हे त्यांनी स्वीकारले. त्यांच्या यशाची गुरुकिल्ली 'स्वीकार' हीच आहे. अपंगत्वाशी लढाई करायची नाही तर अपंगत्वाच्या

मर्यादा ओळखून त्याबरहुकूम काम करावयाचे हे त्यांचे स्पष्ट धोरण दिसते. कमतरतांच्या पुढे जायचे नाही तर त्यांच्या मर्यादेत आपण काय करू शकतो हे समजून घ्यायचे आणि नंतर आपल्यातील संपूर्ण क्षमता, ताकद पणाला लावून ते मिळवायचे. मला दृष्टी आहे असे ढोंग, दिखावा करायचा नाही तर अशा कार्यपद्धती शोधून काढायच्या की त्यामुळे आपण दृष्टीशिवायही उत्कृष्टता साध्य करू शकू. यासाठी त्यांनी दृष्टीपेक्षाही स्पर्श आणि संवेदना यांचा उपयोग ज्या ठिकाणी प्रभावीपणे करता येईल अशी कार्यक्षेत्रे निवडली.

एरिक यांनी जेव्हा एव्हरेस्ट सर करायचे ठरविले तेव्हा त्यांनी हिमालयातील वातावरणाचा सखोल अभ्यास केला होता. सह-गिर्यारोहकांबरोबर राहून त्यांच्यात एक सांकेतिक भाषाही तयार झाली होती. घंटेचा उपयोग इशारे देण्यासाठी केला जात होता. एरिक यांना गिर्यारोहणासाठी अनेक पुरस्कर्ते मिळत होते आणि त्यांनीही यश मिळविण्याचा निश्चयच केला होता कारण त्यांच्या दृष्टीने तर ही सर्व अंध आणि सर्व पुरस्कर्ते यांची प्रतिष्ठाच होती, त्यामुळे आपला पराभव झालाच तर तो दृष्टीच्या अभावामुळे नाही तर हृदय, मेंदू, फुफ्फुसांमुळे व्हावा अशी काळजी ते सतत घेत होते. त्याचबरोबर आपण प्रयत्नच न करण्यापेक्षा अपयशी झालो तरी चालेल अशीच त्यांची जिद्द होती. दोन महिने अविश्रांत मेहनत घेऊन ते एव्हरेस्ट शिखराच्या अगदी जवळ पोचले होते. त्याच दरम्यान हवामानात अचानक प्रतिकूल बदल झाल्यामुळे त्यांना माघार घ्यावी लागली होती. जवळ-जवळ ९०% गिर्यारोहक २७,५०० आणि २८,७५० फूट उंचीवरूनच माघारी परतले इतका पुढचा प्रवास अवघड होता. वाऱ्याचा वेग साधारणतः ताशी १०० मैल इतका होता. पुढचा ६५६ फूट उंचीचा कडा लहान मुलासारखा रांगत चढावा लागतो. हा कडा पार केल्यावर 'हिलरी पायरी' लागते. हा ३९ फुटांचा चढाव म्हणजे शिखरावर पोचायचा शेवटचा अडसर. त्यानंतर ४५ मिनिटे कड्यावरून चालत जावे लागते. अपेक्षेप्रमाणे चढण खडी आणि अतिशय धोक्याची होती. त्यांच्या टीममधील सदस्य आणि सहकारी मित्र त्यांना ओरडून दिशा सांगत होते तरी अतिशय उंचावर पोचल्यावर 'प्रत्येकजण स्वतःच्या जिवाचा' अशी अवस्था होते. कारण मार्गावर बहुतेक ठिकाणी जीवन-मरणाचा लपंडाव होतो. मात्र एरिक यांच्या खंबीर मनोवृत्तीचा त्यांना खूप उपयोग झाला आणि ते पुढे पुढे वाटचाल करीत राहिले. यादरम्यान त्यांच्या मनात सदैव विश्वास होता, की आपण एव्हरेस्ट सर करणार आहोत. त्याचबरोबर त्यांची त्यांच्या सहकाऱ्यांशी स्पर्धादेखील होती. इतक्या उंचीवर डोळस माणसेसुद्धा बर्फ आणि वेगवान वाऱ्यामुळे काहीदेखील पाहू शकत नाहीत. त्यात भर म्हणजे गिर्यारोहणाला आरंभ व्हायचा तो दुपार टळण्याच्या दरम्यान आणि उजेड असायचा तो फक्त खाणकाम करणाऱ्यांच्या दिव्यांचा. अशा परिस्थितीत

एरिक आव्हानांना तोंड द्यायला तयार होते. अनंत अडचणींवर मात करीत एरिक आणि त्यांच्या सहकाऱ्यांनी ही दिव्ये पार केली. अतिशय खडी चढण असलेले हे अंतर त्यांनी पंचेचाळीस मिनिटांत पार करून विजयश्री संपादन केली. एरिकच्या सहकाऱ्यांनी त्याला हाक दिली. आता थोडा थांब आणि आजूबाजूला बघ. आपण जिंकलो आहोत. एव्हरेस्ट या जगातील सर्वांत उंच शिखरावर आपण पोचलो आहोत. सर्वच जण आनंदाने हरखून गेले होते.

एरिक यांचे हे कर्तृत्व केवळ व्यक्तिगत विजयच नाही, तर एखादा माणूस स्वतःच्या मर्यादा ओलांडून पुढे जातो तेव्हा आपण एखादी गोष्ट साध्य करू शकतो. एखादा दृढविश्वास त्याच्या मनात असतो तेव्हा माणूस काय साध्य करू शकतो याची साक्ष देणारे हे मूर्तिमंत उदाहरण आहे. अमुक एक गोष्ट करण्यासाठी तुम्ही कोणी खास हिरो असण्याची जरुरी नाही. त्यासाठी तुम्ही फक्त प्रेरणेने भारलेली सामान्य व्यक्ती असावी लागते. असे कर्तृत्व तुम्हाला असामान्य बनविते. आपण एखादी गोष्ट करू शकतो, या जिद्दीने केलेल्या अथक प्रयत्नांमुळे सामान्य माणसे असामान्य बनतात.

२००१ ची हिमालयातील एव्हरेस्टची मोहीम सर्वांत यशस्वी ठरली होती फक्त एरिकने हे शिखर जिंकले म्हणून नाही तर 'नॅशनल फेडरेशन ऑफ ब्लाइंड' यांनी पुरस्कृत केलेले १९ गिर्यारोहकही या शिखरावर पोचले होते आणि हा एका संघाचा त्या वेळेपर्यंतचा विक्रम होता. सर्वांत वृद्ध म्हणजे ६४ वर्षे वय असणारे शेर्मन बुल व त्यांचा मुलगा ब्राड हाही यात सामील होता.

दृष्टी असलेल्या माणसांनाही जी गोष्ट अतिशय अवघड आहे असे यश एरिकने मिळवले होते. या यशाची तुलना कशाशी होणार? याची बरोबरी कशाशी करायची? एरिकने जे केले त्याची तुलना कशाशीच होणार नाही कारण आत्तापर्यंत अशी कामगिरी त्यांच्यासारख्या कोणीच केलेली नव्हती. हे अद्वितीय असेच यश होते. यावरून हेच निर्विवाद सिद्ध होते की माणसाने निश्चय करून, आपले सर्वस्व अर्पण करून, चिकाटीने प्रयत्न केल्यास खऱ्या अर्थी तो आपल्या सर्व मर्यादांचे उल्लंघन करून यश मिळवू शकतो. त्याच्या सर्व मर्यादाच अमर्यादा ठरतात. अमेरिकेतील विमानतळावर पोचल्यावर एरिक म्हणाले होते, ''हिमालयातील एव्हरेस्टवरची चढाई ही तर महान होतीच, परंतु मला आलेल्या अनुभवांपैकी हा एक अद्वितीय असाच अनुभव होता.'' त्या नंतर आपली मुलगी 'इमा' हिच्याबरोबर चालताना त्यांच्या एका अनुभवाचे स्मरण त्यांना झाले. ते दोघे त्यांच्या पत्नीसाठी केळ्याचा पाव खरेदी करण्यासाठी जात होते. इमा त्यांना हातात हात घालून ओढत होती. तिची बोटे त्यांच्या मधल्या बोटावरून फिरत होती. तो स्पर्श आणि त्या भावना या देखील पर्वत शिखराची एक प्रचंड उंचीच गाठत

होत्या. अशी शिखरे तर आयुष्यात पदोपदी भेटत, खुणावतही असतात. फक्त कुठे बघायचे हे आपल्याला ठाऊक असायला हवे आणि त्यासाठी आपल्याला बाह्य दृष्टीची गरज असतेच असेही नाही.

सप्टेंबर २००३ मध्ये जगातील सर्व गिर्यारोहकांसाठी एक अवघड स्पर्धा आयोजित केली होती. त्या स्पर्धेत ९ दिवसांत ४६० मैलांचा ६०,००० फुटांचा चढ-उतार असलेला प्रवास करावयाचा होता आणि प्रवासात विश्रांतीसाठी जवळ-जवळ वावच नव्हता. ही स्पर्धादेखील एरिक आणि त्यांच्या सहकाऱ्यांनी पार केली होती. त्यानंतर या टीमने तिबेटमध्ये अंध तरुणांसाठी हिमालयात २१,००० फूट उंचीपर्यंत प्रशिक्षण देत त्यांच्यासाठी वेगवेगळ्या संधी निर्माण करण्याकरिता नेले होते. त्यानंतर अपंग सैनिकांच्या गटालाही हिमालयात २१,००० फूट उंचीपर्यंत नेऊन आणले. त्यात अंध, पाय तुटलेले, मानसिक आघात झालेले सैनिक होते. अपंग माणसेही संधी मिळाल्यास अवघड गोष्टी करू शकतात हे सिद्ध करणे हाही उद्देश या मोहिमेमागे होताच.

लेखक आणि प्रेरणादायी व्याख्याता म्हणून एरिकने जगभर प्रवास केला. त्यांच्या व्याख्यानाचा विषय बहुधा आपल्या समोरील संकटाचे रूपांतर फायद्यात कसे करावे हाच असायचा. जगातील अनेक नामवंत माणसांबरोबर व्यासपीठावर सहभागी होण्याचा सन्मान त्यांना लाभला.

एरिक वैहेनमायर यांचे संपूर्ण जीवन म्हणजे सकारात्मकतेने खच्चून भरलेले आहे. त्याचे जीवन आपल्याला हे शिकवून जाते की माणसाने आपल्यापुढे वाढून ठेवलेल्या, वाट्याला आलेल्या प्रतिकूल परिस्थितीचा बाऊ करू नये. प्रतिकूलता ही आयुष्यातील अतिशय जालीम/ज्वलंत/जोरकस प्रेरणा आहे, त्यामुळे आपल्या चारित्र्याला आकार येतो. आपल्या प्राधान्यक्रमांत स्पष्टता येते आणि आपण आपला मार्ग ठरवू शकतो. आपल्या आयुष्याला आकार देऊ शकतो. आपल्यातील सुप्त मोठेपणाला चेतना मिळते. एरिक यांचे आयुष्य आपल्या समोरील प्रतिकूलतेचे रूपांतर अद्वितीय शक्तिशाली प्रेरणेत कसे करायचे हे शिकवते, आपल्यापुढील प्रतिकूलतेचा नुसताच सामना करण्याच्याही पुढे जा, पलीकडे जा आणि भविष्य घडवा अशी प्रेरणा देते आणि त्यामुळे प्रत्येक दिवशी आपण आपल्या प्रतिकूलतेचे रूपांतर आपल्या कार्याची, सहनशीलतेची, मोठेपणाची पातळी वाढविण्यात करू शकतो. आपण आयुष्याला वेगळाच अर्थ प्राप्त करून देऊ शकतो, अतुलनीय उंची देऊ शकतो. हेच मार्गदर्शन एरिक वैहेनमायर यांचे जीवन आपल्याला करते.

स्वतःकडून केलेल्या सकारात्मक अपेक्षा सकारात्मक ताकद निर्माण करतात आणि आपल्याला सकारात्मक परिणाम मिळतात, याचे मूर्तिमंत उदाहरण म्हणजे

एरिक वैहेनमायर. जगातील एक अंध व्यक्ती हिमालयाची उंची गाठू शकते तर आपण डोळस माणसे जगातील कोणत्याही गोष्ट स्वप्रयत्नाने साध्य करू शकू. माणसाने निश्चय करून आपले सर्वस्व अर्पण करीत, चिकाटीने प्रयत्न केल्यास खऱ्या अर्थी आपल्या सर्व मर्यादांचे उल्लंघन करून तो यश मिळवू शकतो. माणसाने आपल्या प्रतिकूल परिस्थितीचा कधीही बाऊ करू नये. आपण आपल्याला सकारात्मक ठेवले तर प्रतिकूलता ही आयुष्यातील ज्वलंत, जोरकस प्रेरणा ठरते. आपल्या आयुष्याला आकार देते. प्रतिकूलतेमुळे आपल्यातील सुप्त क्षमतांना चेतना मिळते आणि त्यांचा विकास होतो.

अंधारालाही हरवणारी : हेलन केलर

'जगातील सर्वोत्तम आणि सौंदर्यवान गोष्टींची अनुभूती डोळ्याने अथवा स्पर्शाने नाही तर हृदयाने घ्यावी लागते...' आठवतेय का हे हृदयस्पर्शी उद्‌गार कोणाचे आहेत ते? विसावे शतक संपवून नुकतीच आपण एकविसाव्या शतकातील नवीन दशकाच्या वाटचालीला सुरुवात केलेली. मागील शतकावर आपल्या अलौकिक कार्याने आणि प्रभावी व्यक्तिमत्त्वाने ज्यांनी सखोल ठसा उमटवला आहे, त्यातील काही नावे गतिमान कालप्रवाहामुळे कदाचित अस्पष्टही होतील परंतु हेलन केलर हे नाव मात्र काळाची सगळी बंधन ओलांडून शतकानुशतके आपल्या स्मरणात राहील. या अंध, मूक आणि बधिर व्यक्तीच्या प्रचंड स्फूर्तिदायक जीवनपटामुळे, त्या जगभरच्या अपंगांचे श्रद्धास्थान झाल्या आहेत. नुसत्या अपंगांनाच नव्हे तर त्यांच्या संबंधांत येणाऱ्या प्रत्येक संवेदनशील धडधाकट माणसांनाही प्रेरणेची संजीवनी देईल असेच त्यांचे आयुष्य आहे.

अंधत्व, मुकेपणा आणि बधिरत्व अशा तिहेरी अपंगत्वाशी सामना देत आई, वडील आणि हेलन केलर यांच्यासाठी संपूर्ण जीवन समर्पण करणाऱ्या शिक्षिका ॲनी सुलिव्हॅन यांच्या मदतीने मोठ्या जिद्दीने त्यांनी अंधाराला हरवणारे संघर्षशील जीवन उभे केले आहे.

हेलन केलर यांचा जन्म २७ जून १८८० रोजी उत्तर अल्वानातील टस्कविया या छोट्याशा गावात झाला आणि लहान असताना त्या इतर चार मुलांसारख्याच होत्या. वर्षाच्या असताना त्या चालायला लागल्या. आपल्या स्वाभाविक बाललीलांनी त्यांनी घर आनंदून टाकले होते. दिवस कसे झटपट निघून जात होते. त्या दिवसांचे नजराणे एका अधीर, आनंदी मुलीच्या चिमण्या पावलापाशी ठेवून एक भयाण आणि सुन्न दिवस उगवला. त्यांना एका विचित्र आजाराने गाठले. त्यांच्या पोटात आणि मेंदूत भयंकर

रक्तस्त्राव झाल्यामुळे हा आजार झाल्याचे निदान डॉक्टरांनी केले. या आजारातून त्या वाचणार नाहीत असेच सर्वांना वाटले होते; पण अचानक एक दिवस त्यांचा ताप आला होता तसाच अचानक आणि गूढपणे उतरला. सर्वांनी जल्लोष केला. कुणालाही कल्पना नव्हती, अगदी डॉक्टरांनासुद्धा. पण हा आजार हेलन केलर यांचे डोळे, स्पर्श आणि कान घेऊन गेला. पुढे प्रचंड शांतता आणि अंधारच त्याच्यापुढे उभा राहिला. तरीही बालपणीच्या पहिल्या एकोणीस महिन्यांनी का होईना, विस्तीर्ण हिरवी कुरणे, स्वच्छ निळे आकाश, झाडे, फुले हे सारे आपण पाहिले होते. या आठवणी पुढील अंधारातही त्यांच्या मनात जागृत होत्या.

• शिक्षिका सुलिव्हॅन

१८८७ मध्ये सुलिव्हॅन ह्या शिक्षिका म्हणून केलर कुटुंबात सामील झाल्या. कशी काढली असतील ही पाच-सहा वर्षे केलर कुटुंबीयांनी? १९२६ मध्ये ॲनी सुलिव्हॅन यांचा मृत्यू झाला. तोपर्यंत म्हणजे सुमारे ४९ वर्षे त्यांनी हेलर केलर यांना साथ दिली. प्रचंड चिकाटीने आणि अपार मेहनत घेऊन त्यांनी हेलन केलर यांच्या कर्तृत्वसंपन्न जीवनाची पायाभरणी केली. १ जून १९६८ रोजी वयाच्या ८८ व्या वर्षी हेलन केलर यांचे निधन झाले आणि निरंतर कृतिशील राहून साक्षात अंधारालाही हरवणारी आणि जगभरच्या अपंगांना अनेक शतके प्रेरणा देणारी संघर्षशील जीवनयात्रा थांबली.

त्यांचा हा प्रेरणादायी; परंतु अतिशय कष्टांनी, जिद्दीने आणि संघर्षाने भरलेला जीवनप्रवास आपल्यापुढे कसा मांडावा हा प्रश्न मी त्यांच्या 'माझी जीवन कहाणी' या पुस्तकातील नव्हे, अंधारातून प्रकाशाकडे नेणाऱ्या एका स्फूर्तिगाथेतून काही उतारे देऊन सोडवायचा ठरविले आहे.

आपल्या शिक्षिका ॲनी सुलिव्हॅन यांच्या पहिल्या भेटीचे अनुभवकथन करताना त्या म्हणतात,"माझ्या आठवणीतला आयुष्यातला सगळ्यात महत्त्वाचा दिवस म्हणजे माझ्या बाई ॲनी सुलिव्हॅन मला शिकवायला आल्या तो दिवस. दोन अगदी वेगळी आयुष्यं एकत्र येतात याचं मला आश्चर्य वाटतं. दाट धुकं असताना तुम्ही कधी समुद्रावर गेला आहात? अशा वेळी वाटतं, सहज स्पर्श करता येईल अशा पांढऱ्या अंधारात आपल्याला वेढलंय आणि तशा धुक्यातून जहाज वाट काढून किनाऱ्याच्या दिशेने येत असत. किनारा गाठेपर्यंत ताण असतो. छाती धडधडत असते. वाटतं आता काय होणार? शिक्षणाला सुरुवात होण्याआधी माझी अवस्था त्या धुक्यात सापडलेल्या जहाजासारखी होती. फरक इतकाच की माझ्याकडे होकायंत्र वगैरे काहीच नव्हतं आणि बंदर किती जवळ आलंय हेही कळायला काही मार्ग नव्हता. प्रकाश! प्रकाश हवाय मला! असं

माझ्या आत्म्याचं निःशब्द आक्रंदन चालायचं. नेमक्या याच क्षणी प्रेमाच्या प्रकाशात मी न्हाऊन निघाले. माझ्याजवळ कुणीतरी येत आहे असं मला जाणवलं. आई आहे असं समजून मी हात पुढे केला, तर दुसऱ्यानेच कुणीतरी माझा हात हातात घेतला आणि मला उचलून कडेवर घेतलं. याच माझ्या बाई. त्या मला शिकवण्यापेक्षा माझ्यावर मायेची पाखर घालायला आल्या होत्या.''

• ॲनी सुलिव्हॅन व हेलन केलर यांच्यातील नाते

ॲनी सुलिव्हॅन यांनी खूप कल्पकता वापरून, विविध प्रयोग करून अनंत परिश्रमाने हेलन केलर यांना घडवले. विचार कसा करायचा हे शिकवले. सर्वसाधारण मुले भाषेची अंग, विविध मानवी भावभावना, सततची पुनरावृत्ती आणि अनुकरणातून शिकतात. घरात कानावर पडणाऱ्या संभाषणातून मुलांच्या मनाला चालना मिळते. ती आपले विचार उत्स्फूर्तपणे मांडतात. दृष्टी, स्पर्श आणि बोलणे ही नैसर्गिक आदान-प्रदानाची माध्यमे. हीच निसर्गाने हेलन केलर यांना नाकारली होती. सर्वसाधारण मुलांनासुद्धा व्यक्तिमत्त्व विकासाच्या तरल भावभावना शिकवणे किती अवघड असते, तर अंध, मुक्या आणि बधिर अशा हेलनला या गोष्टी बाईंनी कशा शिकविल्या असतील? हे कुटुंबातील सर्वांनाच ज्ञान आणि कौशल्यांना प्रचंड आव्हान होते!

निसर्गाने नाकारलेल्या गोष्टी हेलनला प्राप्त करून घ्यायच्या होत्या. हाताला स्पर्श करून आपल्या कानावर पडणाऱ्या संभाषणातील प्रत्येक भाग बाई तिला पुनःपुन्हा सांगत होत्या. हातावरील स्पर्शाने संवादांचे एक माध्यमच त्यांनी तयार केले होते. प्रेमाचा अर्थ समजावून सांगताना त्या म्हणत, ''ढगांना स्पर्श करता येत नाही; पण पाऊस आपल्याला जाणवतो. पाऊस पडल्यावर फुलं कशी आनंदी होतात. दिवसभर तापलेली जमीन कशी शांत होते. हे आपल्याला जाणवतं तसंच प्रेमाचंही आहे. प्रेमालाही स्पर्श करता येत नाही; पण प्रेमामुळे सारं मोहक, गंधित होऊन जातं. प्रेम नसतं तर तुला कशाचा आनंदही झाला नसता.'' बाईंनी हेलनकडून अभ्यास कुठलाही बाऊ न करता हसत खेळत करून घेतला. सर्वसाधारण मुलांकडून आपल्याला पाहिजे तो अभ्यास करून घेणे किती अवघड आहे, हे आपण अनुभवतोच आहोत. मग या अंध, मूक आणि बधिर मुलीचे इतक्या उच्च कोटीचे व्यक्तिमत्त्व घडवणे, तिचे, जगातील अत्यंत संवेदनशील, परोपकारी आणि इतरांना प्रेरक व्यक्तीत रूपांतर करणे किती कौशल्याचे आणि कठोर मेहनतीचे असेल याची कल्पनाच न केलेली बरी. हे सर्व काम बाईंनी हेलनला अभ्यास हा अत्यंत सुखद आठवणी आणि आनंदाचा अमोल ठेवा वाटावा अशा पद्धतीने केले. बाईंची अजून विशेषता म्हणजे एखादी गोष्ट खुलवून सांगण्याची त्यांची हातोटी. प्रश्नांचा भडीमार न करता शास्त्रातील रुक्ष बारकावे स्पष्ट करीत प्रत्येक

विषय जिवंत करून त्या शिकवीत असत. सकाळी लवकर उठवून बाई तिला निसर्गात सहलीसाठी नेत असत. गवतावर आणि फुलावर पडलेल्या दवाचा अनुभव घेऊ देत. गुलाबाच्या मधुर फुलांचा सुवास, मंद झुळकीच्या तालावर डोलणाऱ्या लिलीचे नृत्य, फुलावर उडणारी फुलपाखरे, त्यांच्या पंखाची मंद थरथर असा अनुभव आपण किती जणांनी घेतला आहे? असा अनुभव हेलनला देऊन त्यांनी तिचे आयुष्य अधिक समृद्ध बनवले. नदीवर, सागरावर नेऊन गप्पाच्या ओघातच तिला इतिहासाचे पाठ दिले. गणितासारखा रुक्ष विषयही माळेचा, मण्यांचा उपयोग करून, तिची सहनशक्ती संपुष्टात न आणता शिकवला.

पन्नास वर्षांच्या अखंड प्रवासात ही दोन्हीही व्यक्तिमत्त्वे एकमेकांत इतकी मिसळून गेली होती की हेलनची जडणघडण स्वतःच्या प्रेरणेमुळे किती आणि बाईंच्या प्रभावामुळे किती हे कोण सांगू शकणार? आयुष्यातील सर्वोत्तम गोष्टी तिचे गुण, आकांक्षा आणि आनंदच काय पण तिच्या साऱ्या जीवनशक्तीच बाईंची अलौकिक कल्पकता, आत्यंतिक आपुलकी आणि धगधगणारे चातुर्य यांमुळेच प्राप्त झाल्या होत्या.

हेलन केलर यांनी नायगारालाही भेट दिली होती. नायगाराच्या नवलाई आणि सौंदर्याने तर त्या अगदी भारून गेल्या होत्या. या भेटीचा त्यांच्या मनावर सखोल परिणामही झाला होता. बऱ्याच जणांना याबद्दल आश्चर्य वाटे. त्यातून त्यांना इतरांच्या अनेक प्रश्नांचा सामनाही करावा लागे, जसे की, एखाद्या गोष्टीचे सौंदर्य किंवा त्यातले संगीत तुला कसे जाणवते? समुद्र किनाऱ्यावर गेल्यावर किनाऱ्यावर आदळणाऱ्या लाटा तुला दिसत नाहीत किंवा त्यांच्या गर्जनाही तुला ऐकू येत नाहीत. तुला त्याचे काय? हेलन केलर, याचे उत्तर देताना म्हणत, ''खरं तर माझ्या दृष्टीने याचं मोल फार मोठं आहे. या साऱ्या गोष्टी माझ्या पद्धतीने मला जाणवतात. अर्थपूर्ण वाटतात. प्रेम, धर्म अथवा चांगुलपणा या शब्दांच्या व्याख्या मी सांगू शकत नाही किंवा थेट त्यांच्या तळाचा अंदाजही घेऊ शकत नाही, तरीही या गोष्टी मला जाणवतात. त्याचप्रमाणे समुद्र, लाटा, धबधबे, निसर्गसौंदर्य, त्याची वेगवेगळी रूपं त्यातील विविध सुगंध मला जाणवतात आणि आवडतातही.''

बोस्टनमधील 'पार्किन्स इन्स्टिट्यूशन'मध्ये शिकत असतानाच त्या थोडे, थोडे बोलायला शिकल्या. पुढे त्या लिखाणही करू लागल्या. त्यात त्यांना काही वादाच्या भोवऱ्यातही गिरक्या घ्याव्या लागल्या. अनेक भाषांचाही त्यांनी अभ्यास केला. पुढे त्यांचे शिक्षण न्यूयॉर्कमधील 'राइट ह्यूमॅरून स्कूल' येथेही झाले. १९८६ - त्यांनी केंब्रिज स्कूलमध्येही प्रवेश केला. अनेक प्रयत्न करून १९०० मध्ये त्या रॅडक्लिफ कॉलेजात हजर झाल्या. कॉलेजातल्या यांत्रिक शिक्षणाबद्दल त्या जरा नाराजच असायच्या. साहित्यिकांच्या,

साहित्य कृतीत येथे चैतन्याचा स्पर्श त्यांना जाणवला नाही. त्यातला गाभा त्यांच्या अंतःकरणाला भिडला नाही. त्यांचे शेक्सपिअर शिकवणारे प्राध्यापक जॉर्ज किटरेज मात्र त्याला अपवाद होते. त्यांच्या शिकवण्यामुळे शेक्सपिअर भेटल्याचे समाधान हेलन यांना लाभले. सर्वसामान्य माणसाला डोळ्याने आणि कानाने मिळणारे ज्ञान मात्र त्यांना पुस्तकातूनच मिळाले. साहित्याचा मनमुराद आनंद त्यांनी वाचनातून मिळवला. साहित्य ही त्यांची स्वप्नभूमी होती. त्यात त्या खऱ्या अर्थी स्वातंत्र्य उपभोगत. १९०४ मध्ये त्यांनी विशेष प्रावीण्यासह विद्यापीठाची पदवी मिळविली.

शहरी भागाप्रमाणेच ग्रामीण भागांचाही दौरा त्यांनी केला. शहरांपेक्षा गावाकडचा निसर्गच त्यांना अधिक भावत असे. शहरांमध्ये अस्तित्वासाठी चाललेला क्रूर संघर्ष आणि गरीब-श्रीमंत यांतील दरी त्यांचे मन उदास करीत असे. गरीब लोकांचे उदास आणि भकास चेहेरे, घट्टे पडून ओबडधोबड झालेल्या हातांचा स्पर्श त्यांना अंतर्मुख करी. परमेश्वराने दिलेला मुक्त प्रकाश आणि ताजेतवाने हवापाणी यांच्या मुक्त उपभोगासाठी या माणसांनी शहरातला पैसा, भपका आणि गोंगाट सोडून देऊन खेड्यातील झाडाझुडपांतील साधे प्रामाणिक जीवन जगावे असे त्यांना मनापासून वाटत असे. हेलन केलर यांनी खूप प्रवास केला आणि त्यांनी स्थापन केलेल्या 'अमेरिकन फाउंडेशन फॉर ब्लाईंड' या संस्थेसाठी निधी उभारला. अनेक जगप्रसिद्ध पुस्तकांचे लिखाण केले. अंध आणि मूक-बधिरांसाठी आणि महिलांच्या हक्कासाठी चळवळी उभारून मोठेच समाजकार्य केले. त्यांच्या आयुष्यावर तयार केलेल्या चित्रपटात ॲनी सुलिव्हॅन आणि हेलन केलर यांच्या भूमिका करणाऱ्या दोनही कलाकारांना ऑस्कर पारितोषिकांचे सन्मान मिळाले. १९६४ मध्ये त्यांना 'प्रेसिडेंट मेडल फॉर फ्रिडम' या अमेरिकेतील सर्वोच्च नागरी सन्मानाने गौरविण्यात आले होते.

हेलन केलर या अपंग चळवळीस प्रचंड प्रेरणा देणाऱ्या व्यक्तिमत्त्वाला माझा स्पर्श एका प्रभावी संभाषणाने आला.

दृष्टिहीनतेपेक्षा मोठे दुर्भाग्य कोणते ?
त्यावर त्यांनी खालील समर्पक उत्तर दिले होते.

'दृष्टी असून ज्यांच्या पुढे महान स्वप्ने नाहीत, हे दृष्टिहीनतेहूनही मोठे दुर्भाग्य आहे.'

हेलन केलर या अंध, मूक आणि बधिर होत्या आणि तरीही त्यांनी आपल्या शिक्षिका ॲनी सुलिव्हॅन यांच्या मदतीने आपल्या सकारात्मक कामामुळे अनेक लोककल्याणाची कामे करून अमेरिकेतील सर्वांत उच्च समजला जाणारा नागरी सन्मान मिळविला. अपंगांचे आयुष्य अधिक सुसह्य व्हावे म्हणून त्यांनी आपले आयुष्य वेचले.

दुर्दम्य महत्त्वाकांक्षा

'असाध्य ते साध्य करता सायास, कारण अभ्यास तुका म्हणे' हे तुकाराम महाराजांचे म्हणणे विल्मा रुडाल्फ यांनी अक्षरशः खरे करून दाखवले आहे. ही कथा जितकी एका कर्तबगार मुलीच्या सकारात्मकवृत्तीची आहे, तितकीच तिच्या आईचीदेखील आहे. अमेरिकेतील टेनेसी प्रांतात एका झोपडीवजा घरात रेल्वेत हमाली करणारा बाप आणि धुण्याभांड्याची कामे करणारी आई यांच्या पोटी विसावी मुलगी जन्मली. तिचा जन्मही अकालीच झाला होता त्यामुळे ती खूपच अशक्त होती. २३ जून १९४० हा तो दिवस होता. हे पाप्याचे पितर कसे जगणार याबद्दल सर्वांनाच चिंता, शंका होती; परंतु ती जगली हे एक मोठ्ठे आश्चर्यच होते. पुढे जेव्हा ती चार वर्षांची झाली तेव्हा तिला न्यूमोनिया आणि देवीचा तापही झाला. त्यातील गुंतागुंतीमुळे अर्धांगवायूचा झटका आला आणि तिचा डावा पाय जवळजवळ निकामीच झाला, त्यामुळे तिला लोखंडी पट्ट्यांचा आधार द्यावा लागला. या सर्व आघातातून कशीबशी जिवंत राहिल्यावर पंधरा-वीस भावंडांबरोबर माती, चिखलात पोटाचा नगारा घेऊन ती मोठी होत होती. तिला कधीही जमिनीवर पाय ठेवता येणार नाही असे डॉक्टरांनी अगदी स्पष्ट शब्दांत त्या कुटुंबीयांना सांगून टाकले होते. आयुष्यभर ती पांगळीच राहणार याबद्दल सर्वांचीच खातरी पटवून दिली गेली होती. दारिद्र्य तर फाटक्या आभाळाएवढे होते; परंतु अशा अंधारातही तिच्या आईचा आत्मविश्वास अढळ, माध्यान्हीच्या सूर्य प्रकाशासारखा प्रखर होता.

आई वारंवार आपल्या पोरीला समजावत होती, पांगळा पाय आणि लोखंडी पट्ट्यांसहदेखील तू आयुष्यात काहीही करू शकशील. आई नेहमीच विल्माला सांगत असे की देवाने दिलेली क्षमता, चिकाटी आणि आत्मविश्वास यांच्या जोरावर तू काहीही हस्तगत करू शकशील. मात्र यासाठी तुला प्रचंड धैर्य आणि ज्वलंत इच्छा निर्माण करायला हवी, मग जगातील कोणतीही गोष्ट, ध्येय तुला अशक्य नाही. मुलीचे पाणी आईने अचूक ओळखले होते, असे दिसते. या शिकवणुकीचा परिणाम असा झाला की 'मला जगातील सर्वांत वेगवान धावपटू व्हायचं आहे' अशी प्रबळ, ज्वलंत इच्छा विल्माच्या मनात तयार झाली आणि तशी घोषणाही ती करू लागली. डॉक्टरांच्या नकाराकडे दुर्लक्ष करीत, त्यांचा सल्ला धुडकावित तिने आधाराचे बूट काढून टाकले आणि आपले पहिले स्वतंत्र पाऊल उचलले. चार वर्षांच्या अविश्रांत प्रयत्नानंतर, मेहनतीनंतर तिच्या पावलांनी एक स्वतंत्र लय पकडली. वैद्यकीय क्षेत्रात तर हा एक अद्‌भुत चमत्कारच होता. सगळ्यांनी तिची चेष्टा केली. तिला नाउमेद करण्याचा प्रयत्न केला. पांगळी मुलगी वेगवान धावपटू होणार म्हणे! मोठ्ठा विनोदच म्हणायचा नाही का?

हा सर्व उपहास, नकारात्मक प्रतिक्रिया तिने नाउमेद न होता सहन केल्या आणि आपले परिश्रम मात्र जिद्दीने चालूच ठेवले.

वयाच्या तेराव्या वर्षापासून ती शाळेतील धावण्याच्या शर्यतीत भाग घ्यायला लागली. दर वेळेला अगदी मागे मागे राहत ती शेवटी येत होती; परंतु न चुकता ती स्पर्धेत भाग घेतच राहिली. असे करीत करीत एक दिवस ती चक्क शेवटून दुसरी आली. तिचा उत्साह वाढला. तिने एक पाऊल पुढे टाकले होते. या तिच्या प्रचंड जिद्द आणि मेहनतीमुळे ती पुढील स्पर्धांमध्ये पहिली यायला लागली. आईचा विश्वास आणि विल्माची चिकाटी फळाला आली.

वयाच्या पंधराव्या वर्षी ती तेनसी स्टेट युनिव्हर्सिटीत दाखल झाली. तेथे तिला एड टेम्पल नावाचे प्रशिक्षक मिळाले. त्यांनी या मुलीचा विश्वास आणि तेज पारखले. जगात सर्वांत वेगवान धावपटू होण्याची तिची दुर्दम्य इच्छा ओळखली. तिच्यातील नैसर्गिक देणग्या त्यांनी समजावून घेतल्या आणि त्याचबरोबर तिच्या उणिवांकडे दुर्लक्ष करीत तिला मदत करायचे कबूल केले. विल्माची मेहनत आणि जिद्द त्यांनी फुलविली. त्याचा परिणाम म्हणून विल्मा एक दिवस ऑलिंपिक स्पर्धेत दाखल झाली. ऑलिंपिकमध्ये तर उत्तमातील उत्तमाशीच तुमची स्पर्धा असते आणि तुमच्या क्षमतेचा खरा कस लागतो. १९५६ मध्ये ऑस्ट्रेलियातील मेलबोर्न येथे ऑलिंपिक स्पर्धांचे आयोजन करण्यात आले होते. आपल्या या पहिल्याच ऑलिंपिक स्पर्धेत विल्माने ताम्रपदक (ब्राँझ मेडल) पटकावले. आता तिला सुवर्णपदक मिळवून जगातील सर्वांत वेगवान धावपटू व्हायचे आपले स्वप्न पूर्ण करायचे होते.

आता विल्माला विसावे वर्ष लागले होते. यंदाची ऑलिंपिक स्पर्धा फ्रान्समधील रोम शहरात होत्या. या वेळेस विल्माची स्पर्धक होती आत्तापर्यंत अजिंक्य ठरलेली जर्मनच्या 'जुट्टा हेन' धावपटूशी. हे वर्ष होते १९६०. स्पर्धा सरू झाल्या. स्पर्धेतील अनभिषिक्त राणी 'जुट्टा हेन' समोर उभी होती. तिच्या समोर अपंग विल्मा म्हणजे सर्वांनाच जरा हास्यास्पद वाटत होती, परंतु विल्माचे मन मात्र आत्मविश्वास आणि उत्साह यांनी ओतप्रोत भरलेले जाणवत होते. प्रथम १०० मीटरची स्पर्धा होती. विल्माच्या गळ्यात विजयश्रीची माळ पडली. विल्माने 'जुट्टा हेन'ला हरवून सुवर्णपदक पटकविले आणि हा विजय संपादन केला होता. आता दुसरी स्पर्धा होती २०० मीटरची. ती स्पर्धादेखील विल्मानेच सुवर्णपदक मिळवून जिंकली, त्यामुळे ती दोन पदकांची मालकीण झाली होती.

शेवटचा टप्पा होता ४०० मीटर्सचा, चारही धावपटूंचा कस लागणार होता. पुन्हा एकदा विल्माची गाठ होती 'जुट्टा हेन' बरोबर. रीलेची शर्यत होती. अशा स्पर्धेत सर्वांत

वेगवान खेळाडू सर्वांत शेवटच्या टप्प्यात धावतो. विल्मा आणि 'जुट्टा हेन' या दोघीही आपापल्या संघाच्या आधारस्तंभ होत्या. पहिला टप्पा उत्तम प्रकारे पार पडला. बॅटन व्यवस्थित पुढे पुढे सरकत होता. विल्माच्या हातात बॅटन आला तेव्हा उत्साहाच्या भरात बॅटन खाली पडला. सगळ्यांच्याच हृदयाचा ठोका चुकला; परंतु विल्माने दुसऱ्या टोकाला 'जुट्टा हेन'ला वेग घेताना पाहिले. तिने पटकन बॅटन उचलला. आत्ता नाही तर केव्हाच नाही या ईर्षेने ती अपंग पोर धावू लागली आणि परत एकदा चमत्कार झाला तिने ही स्पर्धाही जिंकली होती. इतिहास घडवला होता. पोलिओने अपंग झालेली मुलगी १९६०च्या ऑलिंपिक स्पर्धेत जगातील सर्वांत वेगवान धावपटू ठरली होती, इतकेच नाही तर एकाच वेळी तीन-तीन सुवर्णपदके जिंकून ती अमेरिकेतील पहिली महिला धावपटू ठरली होती. डॉक्टरांनी विल्मा चालूही शकणार नाही अशी केलेली भविष्यवाणी तिने तकलादू, खोटी ठरविली होती. एका अर्थाने ती खरीही होती कारण विल्मा चालण्यासाठी नाही तर धावण्यासाठीच जन्माला आली होती.

एका ओसाड गावातील गरीब कुटुंबात जन्म झालेली विल्मा जगाच्या कौतुकाचा आणि आदराचा विषय बनली ती केवळ एका आईने अपंग मुलीला आत्मविश्वासाचे व जिद्दीचे बळ दिले म्हणून. अथक मेहनत घ्यायला हवी ही चेतना, प्रेरणा दिली म्हणून. कुणाला सलाम करावा, अहोरात्र जिवाचे रान करून आईची इच्छा पूर्ण करणाऱ्या विल्माला की अखंड रोगांशी आणि दारिद्र्याशी लढा देत विल्माला प्रचंड धैर्य आणि यशासाठी लागणारी ज्वलंत इच्छा निर्माण करणाऱ्या तिच्या अशिक्षित आईला? खरे तर दोघींनाही सलाम करायला हवा, नाही?

पुढे बाविसाव्या वर्षी विल्मा धावण्यातून निवृत्त झाली. १९६३ मध्ये तिने शिक्षण क्षेत्रातील पदवीही मिळविली. त्याच वर्षी तिने आपल्या बालमित्राबरोबर विवाह केला. यथावकाश चार मुलींना जन्म दिला. दुर्दैवाने पुढे त्यांचा घटस्फोट झाला. त्यानंतर तिने ना नफा ना तोटा या तत्त्वावर 'विल्मा रुडाल्फ फाउंडेशन'ची स्थापना केली. या संस्थेच्या माध्यमातून मागासवर्गीय मुलांना शालेय आणि खेळ यासाठी मदत केली जाते. शाळा, महाविद्यालये आणि आकाशवाणी या माध्यमांतून प्रेरणा देणारी अनेक भाषणे तिने दिली. 'विल्मा' नावाचे आत्मचरित्रही प्रसिद्ध केले; विल्माने अनेक रोगमालिकांशी यशस्वी सामना करीत अलौकिक जीवन उभे केले परंतु शेवटी मेंदूच्या कर्करोगाने तिला पकडलेच आणि १२ नोव्हेंबर १९९४ म्हणजे वयाच्या अवघ्या ५४ व्या वर्षी तिने इहलोकाची यात्रा संपविली.

'विल्मा रुडाल्फ'ची कहाणी, जीवनगाथा आपल्याला केवढा मोठ्ठा धडा शिकवून जाते, की समस्यांविना नाही तर अनेक समस्या असूनही निर्धार आणि इच्छाशक्ती

यांच्या जोरावर यश मिळविता येते. याचे विल्मा ही अलौकिक उदाहरण आहे. अशा माणसांच्या कहाण्या आपण जेव्हा वाचतो, ऐकतो तेव्हा आपल्याला प्रचंड प्रेरणा मिळते. ध्येयपूर्तीसाठी आणि उत्कर्षासाठी आपण कार्यप्रवण होतो. आपली निराशा, नाउमेद पार दूर पळून जाते.

तुला कधीही जमिनीवर पाय ठेवता येणार नाही असे डॉक्टरांनी अगदी स्पष्ट शब्दांत त्या कुटुंबीयांना सांगून टाकले होते. आयुष्यभर ती पांगळीच राहणार याबद्दल सर्वांचीच खातरी पटवून दिली गेली होती. दारिद्र्य तर फाटक्या आभाळाएवढे होते; परंतु अशा अंधारातही तिच्या आईचा आत्मविश्वास अढळ, माध्यान्हीच्या सूर्यप्रकाशासारखा प्रखर होता. आई वारंवार आपल्या पोरीला समजावत होती, पांगळा पाय व लोखंडी पट्ट्यांसहही तू आयुष्यात काहीही करू शकशील. आई नेहमीच विल्माला पटवून देत असे की देवाने दिलेली क्षमता, चिकाटी आणि आत्मविश्वास यांच्या जोरावर तू काहीही हस्तगत करू शकशील, मात्र यासाठी तुला प्रचंड धैर्य आणि ज्वलंत इच्छा निर्माण करायला हवी, मग जगातील कोणतीही गोष्ट, ध्येय तुला अशक्य नाही. आईच्या मुलीबद्दल असणाऱ्या सकारात्मक अपेक्षाच विल्माला संपूर्ण आयुष्यासाठी प्रेरित करून गेल्या. विल्मानेदेखील डॉक्टरांचे म्हणणे न जुमानता आईच्या म्हणण्यावर श्रद्धा ठेवून, निराश न होता, प्रचंड परिश्रम घेतले आणि अमेरिकेच्या इतिहासात आपले स्थान कायमच सुवर्णांकित केले आणि ती अजरामर झाली.

■ ■ ■

अनुकंपेतून सकारात्मकतेकडे

अनुकंपा ही सर्वसामान्य माणसातील अगदी सहज अशी भावना आहे. बऱ्याच वेळा ही भावना पशूंमध्येदेखील पाहायला मिळते; परंतु सर्वसामान्यपणे क्षणात त्यांच्यातील पशू जागा होतो आणि त्याचा ताबा घेतो; परंतु काही माणसे आपल्यातील अनुकंपा सकारात्मकतेची जोड देऊन सर्वसाधारणतेची पातळी ओलांडून वरती नेतात. तेव्हा त्यांच्या हातून मानवतेच्या कल्याणाची अद्वितीय कामगिरी केली जाते. अनुकंपा माणसाला त्याचा मार्ग बदलून दुसऱ्याच्या शारीरिक, आध्यात्मिक आणि भावनिक जखमा किंवा दुःख दूर करण्यास प्रेरित करते. आपल्या मनातील खऱ्या अनुकंपेचे रूपांतर बहुधा दुसऱ्या माणसांचे दुःख दूर करण्याची प्रबळ सक्रिय इच्छा निर्माण करते आणि त्याच्या हातून सकारात्मक क्रिया घडतात. मात्र अशी अनुकंपा माणसाच्या हृदयाला खोलवर स्पर्श करून जायला हवी. खऱ्या अनुकंपेसाठी, ज्या गोष्टी सहज दिसत नाहीत त्यादेखील स्पष्ट व्हायला पाहिजेत. म्हणजे दृष्टी वास्तवाच्यादेखील पलीकडे जायला हवी. खरी अनुकंपा निर्माण होण्यासाठी प्रचंड वैचारिक स्पष्टता, ताकद आणि आध्यात्मिक परिपक्वता असायला हवी तरच मोठे, सामाजिक कल्याण करणारे कार्य उभे करता येते.

बाबा आमटे आणि डॉक्टर अल्बर्ट श्वाइटझर या दोघांचे असेच झाले. बाबांना कुष्ठरुग्णांचे तर डॉक्टर अल्बर्ट श्वाइटझर यांना अतिशय करुण भाव असणाऱ्या निग्रोच्या पुतळ्याचे दर्शन झाले. खरे पाहिले तर या थोर विभूतींच्या अगोदर लाखो माणसांना कुष्ठरुग्णांचे आणि करुण भाव असलेल्या पुतळ्याचे दर्शन झालेले होते; परंतु अशा दर्शनामुळे उत्पन्न झालेली अनुकंपा या दोघांच्या हृदयाला खोलवर स्पर्श करून गेली आणि त्यातून मानवाच्या कल्याणासाठीची अजोड कार्ये उभी राहिली.

कुष्ठरुग्णांना माणसात आणणारे : बाबा आमटे

पावसाळ्यातील एक रात्र होती. बाबा घरी जायला निघाले होते. धो धो पाऊस पडत होता. सर्वत्र चिखलच चिखल झालेला होता. त्यातच विद्युत पुरवठा बंद पडला आणि सगळीकडे अंधाराचे साम्राज्य पसरलेले होते. घराच्या ओढीने झपझप पावले टाकीत, चिखल तुडवीत बाबा रस्ता पार करीत होते. तेवढ्यात रात्रीच्या त्या भयाण अंधारात अत्यंत करुण आवाजात विव्हळण्याचा आर्त स्वर बाबांच्या कानी पडला. बाबांनी अंधारात रोखून पाहिलं, रस्त्याच्या कडेला असलेल्या सांडपाण्याच्या गटारीकडे त्यांची नजर गेली. पाहतात तर काय? एक महारोगी त्या गटारात पडलेला होता. कोणीतरी त्याला त्या गटारीतून काढावे यासाठी तो याचना करीत होता. आपले दोन्ही हात उंच करून तो येणाऱ्या-जाणाऱ्यांकडे मदतीची भीक मागत होता. बाबा घाईघाईने पुढे सरसावले. मदतीसाठी आपला हात पुढे केला आणि पाहतात तो काय! त्याच्या हाताला बोटेच नव्हती. महारोगाने झडून गेली होती ती. जखमांनी जर्जर झालेले ते उद्‌ध्वस्त मानवी शरीर पाहून, बाबा अंतर्बाह्य हादरून गेले. कधी काळी याच बाबा आमटेंनी भर जंगलात क्रूर आणि शक्तिशाली वाघाशी आमनेसामने दोन हात केले होते. एवढ्या निधड्या छातीचा माणूस हा! परंतु महारोग्याच्या शरीराचे हे अत्यंत विद्रूप, कुरूप दर्शन झाल्यावर नखशिखांत हादरला. भेदरला. अंगावर शहारे आणणारा हा काटेरी अनुभव घेऊन बाबा हबकले. त्यांनी त्या जिवंत प्रेतावर, पावसापासून रक्षण व्हावे म्हणून, कसाबसा एक कपडा टाकला आणि अक्षरशः तिथून पळ काढला.

जिवाच्या आकांताने त्यांनी घर गाठले. धाड्कन बिछान्यावर अंग टाकले. डोळे मिटले; परंतु त्यांना झोप येईना. नाक, कान, बोटे झडून गेलेल्या, जखमांतून अळ्या बाहेर येत असलेल्या तुळशीराम नावाच्या त्या भयानक महारोग्याची, ती भयानक प्रतिमा त्यांच्या डोळ्यापुढे नाचत होती. तुळशीराम त्यांना विचारत होता,'आहे हिंमत मला हात लावायची?' रात्रभर बाबा तळमळत पडले होते. मनात एकच प्रश्न थैमान घालीत होता. माझ्या मुलाला, पत्नीला हे असेच काही झाले तर?

ती भयानक रात्र संपली. बाबांच्या मनात उठलेले तुफानी विचारांचे वादळ पण संपले होते. आता एका नवीन निश्चयाचा एक शक्तिशाली अंकुर त्यांच्या मनात उमटत होता. सकाळी उठल्याबरोबर बाबा तडक त्या गटाराजवळ गेले. अजूनही तिथेच तळमळत पडलेल्या तुळशीरामाला त्यांनी बाहेर काढले. बिचारा तुळशीराम हे जग सोडून गेलेला होता. बाबांच्या मनात आता किळस आणि भीती नव्हती. यांची जागा करुणेने घेतली होती. जिद्द होती! निश्चय होता!! त्या दिवशी त्यांनी महारोग्यांच्या सेवेला वाहून घ्यायचे ठरविले. हा महायज्ञ आजतागायत सुरूच आहे. बाबांनंतरदेखील त्यांच्या मुलांनी, नातवांनी या महायज्ञात समिधा टाकण्याचे काम सुरूच ठेवले आहे.

बाबांनी महारोग्यांची सेवा करण्याचा ध्यास घेतला. अनेक पुस्तके वाचली. महारोगावरची औषधे, जखमा धुण्याच्या मलम-पाट्या ही प्राथमिक माहिती ते दत्तापूरच्या आश्रमातून शिकून आले. त्यानंतर त्यांनी कोलकाता येथील स्कूल ऑफ ट्रॉपिकल डिसीज् येथे प्रवेश मिळविला.

बाबा आमटे यांचा जन्म २६ डिसेंबर १९१४ ला वर्धा येथील हिंगणघाट येथे एका श्रीमंत आणि वजनदार कुटुंबात झाला. त्यांचे पहिले नाव मुरलीधर होते. त्यांचे वडील देविदास हे जमीनदार आणि सरकारी करवसुली विभागात मोठे अधिकारी होते. बाबांचे बालपण अतिशय श्रीमंती थाटात गेले. बाबांच्या आई अजिबात शिकलेल्या नव्हत्या; परंतु बाबा म्हणत, जरी ती शिकलेली नव्हती तरी ती खूप समंजस होती. वडिलांनी मला शिस्त लावली, शिक्षण दिले; परंतु आईने मला संस्कार दिले. लहानपणापासूनच बाबांना तळागाळातील लोकांबद्दल कुतूहल होते.

एकदा अशीच दिवाळी जवळ आलेली होती. त्याकाळी दिवाळीचे खूपच अप्रूप असे. दिवाळी म्हणजे मुलाबाळांना तर पर्वणीच. वर्षभर मुले दिवाळीची वाटच बघत असायची. मग मुरलीधर (बाबा) तरी त्याला अपवाद कसे असणार? चाकोरी बाहेरचे जीवन जगणाऱ्या आपल्या या मुलाला फटाके खूप आवडत, हे त्यांच्या आईला माहीत होते. त्या वर्षी मुरलीधरने स्वतःच फटाक्यांची खरेदी करायचे ठरविले. खिसाभर पैसे घेऊन स्वारी खरेदीला निघाली. मुरलीधर फटाके खरेदीसाठी दुकानाच्या पायऱ्या चढत असताना त्याची नजर एका आंधळ्या भिकाऱ्याकडे गेली. अत्यंत दीनवाणेपणाने तो भिकारी येणाऱ्या-जाणाऱ्यांकडे पैशाची याचना करीत होता. कितीतरी माणसे येत-जात होती. हजारो रुपयांची खरेदी होत होती; परंतु कोणाचेही लक्ष त्या आंधळ्या भिकाऱ्याकडे जात नव्हते. कुणीही त्याच्या हातावर चार पैसे ठेवत नव्हते. हे बघून मुरलीधराचे हृदय गलबलले. त्याला त्या आंधळ्याची कीव आली. मनात विचार तरळून गेला, नाहीतरी फटाके उडवून काय मिळणार आहे मला, क्षणाचा आनंद आणि नंतर धूरच धूर आणि राख. क्षणाचाही विचार न करता त्याने आपला सगळा खिसा त्या आंधळ्या भिकाऱ्याच्या हातात रिकामा केला. बिचाऱ्याच्या पोटात चार घास तरी सुखाचे जातील असा त्यांचा विचार होता.

एकदा बाबा नागपूरला निघाले होते. त्यांच्या डब्यात काही ब्रिटिश सैनिक बसले होते. पारतंत्र्याचा काळ होता तो. त्या सैनिकांचा भ्रम होता, की राज्य आपलेच आहे. मग काय डब्यातल्या एका तरुणीची त्यांनी छेड काढली. बिचारी नाइलाजाने गप्प बसली. त्यामुळे गोरे सैनिक चेकाळले. त्यांनी तिच्याशी लगट करायला सुरुवात केली. हे पाहून मात्र बाबा भडकले त्यांनी त्या सैनिकांवर हल्लाच केला. सैनिक चिडले, त्यांनी बाबांना पिटून काढले. तेवढ्यात एक स्टेशन आले. सैनिकांनी बाबांना प्लॅटफॉर्मवर

फेकून दिले. ते पटकन उठले आणि त्यांनी स्टेशनमास्तरला गाठले. त्याला इंग्रजीतून कायद्याचा आधार देत हा सारा प्रकार समजून सांगितला आणि बजावून सांगितले, की जोपर्यंत सैनिकांवर कडक कारवाई होत नाही, तोपर्यंत गाडी स्टेशनवरून हलू देणार नाही. एवढे बोलून, पळत जाऊन बाबा इंजिनासमोर जाऊन उभे राहिले. सत्याग्रहाचे हे शस्त्र चांगलेच लागू पडले. त्या सैनिकांना नमावेच लागले. माफी मागावी लागली, मगच गाडी सुटली. महात्मा गांधींना हा सारा प्रकार समजला तेव्हा ते म्हणाले, "अरे हा तर अभयसाधकच आहे."

जे काही करायचे ते अगदी मनापासून आणि टोकाला जाऊन करायचे हा बाबांचा मूळ स्वभाव, त्यामुळेच ते भविष्यात अपंग, आदिवासी, महारोगी यांचे देवदूत बनले. त्यांच्या सेवेसाठी आणि कल्याणासाठी बाबांनी अनेक अजोड प्रकल्प उभे केले. देशी आणि परदेशी अनेक मानसन्मान मिळवले. आपल्या ध्येयासाठी बाबांनी वडिलोपार्जित मालमत्तेवर लाथ मारली. ते प्रयोगवीर होते, कृतिशूर होते, बाबा म्हणजे सेवा, बाबा म्हणजे मूर्तिमंत करुणा.

निग्रोचा करुण पुतळा पाहून प्रेरणा घेणारे अल्बर्ट श्वाइटझर

अनेक सामान्य माणसांच्या आयुष्यात येणारे सर्वसामान्य प्रसंग भावनाशील आणि संवेदनशील माणसांचे जीवन बदलणारे ठरतात. त्यांच्या आयुष्याला वेगळीच कलाटणी देतात. त्यांचे आयुष्य वेगळ्याच उंचीवर घेऊन जातात. नव्हे तर छोट्या-छोट्या प्रसंगातून, अनुभवातून असामान्य जीवन जगण्याची ताकद ते स्वतःत निर्माण करतात. लहान वयातच आपल्या घरापासून काही मैल असणाऱ्या कोलमार येथील एक पुतळा अल्बर्ट श्वाइटझर यांच्या पाहण्यात आला आणि तो पाहून ते खूपच बेचैन झाले. त्याच पुतळ्याचा विचार सतत त्यांच्या मनात घर करून बसला. नंतर जेव्हा जेव्हा ते कोलमारला जात तेव्हा तेव्हा ते हटकून त्या पुतळ्याजवळ जात आणि त्याच्यासमोर बराच वेळ उभे राहत असत. तो पुतळा म्हणजे नौदलातील एक अधिकारी आणि त्याच्या पायाजवळ आफ्रिकेतील एक निग्रो माणूस वाकून, गुडघे टेकून बसलेला असा होता. त्याच्या चेहऱ्यावरचे करुण भाव बघून अल्बर्ट यांना आपण या जमातीवर केलेल्या अन्यायांची जाणीव होत असे. आपण एक दिवस या जमातीचे दुःख कमी करण्याचे काम करावे हा विचार त्यांच्या मनात घर करीत असे. जवळजवळ सततच हा विचार त्यांना त्रस्त करीत असे. १८९६ मध्ये जेव्हा ते २१ वर्षांचे होते तेव्हाच त्यांनी निश्चय केला की पुढील १० वर्षे आपण संगीत, तत्त्वज्ञान आणि ब्रह्मविद्या/ वेदांत यासाठी द्यायची आणि आपण तीस वर्षांचे झालो की मानव जातीच्या प्रत्यक्ष सेवेचे काम हाती घ्यायचे.

• जन्म आणि बालपण

अल्बर्ट श्वाइटझर यांचा जन्म १४ जानेवारी १८७५ रोजी अल्सास प्रांतातील कायसबर्ग येथे झाला. हा प्रांत जर्मनीत होता; परंतु दुसऱ्या महायुद्धात तो फ्रान्सचा भाग बनला. त्यांच्या कुटुंबाला धर्मशास्त्र, संगीत आणि शिक्षणाची समृद्ध परंपरा लाभली होती. अल्बर्ट लहान असतानाच त्यांच्या वडिलांनी मिलंटर या निसर्गरम्य आणि अतिशय सुंदर भागातील एका सुप्रसिद्ध चर्चमध्ये धर्मगुरू म्हणून पदभार स्वीकारला. अल्बर्टना हे मोठे घर, जवळपासच्या सुरेख टेकड्या, द्राक्षांचे मळे आणि पुरातन चर्चच्या मनोऱ्यावर असणारे मोठे पेटीसारखे वाद्य खूपच आवडले. कदाचित त्यामुळेच संगीताने त्यांचे आयुष्य ओथंबून भरले गेले. चर्चमधील इतर वाद्ये बघून ते हरखून जात असत. संगीत मैफली तर मोठीच खळबळ त्यांच्या मनात निर्माण करीत असत.

आठ वर्षांचे असताना एकदा ते आपल्या सवंगड्यांबरोबर पक्ष्यांची शिकार करण्यासाठी गेले होते, तेव्हा अल्बर्टनीही आपली गोफण ताणली आणि ते पक्ष्याचा वेध घेणार, इतक्यात चर्चमधील घंटा वाजली. त्यांना ही घंटा म्हणजे जणू काही ईश्वरीय संकेत, परमेश्वराचा इशाराच वाटला. हातातील गोफण त्यांनी भिरकावून दिली आणि ते जोरात ओरडले. उद्देश असा होता, की त्या आवाजाने जवळपासचे सर्व पक्षी उडून जावेत म्हणजे त्यांचे प्राण वाचले असते. तडक ते घरी परतले आणि त्यांनी प्रतिज्ञाच केली की मी आजपासून कोणाचेही प्राण घेणार नाही. पुढे सर्जन होऊन अनेक माणसांना दुःखांतून मुक्त करण्याची प्रेरणाही त्यांना याच प्रसंगातून मिळाली असेल का? पुढे मित्रांच्या चिडविण्याला, टिंगल करण्याला भीक न घालता त्यानंतर त्यांनी कधीही प्राण्यांची शिकार केली नाही, हत्या केली नाही.

वयाच्या नवव्या वर्षी शिक्षणासाठी त्यांना त्यांच्या काका-काकूंकडे ठेवण्यात आले. त्यांचे काका एका प्राथमिक शिक्षण संस्थेत संचालक होते. काका-काकूंना अपत्य नसल्यामुळे त्यांनी अल्बर्टवर खूप प्रेम केले. असे असूनही ते कडक शिस्तीचे होते. या शहरी वातावरणाला अल्बर्ट लवकरच कंटाळले. आपल्या निसर्गरम्य शांत घराची त्यांना ओढ लागली, तीव्र आठवण होऊ लागली, त्यामुळे ते अभ्यासात चांगली प्रगती दाखवू शकले नाहीत. ते चाणाक्ष असूनसुद्धा त्यांच्या शाळेतील मुख्याध्यापकांचे, हा क्षमता नसलेला विद्यार्थी आहे असे मत झाले, त्यामुळे त्यांनी अल्बर्टला घरी पाठवावे असा सल्ला दिला. अल्बर्ट हे स्वप्नाळू होते. चर्चमधील हार्मोनिअम आणि त्यांचे संगीत शिक्षक यांचा हा परिणाम असावा. त्यांच्या बुजऱ्या स्वभावामुळे त्यांची संगीतातील सुरुवातही फारशी चांगली झाली नाही. त्यांचे शिक्षक त्याच्यावर ओरडले. तुला संगीत शिकविणे म्हणजे काळाचा अपव्ययच आहे कारण तुला त्याबद्दल आस्था, प्रेम, इच्छा नाहीच. शिक्षकांच्या अशा रागवण्यामुळे अल्बर्ट जास्तच निराश झाले. हळूहळू त्यांचा

आत्मविश्वास वाढला कारण संगीताची त्यांची आवड नैसर्गिक आणि परंपरागतही होती. त्यांचे आजोबा निष्णात संगीततज्ज्ञ आणि वादक होते. त्यांनी अनेक मैफली गाजविलेल्या होत्या.

आपल्या शिक्षकाचा विश्वास संपादन करून ते शास्त्र, इतिहास आणि साहित्य या विषयांत विशेष प्रावीण्य असणारे विद्यार्थी म्हणून समजले जाऊ लागले. गणितात मात्र त्यांची कामगिरी बेताचीच होती. योग्य वेळी या सडपातळ आणि नाजूक मुलाचे रूपांतर धडधाकट आणि धिप्पाड तरुणात झाले. ते खूप कष्टाळू, हुशार आणि तल्लख बुद्धीचे विद्यार्थी म्हणून ओळखले जात असत. अठराव्या वर्षी त्यांनी आपले नदीकाठचे घर सोडून स्टासबर्ग विद्यापीठात प्रवेश घेऊन तत्त्वज्ञान, ब्रह्मज्ञान आणि वेदांत यांचा अभ्यास सुरू केला. अर्थातच संगीत आणि वाद्यांचा सरावही त्यांनी चालूच ठेवला. अनेक जगप्रसिद्ध तज्ज्ञ आणि सुप्रसिद्ध वादकांकडून आपले धडे ते घेतच राहिले.

• तत्त्वज्ञानाची गोडी

१८९३ मध्ये त्यांनी वेदांत आणि तत्त्वज्ञानाच्या अभ्यासाला तीव्रतेने सुरुवात केली आणि १८९९ मध्ये तत्त्वज्ञानात डॉक्टरेट मिळविली, तर १९०० मध्ये वेदांतात सनद मिळविली. त्यानंतर १९०१ ते १९१२ पर्यंत वेदांताच्या विविध महाविद्यालयांतून उच्च पदावर नोकऱ्या केल्या. त्याच बरोबर त्यांचे लिखाण, वाद्य बनविणे आणि त्यांचे नूतनीकरण करणे अशी त्यांच्या आवडीची कामे ते करीतच होते. चर्चमध्येही तरुणांसाठी धर्मोपदेशक म्हणून ते कार्यरत होते. एकदा एका ग्रामस्थाने तक्रार केली की अल्बर्ट यांचा धर्मोपदेश खूपच छोटा होता, तेव्हा त्यांनी वरिष्ठांना सांगितले होते की कृपया त्या ग्रामस्थांना सांगा, अल्बर्ट हा दुबळा धर्मोपदेशक आहे जो, जेव्हा काही जास्त बोलण्यासारखे नसेल तेव्हा गप्प बसतो. तरुणांमध्ये तर त्याचे खूपच कौतुक होत असे, कारण त्यांच्याकडे ताज्या, नवीन कल्पना होत्या. ते खूपच स्पष्टवक्ते आणि पुरातन मतप्रणालीपासून मुक्त होते. संगीत वाद्यनिर्मिती आणि पुनर्जीवीकरण यासाठी त्यांनी जगभर प्रवास केला. त्यातून त्यांना भरपूर प्रसिद्धीपण मिळाली.

अल्बर्ट श्वाइटझर यांनी आपले आयुष्य संगीत, तत्त्वज्ञान आणि ब्रह्मविद्या/वेदांत यासाठीच दिले असते, परंतु कोलमार येथे बघितलेल्या असहाय निग्रोच्या चेहऱ्यावरचे करुण भाव ते कधीच विसरू शकले नाहीत. गोऱ्या माणसांनी या जमातीवर केलेले अन्याय त्यांना सतत बेचैन करीतच राहिले, म्हणूनच त्यांनी स्वत: आपल्या हातांनी त्यांच्यासाठी काहीतरी करावे हे निश्चित केले. आफ्रिकेत हजारो माणसे रोज रोगाला बळी पडत आहेत आणि आपल्यातील कोणीही त्यांना मदत करीत नाही, त्यांचं दु:ख कमी करू शकत नाही, मग आपण मिळविलेल्या संगीत, तत्त्वज्ञान आणि ब्रह्मविद्या,

वेदांत यांतील डॉक्टरेट्सचा काय उपयोग, असा विचार त्यांच्या मनात येई. म्हणूनच आपण त्यांचे दुःख कमी करावे असे त्यांना वाटे. त्यासाठी व्यावहारिक, प्रत्यक्ष आणि उपयुक्त असे काहीतरी काम करायला हवे असे त्यांनी ठरविले. आपल्या मित्रांच्या आणि नातेवाइकांच्या वादळी विरोधाला/निषेधाला न जुमानता आपल्या सर्व पदांचा त्याग करून १९०५ मध्ये त्यांनी वैद्यकीय महाविद्यालयात प्रवेश घेतला. पुढील सहा वर्षे त्यांनी औषधे, शस्त्रक्रिया, प्रसूतिशास्त्र, मानसशास्त्र, रोगनिदानशास्त्र, औषध निर्मितीशास्त्र आणि सूक्ष्मजंतूशास्त्र या त्यांना पूर्णपणे अपरिचित असणाऱ्या विषयांशी नेटाने टक्कर दिली. त्यानंतर दोन वर्षे ते शस्त्रक्रियेत बुडून गेले. हे सर्व विषयच त्यांना अगदी नवीन आणि अतिशय अवघड वाटावे, असेच होते. अनेक वेळा त्यांना ते नकोसेही झाले असतील. त्या वेळी मात्र त्यांच्या डोळ्यापुढे त्या असहाय आणि दुःखाने पीडित निग्रोचा चेहरा येत असणार आणि त्यांचे दुःख कमी करण्याची तीव्र इच्छाच त्यांना प्रेरित करीत असेल आणि ते कामाला लागत असतील. कधीतरी या सर्वातून वेळ चोरून थोडासा विरंगुळा म्हणून ते चर्चमध्ये जाऊन 'बक'सारख्या जगप्रसिद्ध व्हायोलिन वादकाचे संगीत ऐकून आयुष्यातला समतोल साधीत असतील. संगीतात माणसाला तणावमुक्त आणि शांत करण्याची किती अजब आणि प्रचंड शक्ती आहे नाही? कामाच्या प्रचंड दबावाखालीही वाद्यवादन, वाद्यनिर्मिती आणि दुरुस्ती हा छंद त्यांना थोडा विरंगुळा म्हणून वापरता आला असणार. याच दरम्यान 'बक' यांच्या चरित्राचे पुनर्लिखाण त्यांनी केले. त्याचबरोबत आपल्या वेदांत आणि तत्त्वज्ञानाच्या अभ्यासासाठीही ते वेळ काढीत होते, यांचा संबंधही त्यांनी जपला होता.

• वैद्यकीय कामाला सुरुवात

एखाद्या कल्याणकारी कार्यात आपण स्वतःला बुडवून घेतले की निसर्ग, नशीबही आपल्याला साथ देते हे अगदी खरे आहे! याच काळात विद्यापीठातील इतिहासाचे नामांकित अभ्यासक आणि प्राध्यापक यांची एक अतिशय मोहक आणि सुंदर कन्या हेलन ब्रेसालू त्यांच्या संपर्कात आली आणि विशेष म्हणजे ती डॉक्टरांना लिखाण कामात मदत करीत असे. त्याचप्रमाणे आफ्रिकेत जाऊन राबविण्याच्या संकल्पनेसाठीदेखील ती त्यांना खूप मदत आणि प्रोत्साहन देत असे. हेलन ब्रेसालू या प्रशिक्षित नर्स होत्या आणि हॉस्पिटलमध्येही ते बरोबरच काम करीत असत. १८ जून १९१२ ला ते दोघे विवाहबद्ध झाले. त्यानंतर लवकरच आफ्रिकेत राबवायच्या आपल्या भावी प्रकल्पाच्या जोरदार तयारीत ते दोघेही अक्षरशः बुडून गेले. पॅरिस येथील एक धर्मप्रसारक संस्था आफ्रिकेत काही विशेष योजना राबवीत असल्याची माहिती डॉक्टरांना मिळाली. याच जम बसलेल्या वसाहतीत आपण आपले वैद्यकीय काम सुरू करावे असे डॉक्टरांना वाटत

होते कारण नवीन शोधाशोधीचा त्रास आणि त्यासाठी लागणारा वेळही वाचेल अशी त्याची कल्पना होती. आपल्याला तिथे राहण्यासाठी घर मिळेल आणि काही इमारतींचा उपयोग हॉस्पिटलसाठीही करता येईल असा त्यांचा विचार असावा. त्यांनी या संस्थेच्या अधिकाऱ्यांना भेटून ही संकल्पना मांडली. त्याचबरोबर आपल्या पगाराच्या वगैरे काहीही अपेक्षा नाहीत. आपण आपला प्रकल्प आपल्या पुस्तकांचे मिळणारे मानधन, आपल्या संगीताच्या कार्यक्रमातून मिळणारा पैसा, आपले मित्र आणि परिचितांकडून मिळणाऱ्या देणग्या यांवर चालविणार आहोत हेही त्यांनी स्पष्ट केले. त्यांच्या जर्मन विद्यापीठातील प्राध्यापकांनी उदार देणग्या देण्याची तयारी दाखविली. इतर जर्मनीतील सर्वसाधारण माणसांकडूनही मदत सहज मिळेल अशी आशाही त्यांना होती. आपले हॉस्पिटल आंतरराष्ट्रीय दर्जाचे आणि मोठेही असावे अशीच डॉक्टरांची इच्छा होती.

त्यांच्या या अपेक्षेत काही अडचणी आल्या. फ्रेंच संस्थेला धार्मिक आणि आध्यात्मिक दृष्टीने डॉक्टरांची मते आणि विचार खूप उदार आणि पुढारलेले वाटले, त्यामुळे संस्थेने डॉक्टरांना आपल्या कार्यकारी मंडळासमोर मुलाखतीला बोलावले. परंतु डॉक्टरांना ही कल्पना येशूच्या शिकवणी विरुद्ध आहे असे वाटले. त्यामुळे त्यांनी बरेच दिवस खपून कार्यकारी मंडळाच्या सभासदांना वैयक्तिकरीत्या भेटायचा सपाटा सुरू केला. काही जणांकडून त्यांना अगदीच थंड प्रतिसाद मिळाला. त्यांना असेही वाटले की डॉक्टर तेथे आपल्या वैयक्तिक धार्मिक विचारांचाच प्रसार करतील आणि परत तेथे धर्मप्रसारक म्हणूनच काम करतील. अर्थात डॉक्टरांनी त्यांना निक्षून सांगितले की मी तेथे केवळ वैद्यकीय माणूस म्हणूनच जाणार आहे आणि तत्त्वज्ञान, वेदांत वगैरे गोष्टींबद्दल संपूर्ण मौन पाळीन. या सर्व गोष्टी पटल्यावर त्या फ्रेंच संस्थेने डॉक्टरांच्या कामाला मान्यता देऊन आपल्या जागेचा उपयोग करण्याची परवानगी दिली. त्यानंतर दुसरी अडचण अशी आली की डॉक्टर जर्मन नागरिक असल्यामुळे फ्रान्सच्या आधिपत्याखालील जागेत काम करण्यासाठी त्यांना जर्मन सरकारकडून वेगळी परवानगी घेणे आवश्यक होते. डॉक्टरांच्या जर्मन मित्रांच्या मदतीने ही शेवटची अडचणदेखील दूर झाली.

• दूरदृष्टी

हेलन यांच्या सक्रिय सहकार्याने आफ्रिकेच्या जंगलातील हॉस्पिटलमध्ये लागणारी औषधे, हत्यारे आणि इतर असंख्य गोष्टींची जमवाजमव अत्यंत काळजीपूर्वक योजना करून करण्यात आली आणि २० मार्च १९१३ या दिवशी त्यांनी समुद्रमार्गे आफ्रिकेकडे प्रवासास सुरुवात केली. सोबत असलेल्या एका पेटीत सोन्याची नाणी बघून हेलनने जरा आश्चर्यानेच डॉक्टरांकडे बघितले. त्यावर डॉक्टर म्हणाले, "कदाचित लवकरच युद्ध सुरू होण्याची शक्यता आहे आणि त्या वेळी जर्मन किंवा फ्रेंच चलनाचा आपल्याला

काहीही उपयोग होणार नाही. इंग्लंडकडे तोंड वेंगाडणे मला आवडणार नाही. त्या वेळी या सोन्याच्या नाण्यांचा आपल्याला उपयोग करता येईल.'' आणि नेमके तसेच घडले. काही महिन्यांनी युद्ध सुरू झाले. केवढी ही दूरदृष्टी.

साधारणत: एक महिन्याच्या समुद्र प्रवासानंतर त्यांनी आफ्रिकेतील बंदर गाठले. पुढे नदीमार्गे, जंगल आणि दऱ्याखोऱ्यांतून प्रवास करीत ते अपेक्षित स्थळी पोचले. तेथे पोचल्यावर मात्र त्यांना मोठाच धक्का बसला. कारण ठरल्याप्रमाणे कोणतीही इमारत तेथे तयार नव्हती. तेथे असलेल्या ब्रिटिश माणसांनी अगदी थंडपणे, आम्हाला कामासाठी माणसेच मिळाली नाहीत असे उत्तर दिले. डॉक्टरांचे राहण्याचे घरदेखील एका पोलादी ढाच्यावर ओबडधोबड फळ्या बांधून तयार केलेले होते. त्याच्या अवतीभोवती जंगली झाडे आणि वेली होत्या. ते घर जंगली माकडांनी वेढलेले होते. तेथे अनेक सुगरण पक्ष्यांनी झाडावर आपली घरेही तयार केलेली होती. याही परिस्थितीत डॉक्टरांनी दृढनिश्चयाने व करारीपणाने नियोजित कामाला सुरुवात केली. मोठ्या कल्पकतेने त्यांनी उपलब्ध सोयी-सुविधांतून आपली, रुग्ण तपासण्याची खोली आणि ऑपरेशन थिएटर उभे केले. दोन-दोनशे मैलांवरून येणाऱ्या कुष्ठरोगी, निद्रानाश, हगवण, मलेरिया, संग्रहिणी इत्यादी रोगांनी पीडित असणाऱ्यांच्या यातना कमी करण्याचा सपाटाच डॉक्टरांनी लावला. या तीनशे मैलांच्या परिसरांत अल्बर्ट नावाचा तरुणच फक्त डॉक्टर होता. इतक्या विपन्न, हलाखीच्या परिस्थितीत काम करावे लागेल, असे डॉक्टरांना स्वप्नातही कधी वाटले नसणार. येथील म्हातारा मुखिया डॉक्टरांना एकदा म्हणाला, ''डॉक्टर बघा, आमचा देश आपल्या स्वत:च्या मुलांचाच नाश करतो आहे.''

• कठीण परिस्थितीचा सामना

डॉक्टरांनी जंगलतोड करून त्याही परिस्थितीत हॉस्पिटल आणि रुग्णांसाठी खोल्या तयार केल्या. अतिशय तीव्र उन्हाळा, अवतीभोवती जंगली वेली, झुडपे यांचा सामना करीत त्यांचे काम सुरूच होते. पहिल्याच आठवड्यात मृत्यूचे प्रमाणही खूप झाले, कारण म्हातारे आणि रोग बळावलेले रोगीच उपचारासाठी प्रथम येत होते. एका रुग्णासाठी तर ते संपूर्ण रात्र जागले. अनेक इंजेक्शने, औषधे यांचा वापर करून डॉक्टरांनी रुग्णाला वाचविण्याची शर्थ केली; परंतु सकाळीच तो रोगी मेला. काही स्थानिक माणसांनी सगळीकडे वार्ता पसरविली की डॉक्टर माणसे खाणारा वाघ आहे. संध्याकाळी एका रोग्याला डॉक्टरकडे नेले तेव्हा तो जिवंत होता. संपूर्ण रात्रभर डॉक्टर एकटेच त्याच्याजवळ होते, सकाळी आतूनच मृत अवस्थेत त्याला बाहेर काढला. डॉक्टरांनीच त्याला मारला. डॉक्टर म्हणजेच पांढरा वाघ आहेत. असा गैरसमज, विरोध आणि साधनांचा अभाव असूनसुद्धा डॉक्टरांनी पहिल्या नऊ महिन्यांत दोन हजार

रुग्णांवर औषधोपचार केले. या सर्व विरोधी आणि तणावाच्या परिस्थितीतच पॅरिसहून त्यांच्यासाठी एक वाद्य भेट म्हणून आले. आपल्या संध्याकाळच्या हॉस्पिटलमधील फेरीनंतर डॉक्टरांना संगीताचा आधार मिळाला. त्यातून त्यांना नवी प्रेरणा, नवा उत्साह मिळाला. जेव्हा आपण काही कठीण परिस्थितीचा सामना करीत असतो अशा वेळी अगोदर जोपासलेले छंद फार उपयोगी पडतात. परिस्थितीचा ताण हलका होतो आणि माणूस धीराने व खंबीरपणे पुढची वाटचाल करू शकतो. महायुद्धाची बातमी आफ्रिकेतही येऊन पोचली. हेलन आणि अल्बर्ट जर्मन नागरिक असल्यामुळे फ्रेंच सरकारने त्यांना स्थानबद्ध केले. ही बातमी जेव्हा पॅरिसमधील त्यांच्या मित्रांना समजली तेव्हा मित्रांनी सत्याग्रह करून डॉक्टरांची सुटका केली आणि डॉक्टरांना रुग्णांवर उपचार करण्याची परवानगी मिळाली.

१९१७ मध्ये फ्रेंच सरकारने, डॉक्टर अल्बर्ट यांना अटक केली आणि काही मिनिटांतच आवराआवर करून त्यांना फ्रान्समध्ये परत पाठविण्यात आले आणि युद्धकैद्यांच्या छावणीत दाखल केले. प्रवासात इतर कैद्यांशी बोलण्याची परवानगीही त्यांना नव्हती. अतीव पवित्र आणि निरपेक्ष मनाने पीडितांची सेवा करणाऱ्या माणसाच्या वाट्याला ही वेळ का यावी? तीही सरकारच्या धोरणामुळे? काही मित्रांच्या मदतीमुळे जर्मन आणि फ्रेंच कैद्यांच्या आदलाबदलीत डॉक्टर अल्बर्ट जर्मनीत परतले. तेथे आल्यावर मात्र कैद्यांच्या छावणीत त्यांना वैद्यकीय सेवेचे काम करण्याची संधी देण्यात आली. त्याच बरोबर येथे त्यांना संगीताचा सरावही करता आला. युद्धामुळे आगगाड्या बंद होत्या, त्यामुळे डॉक्टरांना आपल्या वडिलांना भेटण्यासाठी पायी प्रवास करावा लागला. एका बोळकंडातून जाताना घोड्यांच्या टापांखाली सापडून त्यांच्या आईचा मृत्यू झाला. पूर्वी असलेले त्यांच्या खोऱ्यातील सौंदर्य युद्धामुळे पार नष्ट झाले होते. अनेक मित्रांनाही ते मुकले होते. युद्ध कैदी म्हणून भोगाव्या लागलेल्या यातना आणि हवामानाच्या बदलांमुळे डॉक्टर थकले होते. जवळच्या हॉस्पिटलमध्ये जाऊन त्यांनी आपल्या तपासण्या करून घेतल्या. त्यात त्यांना दोन शस्त्रक्रियांना सामोरे जावे लागले. रुग्णशय्येवर असताना डॉक्टरांनी आपल्या सध्याच्या परिस्थितीचा आढावा घेतला तेव्हा त्यांच्या लक्षात आले की उद्ध्वस्त झालेल्या खेडुतासारखे आपले आयुष्य झाले आहे. त्यांचे आरोग्य पूर्ण खालावले होते. एवढे प्रयत्न करूनही आफ्रिकेतील काम त्यांना सोडावे लागले होते. प्रकल्पासाठी घेतलेल्या मोठ्या कर्जाचे हप्ते थकले होते. औषधे आणि काही साधने खरेदी करण्यासाठी मित्रांकडून घेतलेले पैसेही ते परत करू शकले नव्हते.

प्रकृतीत सुधारणा झाल्यावर मित्रांच्या आमंत्रणावरून त्यांनी एका हॉस्पिटलमध्ये नोकरी स्वीकारली; परंतु त्यातून मिळणारा पगार त्यांच्या दैनंदिन गरजाही पुऱ्या करू

शकत नव्हता. १९१९ मध्ये त्यांना कन्यारत्नाचा लाभ झाला, त्यामुळे नव्या आशाही पल्लवीत झाल्या. बार्सिलोना आणि स्पेनमधून संगीताच्या मालिका करण्यासाठी त्यांना निमंत्रण आले. ते त्यांनी स्वीकारले. अनेक मित्रांच्या भेटी झाल्या, त्याचबरोबर अनेक संगीताच्या मैफिली त्यांनी सजवल्या. आपल्या सर्व पुस्तकांची मोठ्या प्रमाणात विक्रीही ते करू शकले. बराच पैसा जमा झाल्यावर आपली पत्नी आणि कन्येला घेऊन ते पुन्हा येऊन, आफ्रिकेत दाखल झाले. त्यांच्या हॉस्पिटलचा संपूर्ण परिसरच मोडकळीस आला होता, परंतु मोठे डॉक्टर हॉस्पिटलमध्ये परतल्याची वार्ता वाऱ्यासारखी सारखी सगळीकडे पसरली आणि रोग्यांचा लोंढा हॉस्पिटलकडे वाहू लागला.

डॉक्टरांनी जरा उंच, मोकळ्या आणि चांगल्या जागी हॉस्पिटलचे स्थलांतर करण्याच निर्णय घेतला. त्यासाठी नकारात्मकवृत्तीच्या स्थानिक माणसांकडून मदतीची अपेक्षा करणे चुकीचे होते. इतरांना मदत करायला सांगितल्यावर अशी माणसे 'अहो तो काही माझा भाऊ आहे का? मी त्याला मदत का करायची?' असे प्रश्न विचारीत. सहनशीलता आणि ठामपणा यांच्या जोरावर हॉस्पिटलचे हे स्थलांतर डॉक्टरांनी पार पाडले. हॉस्पिटलमध्ये दाखल होण्याऱ्या रोग्यांकडूनच होण्याऱ्या चोऱ्या यांचाही सामना त्यांना करावा लागला. शेवटी काही काळासाठी डॉक्टरांनी हुकूमशहाचा अवतार घेतला व शेकडो माणसांकडून त्यांनी हजारो झाडे लावून घेतली. झाडांना पाणी घालून घेतले आणि हॉस्पिटलचा परिसर सुंदर केला. या सर्व उपक्रमांमुळे डॉक्टरांचे ४० इमारतींचे आणि २५० खाटा असलेले हॉस्पिटल खूप सुंदर व सर्वांच्याच कौतुकाचा विषय बनले. अनेक यशस्वी शस्त्रक्रियांमुळे हॉस्पिटलला प्रसिद्धीही मिळाली आणि हॉस्पिटल आजूबाजूच्या लोकांचे आकर्षण केंद्र बनले.

• आयुष्याबद्दल आदर

एकदा डॉक्टर नदीपात्रातून दूरच्या प्रवासासाठी निघाले होते. हा प्रवास प्रवाहाच्या विरुद्ध असून २०० मैलांचा होता. पावसामुळे नदीचे पाणी अवखळ आणि गढूळ झाले होते. नदी जंगलातून, दऱ्याखोऱ्यातून वाहत होती. तिच्या काठावर छोटीछोटी गावेही वसलेली होती. या निसर्गरम्य आणि शांत वातावरणामुळे डॉक्टरांचे चित्तही प्रफुल्लित झाले असावे. विचारांच्या तंद्रीतच 'आयुष्याबद्दल आदर' ही संकल्पना त्यांना सुचली. आयुष्यातील आपल्या प्रदीर्घ शोधाला अचानक उत्तर त्यांना सापडले होते. आपल्या सेवाभावाचा हाच खरा गाभा आहे याची त्यांना प्रथमच जाणीव झाली. सर्व जीवांबद्दल आदर, माणूस आणि त्याच्या अवतीभोवती असण्याऱ्या सर्वच जीवसृष्टीबद्दल आदर, जगातील दीनातील दीन माणूस, आजूबाजूच्या जंगलातील प्रत्येक प्राणी यांच्याबद्दल आदर भाव हाच या संकल्पनेचा गाभा होय.

डॉक्टरांनी आपल्या प्रांगणात अनेक प्राणी जसे की हरण, काळवीट, सारंग त्याचबरोबर अनेक सुंदर, सुंदर पक्षीही जवळपास वास्तव्यास ठेवले होते. या सर्वांच्या निवासामुळे हॉस्पिटलचा भाग खूपच मनोहर झाला होता. मानवी आयुष्य हे अशाच सुंदर सुंदर जीवांच्या सहवासात विकसित व्हावे यावर डॉक्टरांची श्रद्धा होती. आपले आयुष्य आपल्यासाठी अर्थपूर्ण आहे याचाच अर्थ आपल्या आजूबाजूची आयुष्येही तितकीच महत्त्वपूर्ण असायला हवीत. आपण जशी इतरांनी माझ्या आयुष्याचा आदर करावा अशी अपेक्षा करतो त्याचप्रमाणे आपणदेखील आपल्या अवतीभोवती असणाऱ्या साऱ्या जीवांचा आदर करायला हवा, अशीच त्यांची मनोधारणा होती. त्यामुळे ते भोवतालच्या प्राण्यावर दया आणि मायाही करीत असत. काही अपवाद वगळता सर्व प्राण्यांच्या एकत्र येण्याने मोठीच ताकद निर्माण होईल असे त्यांना वाटे. ही संकल्पना म्हणजे आपली आयुष्यातील सर्वोत्तम कामगिरी आहे असे डॉक्टर अल्बर्ट मानीत असत. *द फिलॉसॉफी ऑफ सिव्हिलायझेशन* या पुस्तकात त्यांनी ही संकल्पना मांडली आहे. त्यांनी चांगले आणि वाईट याची सर्वांना समजेल अशी साधी सोपी व्याख्या केली, ती अशी - 'चांगले म्हणजे अशा गोष्टी की ज्या आयुष्य राखतात, आयुष्य पुढे नेतात आणि आयुष्य उंचावतात तर वाईट म्हणजे अशा गोष्टी की ज्या आयुष्यास इजा करतात, आयुष्यास अडथळे निर्माण करतात आणि आयुष्याचा नाश करतात.'

१९५२ मध्ये डॉक्टर अल्बर्ट यांची नेमणूक फ्रेंच ॲकॅडमीचे सदस्य म्हणून झाली. तेव्हा त्यांनी नीतिशास्त्र म्हणजे माणसाच्या दृष्टिकोणाचा विकास, की ज्यात कुटुंब आणि राष्ट्रापलीकडच्याच नव्हे तर संपूर्ण जीवसृष्टीचाच विचार घ्यायला हवा, असे मत त्यांनी मांडले. आता डॉक्टर अल्बर्ट हे जगप्रसिद्ध व्यक्ती बनलेले होते. व्याख्याने, संमेलने, संगीत मैफिलींच्या निमित्ताने ते जगभर प्रवास करीत असत. त्यातूनच हॉस्पिटलसाठी पैसा गोळा होत असे.

१९५३ मध्ये म्हणजे वयाच्या ७७ व्या वर्षी डॉक्टर अल्बर्ट श्वाइटझर यांना नोबेल पुरस्कार हा जगातील सर्वांत मानाचा आणि प्रतिष्ठेचा समजला जाणारा पुरस्कार बहाल करण्यात आला.

• शांततेसाठी कार्य

डॉक्टर अल्बर्ट श्वाइटझर यांनी अल्बर्ट आईन्स्टाईन आणि बर्ट्रांड रसेल यांच्याबरोबर अणुबॉम्बच्या विरोधात शांततेसाठी काम केले. अल्बर्ट आईन्स्टाईन, डॉक्टर अल्बर्ट श्वाइटझर यांच्याबद्दल म्हणतात, आत्तापर्यंत मी कोठेही चांगुलपणा आणि सौंदर्याची ओढ यांचा असा मिलाफ पाहिला नाही. पुढे जाऊन ते असेही म्हणतात, की गांधीशी तुलना केली तर डॉक्टर अल्बर्ट हे पाश्चिमात्य जगातील त्यांच्या पिढीला उच्च नीतिमत्तेचा

आदर्श घालून देणारे एकमेव उदाहरण आहे. या दोघांचेही आयुष्य हाच त्यांचा संदेश आहे. हे दोघेही या शतकातील अशी व्यक्तिमत्त्वे आहेत की यांची आयुष्ये ही एखादी पुराण कथा किंवा कपोलकल्पित कथाच वाटावी.

आपले इतके उत्तम भवितव्य सोडून वयाच्या ३० व्या वर्षी त्यांनी सर्जन होण्यासाठी वैद्यकीय महाविद्यालयात प्रवेश घेऊन जंगलातील डॉक्टर व्हायचे का ठरविले? याचे कारण कोलमार शहरातील एका चौकात त्यांनी पाहिलेला आफ्रिकन माणसाचा पुतळा की ज्याच्या चेहऱ्यावर करुण आणि असहाय भाव होते. डॉक्टर अल्बर्ट श्वाइटझर म्हणाले असावेत, आफ्रिकेतील गरीब आणि पीडित रोगी लोकांकडे जरा बघा, ही माणसे असहाय रोगाचे आणि दु:खाचे धनी झाले आहेत आणि कोणी डॉक्टर जर तेथे गेला तर हे दु:ख कमी होण्यासारखे आहे. आत्तापर्यंत त्या उष्ण, दमट आणि अतिशय धोकादायक जागी कोणीही डॉक्टर जायला धजावलेला नाही. अशा ठिकाणी आपण जायचे आणि आपल्या हातांनी त्यांना मदत करायची असे त्यांनी ठरविले. यासाठी त्यांना औषधशास्त्र आणि शस्त्रक्रियेचा अभ्यास स्वत: करणे आवश्यक होते.

अल्बर्ट श्वाइटझर हे डॉक्टर, सर्जन, धर्मोपदेशक, पाद्री, प्रशासक, स्थावर मालमत्ता आणि इमारतींचे सुपरिंटेंडेंट, विद्वत्तापूर्ण पुस्तकांचे लेखक, तत्कालीन ऐतिहासिक गोष्टींचे व्याख्याते, संगीततज्ज्ञ, अगणित अतिथींचे यजमान, गोठे पारितोषिक आणि अनेक विद्यापीठांच्या सन्माननीय डॉक्टरेटचे मानकरी. १० डिसेंबर १९५२ ला त्यांना नोबेल हा जगप्रसिद्ध सन्मान प्रदान करण्यात आला आणि ४ सप्टेंबर १९५३ या दिवशी त्यांनी आपली इहलोकाची यात्रा संपविली. त्याचबरोबर एक उत्तुंग व्यक्तिमत्त्व अंतराळात विलीन झाले; परंतु मानव जातीसाठी एक महान संदेश मागे ठेवूनच.

■ ■ ■

चिकाटीतून सकारात्मकतेकडे

कल्पकता, चिकाटी आणि सकारात्मकता या गोष्टी जेव्हा आपल्या समोर येतात तेव्हा फक्त आणि फक्त एकच नाव आपल्या डोळ्यासमोर ठळकपणे चमकते आणि ते म्हणजे थॉमस अल्वा एडिसन. त्यांच्यात कल्पकता, चिकाटी आणि सकारात्मकता यांच्या एकत्रीकरणाचे उत्तम उदाहरण म्हणजे त्यांनी लावलेला पांढरा प्रकाश देणाऱ्या विद्युत दिव्याचा शोध. दहा हजार पेक्षा अधिक वेळा प्रयत्न करूनदेखील असा शोध लागत नव्हता. तेव्हा त्यांचे अनेक मित्र त्यांना चिडवत असत, इतक्या वेळा अपयशी होऊनदेखील तू या प्रकल्पावर काम का करतोस? त्यावर त्यांचे उत्तर असे, कोण म्हणतो मी अपयशी झालो म्हणून? मी दहा हजार अशा गोष्टींचा शोध लावला आहे, की त्यामुळे विद्युत दिवा बनविता येणार नाही. या कल्पना समजल्या तर माझ्या नंतर संशोधन करणाऱ्यांना यात वेळ घालवावा लागणार नाही. यामुळे मी नाउमेद तर अजिबात झालेलो नाही, कारण प्रत्येक चुकीची पायरी मला यशाकडे जाणाऱ्या नवीन पायरीकडे घेऊन जाते. एडिसन या महान संशोधकाने आपल्यापुढे एक असा आदर्श ठेवला आहे, की कोणीही माणूस चिकाटी आणि सकारात्मकतेची कास धरून आपली उद्दिष्टप्राप्ती करून घेऊ शकतो. त्यांच्या कामाच्या पद्धतीवरून हे नि:संशय सिद्ध होते की चिकाटी आणि खुले मन असले, की कल्पकता बाहेर पडते. त्यातून नुसते नवीन संशोधनच नाही तर उत्पादन करून बाजारात स्पर्धात्मकतादेखील प्राप्त होते.

एडिसन यांच्या नावावर विद्युत दिवा, टाईपरायटर, इलेक्ट्रिक पेन, ग्रामोफोनचा सुरुवातीचा प्रकार, चलत्‌चित्र कॅमेरा आणि अल्कलाइन स्टोरेज बॅटरी यांपासून तर बोलकी बाहुली आणि एका दिवसात तयार होईल असे अगोदरच ओतून तयार केलेल्या सिमेंट साच्यांचे घर इथपर्यंत सर्व गोष्टी होत्या. त्यांच्या नावावर १०९३ पेटंट आहेत.

थॉमस एडिसन नसते तर आधुनिक जगाची निर्मिती अजून किती पुढे गेली असती कोणास ठाऊक ! आधुनिक जगाला लाभलेला पांढरा प्रकाश देणारा दिवा, ग्रामोफोन आणि चलत्‌चित्र यांसारख्या जवळ-जवळ १०९३ साधनांची आणि कार्यपद्धतींची पेटंट्स त्यांच्या नावावर आहेत आणि हा त्यांच्या नावावरचा जागतिक विक्रम अजूनही अबाधित आहे. टेलिफोनचा शोध जरी ग्रॅहॅम बेल यांच्या नावावर असला तरी, एडिसन यांचा यांतील सहभागही तितकाच मोलाचा आहे, कारण ते समवयस्क मित्र होते आणि बरोबरीने कामही करीत होते. आजच्या या आधुनिक जगाला मिळालेल्या भौतिक आणि सांस्कृतिक उंचीला सर्वांत उच्च योगदान एडिसन यांचेच आहे आणि म्हणूनच या हजार वर्षांतील (सहस्रकातील) सर्वांत प्रभावशाली शास्त्रज्ञ आणि उद्योजक म्हणून थॉमस अल्वा एडिसन यांचे नाव मोठ्या गौरवाने आणि आदराने घेतले जाते.

• बालपण

सॅमूल आणि नॅन्सी एडिसन यांच्या पोटी सातवे आणि शेवटचे अपत्य थॉमस यांचा जन्म ११ फेब्रुवारीला मिलन ओहिओ येथे झाला. पहिली चार वर्षे त्यांना बोलताही येत नव्हते; परंतु त्यांनतर भेटणाऱ्या प्रत्येक मोठ्या माणसाला समोर असणाऱ्या वस्तूचे कार्य कसे चालते, हा प्रश्न ते विचारीत आणि ते सांगता न येण्याऱ्या माणसाच्या नजरेत आपल्या निळ्याशार डोळ्याने खोल बघत 'का?' असा प्रश्न ते विचारीत.

मतिमंद म्हणून शाळेतून काढून टाकलेल्या या मुलाचे शिक्षण त्याच्या आईने घरी स्वत:च केले आणि आपल्या घराचे रूपांतर जागतिक प्रसिद्धी मिळविलेल्या प्रयोगशाळेत करणाऱ्या एडिसनच्या आयुष्यातील विकासात महत्त्वाचा वाटा उचलला.

वरवर घुमा वाटणारा परंतु अंतर्मुख असणाऱ्या आपल्या या बाळात अद्वितीय बुद्धी आणि प्रचंड मेहनत घेण्याची क्षमता आहे याची खातरी या मातृहृदयात होती आणि त्याला योग्य आकार देण्यासाठी ती झटली. त्यांच्या वडिलांनीही त्यांना प्राचीन ग्रंथ वाचण्यास उत्तेजन दिले. एक पुस्तक वाचले की ते त्यांना दहा सेंट्सचे बक्षीस देत असत. लवकरच त्याला 'जगाचा इतिहास' आणि इंग्रजी साहित्यात गोडी निर्माण झाली. काही वर्षांनी तर त्यांना शेक्सपिअरच्या साहित्याने इतके भारावून टाकले होते की, नट बनण्याची तीव्र इच्छा त्याच्या मनात निर्माण झाली; परंतु मोठा आवाज आणि बुजरा स्वभाव यामुळे त्यांनी ती कल्पना सोडून दिली. त्यांनी त्या कल्पनेचा पाठपुरावा केला असता तर? जगाला एक अद्वितीय नट मिळाला असता; पण आपण सर्व मात्र अंधारातच राहिलो असतो आणि एका महान संशोधकाला, त्याच्या असंख्य उत्पादनांना मात्र मुकलो असतो; परंतु ही निवड नेहमी निसर्गच करीत असतो.

त्याची ज्ञानग्रहणाची अमर्याद क्षमता पाहून आई-वडिलांनी गावातील वाचनालयाचा कसा उपयोग करावयाचा हे त्यांना शिकविले. वाचनालयातील पहिल्या कप्प्यातील पहिल्या पुस्तकापासून तर शेवटच्या कप्प्यातील शेवटच्या पुस्तकापर्यंत सर्वच पुस्तके ते वाचून फस्त करीत असत. वयाच्या १२ व्या वर्षी पुस्तकांची निवड कशी करायची हे पालकांनी त्यांना शिकविले; परंतु आपल्या मुलाची जिज्ञासा भागविण्यास आपण असमर्थ आहोत हे त्यांच्या लक्षात आले तेव्हा त्यांनी अकाली प्रौढ झालेल्या आपल्या या मुलासाठी विशेष शिक्षकाची नेमणूक करून बराच पैसाही खर्च केला. या सर्व धडपडीतून एडिसनला असे वाटू लागले की न्यूटनचे खूप महत्त्वाचे सिद्धांत लोकांनी प्राचीन आणि भ्रमनिरास करणाऱ्या भाषेतून लिहिले आहेत, तसेच गणितातली तत्त्वे सामान्य माणसांना कशी गोंधळात टाकतात हेही त्यांनी दाखवून दिले. शास्त्रीय विषयात अशी गर्विष्ठ आणि उच्च दर्जाची भाषा वापरू नये असे त्यांना वाटे. अर्थात न्यूटनवरच्या या वाचनाने एक चांगला परिणाम त्यांच्यावर असा झाला की त्यातून स्वच्छ, स्वतंत्र, वस्तुनिष्ठ विचार आणि चाचणी करून प्रयोग करण्याची वृत्ती त्यांच्यात जोपासली गेली. या शहाण्या माणसाच्या लिखाणातून आणि अनुभवातून त्यानीही तत्कालीन विचार प्रणालीमुळे केलेल्या चुकांमध्ये ते कसे अडकले हेही एडिसनना कळले. आपल्यापुढील आव्हाने, सतत कष्ट कसे घ्यायचे, कामात सातत्य कसे ठेवायचे हे त्यांनी जाणले. त्यातूनच पुढे त्यांनी काम करताना येणारे शारीरिक आणि मानसिक ताणतणाव सहन करायचे अनन्यसाधारण कौशल्य आणि सामर्थ्य आत्मसात केले. यशस्वी संशोधक होण्यासाठी लागणाऱ्या गुणांची पायाभरणी अशी झाली. गुंतागुंतीच्या विषयात त्यांनी गरुडासारखा विहार केला. सारखे बदलणारे मन, कल्पनातीत स्मरणशक्ती. सुरेख कौशल्य आणि आपण तयार केलेले शास्त्रीय सिद्धांत आणि कल्पना पडताळून पाहावे लागणारे प्रयोग, त्यासाठी लागणारी चिकाटी आणि सोशिकता त्यांनी स्वतःमध्ये विकसित केली. हे गुण एडिसन यांच्यात त्यांच्या समकालीन संशोधकांपेक्षा कितीतरी पटीने अधिक होते. त्यामुळेच विद्युत शास्त्रातील संशोधनासाठी स्वतःची ठरलेली कार्यपद्धती निर्विकार बुद्धीने आणि शांत मनाने ते विकसित करू शकले. विद्युतक्षेत्रात काम करताना कोणतीही गोष्ट आपण प्रयोगाने पडताळून पहिल्या खेरीज त्यांनी स्वीकारली नाही, असा त्यांचा दावा होता आणि म्हणूनच व्यावहारिक विद्युतशास्त्रात ते पाय रोवून स्थिर होऊ शकले.

• कामाला सुरुवात

वयाच्या १२ व्या वर्षीच आई-वडिलांच्या परवानगीने एडिसन यांनी रेल्वे स्टेशनवर वर्तमानपत्रे, फळे आणि भाजीपाला विकायचा व्यवसाय सुरू केला. वयाच्या १४ व्या वर्षी त्यांनी एक छोटेखानी वृत्तपत्र चालू केले. युद्धपूर्व लिंकन आणि दग्लर यांच्यातील

वादविवादाच्या बातम्या त्यात ते छापीत. आपल्या या आगळ्यावेगळ्या वृत्तपत्रासाठी सुमारे ३०० ग्राहकही त्यांनी मिळवले होते. गमतीदार गोष्ट म्हणजे असे हे पहिल्याच प्रकारचे वृत्तपत्र होते आणि त्यामुळे त्यांना जगातील अनंत उचापतींची ओळख झाली. त्याच वेळी लिंकन हे अध्यक्षपदाच्या निवडणुकीत उतरले होते आणि अमेरिकेतील गुलामगिरीविरुद्ध लढणाऱ्या या नेत्याच्या प्रचाराचे कार्य मोठ्या हिरिरीने आपल्या वृत्तपत्रातून एडिसन यांनी लिंकन यांच्या कामाचे गोडवे गाऊन केले. या उपक्रमात एडिसन यांचा बराच आर्थिक फायदा झाला. त्याचा वापर त्यांनी रसायन प्रयोगशाळा उभारण्यात केला. आपल्या वाट्याला आलेल्या काही वैगुण्यांबद्दल त्यांनी कधीही त्रागा केला नाही तर त्यावर मात कशी करता येईल यावरच लक्ष केंद्रित केले. एडिसन यांचा डावा कान पूर्ण तर उजवा कान ८५% बहिरा होता. याबद्दल त्यांची तक्रार फक्त आपण पाखरांचे सुरेख गुंजन ऐकण्याचा आनंदास पारखे झालो एवढीच होती. एकदा एडिसन यांनी जीव धोक्यात घालून एका रेल्वे अपघातातून एका मुलाचा जीव वाचवला. कृतज्ञता म्हणून त्या मुलाच्या वडिलांनी एडिसनना 'विद्युत संदेश' पाठविण्याची कला शिकविली आणि याच मौलिक भांडवलावर त्यांची संगणकीय क्षेत्रातील शिक्षणाची सुरुवात झाली.

• टेलिग्राफरच्या कामास सुरुवात आणि विवाह

वयाच्या १५ व्या वर्षी त्यांनी तारायंत्र वापरण्याचे उत्तम कौशल्य आत्मसात केले होते आणि या भुरळ घालणाऱ्या क्षेत्रात युद्धावर गेलेल्या एका माणसाचा बदली कामगार म्हणून कामाला सुरुवात केली, तेव्हा त्यांनी या कामाची गती आणि कार्यक्षमता वाढविण्याची उत्तम संधी घेतली आणि हे यंत्र जास्त कार्यक्षम कसे करता येईल याचा विचार करण्यास सुरुवात केली. सोळाव्या वर्षी अनेक तार कार्यालयातून काम केल्यानंतर अनेक प्रयोग करीत पहिल्या 'ॲटोमॅटिक रिपीटर'चा शोध लावला. हे यंत्र दोन ठिकाणांवरून मानवरहित संदेश पाठविण्याचे काम करू शकत होते. आश्चर्य म्हणजे या आपल्या पहिल्या शोधाचे पेटंट मात्र त्यांनी घेतले नाही. लवकरच त्यांनी या क्षेत्रात कर्तबगार, विनोदी आणि गमत्या सद्गृहस्थ म्हणून नाव मिळविले. थोड्या अवधीतच त्यांना एक कंगाल म्हणून घरी परतावे लागले; परंतु त्या वेळी त्यांच्या मातापित्यांची अवस्था त्यांच्याहूनही बिकट झालेली होती. त्यांच्या आईमध्ये वेडाची लक्षणे दिसत होती आणि परिस्थितीच्या रेट्यामुळे ती जास्तच तीव्र झाली होती. त्यांच्या भावविवश पित्याने नोकरी सोडलेली होती. परिस्थिती लक्षात घेऊन आयुष्यात प्रथमच गंभीरपणे विचार करून पैसा मिळवायचे असे त्यांनी ठरविले. आपल्या मित्रांच्या मदतीने 'बॉस्टन' या दूरच्या शहरात 'वेस्टर्न युनियन' या नावाजलेल्या कंपनीत त्यांनी नोकरी पत्करली. बॉस्टन त्या वेळी उत्तम सांस्कृतिक आणि शैक्षणिक केंद्र म्हणून प्रसिद्ध होते. तिथे त्यांनी अहोरात्र मेहनत करून मतं (Votes) नोंदविणाऱ्या पहिल्या विद्युत

यंत्राचा शोध लावला आणि त्याचे पेटंटही मिळविले. काही राजकारणामुळे त्यांचे हे यंत्र राज्यकर्त्यांनी नाकारले. काळाच्या खूप पुढे असणारी ही कल्पना राज्यकर्त्यांनी मानवली नसावी. त्यामुळे या साध्या, सरळ आणि भाबड्या संशोधकाला आपल्या कल्पकतेला मुरड घालावी लागली आणि या पुढे जे विकले जाईल त्याचाच शोध मी लावेन, असा संकल्पही त्यांना करावा लागला. याच काळात पहिला दूरध्वनी, फॅक्स मशिन आणि मायक्रोफोन यांचा शोध लागला. ग्रॅहॅम बेल या दूरध्वनीचा शोध लावणाऱ्या संशोधकाचे वास्तव्यही त्या वेळी बॉस्टन येथेच होते.

बॉस्टन येथे त्यांनी काही मित्रांबरोबर भरपूर काम केले परंतु त्यातून फारसा आर्थिक फायदा झाला नाही. कंपनीच्या कामात नीट लक्ष केंद्रित न करता बाहेर काम करतो म्हणून कंपनीतून काढले जाण्याची शक्यता निर्माण झाल्यामुळे त्यांनी दुसरी नोकरी करावी या विचाराने मित्राकडून पैसे उधार घेऊन न्यूयॉर्क या मोठे व्यापारी केंद्र असणाऱ्या शहरात ते दाखल झाले. सुरुवातीलाच काम न मिळाल्यामुळे त्यांच्यावर उपासमारीची वेळ आली होती. परंतु एक दिवस चमत्कारच झाला. असेच भटकत असतांना एका दलाली कार्यालयातील व्यवस्थापक खूप घाबरलेला दिसला कारण त्याच्या कार्यालयातील एक महत्त्वाचे यंत्र बिघडले होते. कार्यालयात खूप मोठ्ठी गर्दी जमलेले होती; पण कोणालाच त्या यंत्राची दुरुस्ती कशी करायची हे समजत नव्हते. एडिसनने ही संधी घेतली आणि पटकन पुढे होऊन ते यंत्र दुरुस्त करून दाखविले. तो व्यवस्थापक इतका खूश झाला की, त्याने लगेचच निर्णय घेऊन एडिसनला एक मोठ्या पगाराची नोकरी देऊ केली. पगाराची रक्कम त्यामानाने खूपच जास्त होती. पुढे अचानक गरिबी दूर करणाऱ्या या प्रसंगाची उत्कट आठवण एडिसनला नेहमीच होत असे. या कामाबरोबरच एडिसनचे संशोधनाचे अविश्रांत काम सतत चालूच होते. येथे त्यांनी शोधलेल्या 'कडरोप्लेक्स ट्रान्समीटर'ला एका कंपनीकडून चाळीस हजार डॉलर एवढी कल्पनातीत रक्कम मिळाली. हा पैसा कोणीतरी चोरेल या भीतीने आपल्या गादीखाली पसरून त्यावर ते झोपले आणि दुसऱ्या दिवशी बँकेत भरणा केला. त्यानंतर आपल्या आई-वडिलांना त्यांनी मदत केली. मनाला चटका लावणारी अनेक पत्रे त्यांनी लिहिली. यानंतर मात्र त्यांना सतत यशच मिळत गेले. मिळणाऱ्या प्रचंड पैशातून त्यांनी न्यूयॉर्क, न्यू जर्सी येथे एक उत्तम सर्व सोयींनी युक्त अशी प्रयोगशाळाच सुरू केली. १८७६ साली फोनोग्रामचा शोध लावला. एडिसन आणि ग्रॅहॅम बेल यांच्या कामात इतके साम्य होते की टेलीफोनचा शोध ग्रॅहॅम बेलनी लावला नसता तर तो एडिसनने लावला असता आणि फोनोग्राम एडिसनने शोधला नसता तर तो ग्रॅहॅम बेलनी शोधला असता. याच काळात एडिसनची भेट मेरी स्टिलवेल यांच्याशी झाली आणि त्यांच्याशी विवाह करून एडिसननी आपल्या कौटुंबिक आयुष्याला सुरुवात केली.

• मेनलो पार्क येथे स्थलांतर

टेलिफोनच्या शोधात ग्रॅहॅम बेलनी जरी एडिसनला मागे टाकले असले तरी एडिसनने पांढरा प्रकाश देणाऱ्या विद्युत दिव्याचा शोध लावून आपल्या सर्व प्रतिस्पर्ध्यांवर मात केली. त्यानंतरही जगाच्या विकासात मूलभूत आणि महत्त्वाच्या ठरतील अशा विद्युत प्रकाश, उष्णता आणि ऊर्जानिर्मिती आणि वहन करतील अशा आणि आर्थिक दृष्टीने परवडतील अशा कार्यपद्धती विकसित केल्या, की त्या पायावरच आजचे आपले आधुनिक युग निर्माण झाले आहे. एडिसनचे टीकाकारही हे मानतात की त्यांच्या महान कार्यावरच आजच्या आधुनिक युगाचा पाया रचलेला आहे. त्यांचा या कार्याला तोड नाही आणि म्हणूनच ते आधुनिक युगाचे शिल्पकार ठरले अहेत.

१८७६ ला एडिसनने न्यूयॉर्कमध्ये असलेली सर्व उत्पादन केंद्रे विकून आपले कुटुंब आणि कारखान्यातील मदतनीसांसह न्यूयॉर्कपासून काही अंतरावर असलेल्या मेनलो पार्क या खेड्यात स्थलांतर केले आणि कोणत्याही संशोधनावर काम करता येईल अशी प्रयोगशाळा स्थापन केली. जगातील अशा पद्धतीची ती पहिलीच आणि सर्वश्रेष्ठ प्रयोगशाळा होती. संशोधनापासून ते प्रायोगिक उत्पादन निर्मितीपर्यंतची सर्व कामे तेथे केली जात होती. येथूनच एडिसन यांनी जग बदलायला सुरुवात केली. या प्रयोगशाळेतील पहिले महत्त्वाचे संशोधन म्हणजे 'टिन फॉईल फोटोग्राफ' आणि आवाज ध्वनिमुद्रित करून परत परत प्रसारित करणारे यंत्र, रेकॉर्डर आणि प्लेयर. त्यामुळे एक भावनिक लहर निर्माण होऊन एडिसन जगप्रसिद्ध झाले. एडिसन यांनी 'फॉईल फोटोग्राफ' घेऊन संपूर्ण देशाचा दौरा केला. त्याचे प्रात्यक्षिक दाखवण्यासाठी एडिसन यांना अमेरिकेच्या राष्ट्राध्यक्षांचेही निमंत्रण आले होते.

• विद्युत उपकरणांवर कार्य आणि जनरल इलेक्ट्रिकची स्थापना

एडिसन यांच्यापुढील महत्त्वाचे आव्हान होते विजेपासून पांढराशुभ्र प्रकाश देणारा व्यवहार्य आणि सर्वांना परवडेल असा दिवा तयार करणे. विद्युत प्रकाश ही संकल्पना काही नवीन नव्हती. अनेक शास्त्रज्ञांनी विविध प्रयोग करून काही साधनांची निर्मितीही केलेली होती; पण घरगुती वापरासाठी दुरून वापरता येईल अशा प्रकारच्या व्यवहार्य विद्युत दिव्याची निर्मिती मात्र झालेली नव्हती. एडिसनचे कार्य नुसतेच पांढरा प्रकाश देणारा दिवा हे नाही तर त्यासाठी उपयुक्त, सुरक्षित, व्यवहार्य आणि आर्थिकदृष्ट्या परवडणारी साधी आणि सुटसुटीत ठरणारी कार्यपद्धती त्यांनी शोधून काढली हे आहे. साधारण दीड वर्षाच्या अथक प्रयत्नातून पांढरा प्रकाश देणारा कार्बनयुक्त फिलामेंट असणारा दिवा त्यांनी तयार केला. साधारणतः साडेतेरा तास तो प्रकाश देत होता. डिसेंबर १८७० ला त्याचे सार्वजनिक प्रदर्शन करण्यात आले. मेन्लो पार्कचा संपूर्ण

परिसरच विद्युत प्रकाशाने झळाळून उठला होता. पुढील अनेक वर्षं एडिसन त्याच्या उत्पादनासाठी झटत होते. सप्टेंबर १८८२ ला 'मॅनहटन' येथे ग्राहकांना ऊर्जा आणि प्रकाश देणारी यंत्रणा पर्ल स्ट्रीटवर सुरू करण्यात आली आणि विद्युतयुगाचा आरंभ झाला. हा प्रयोग एडिसन यांना कीर्ती आणि संपत्तीच्या एव्हरेस्टवर घेऊन गेला. त्यांची ही कामगिरी अजूनही असंख्य संशोधकांना पुकारते आहे, आव्हान देते आहे.

१८८९ पर्यंत एडिसन यांनी काढलेल्या अनेक कंपन्या या क्षेत्रात कार्यरत होत्या. त्या सर्व एकत्र करून 'एडिसन जनरल इलेक्ट्रिक कंपनी'ची स्थापना करण्यात आली. कंपनीच्या नावात एडिसनचे नाव असले तरी एडिसन कंपनीचे नियंत्रण करीत नव्हते. ही कंपनी जेव्हा त्यांचे प्रतिस्पर्धी थॉमस होस्टन यांच्या कंपनीबरोबर विलीन करण्यात आली तेव्हा तिला 'जनरल इलेक्ट्रिक कंपनी' हे नाव देण्यात आले. या अद्वितीय यशाला त्यांची पत्नी मेरी यांच्या निधनाचे गालबोट लागलेच. संशोधन आणि उत्पादनाच्या व्यापात एडिसन यांचे घराकडे अक्षम्य दुर्लक्ष होत होते. मेरीच्या निधनामुळे तर त्यात अधिकच भर पडली होती. त्यांची तीनही मुले न्यूयॉर्कमध्ये राहत होती. पुढे मीना मीलर यांच्याबरोबर एडिसन यांचा परिचय झाला. त्याचे रूपांतर प्रेम आणि लग्नात झाले. आपल्या नवीन 'वेस्ट ऑरेंज' या प्रासादात ते मीना मीलर यांच्या बरोबर शेवटपर्यंत राहिले. जागतिक महायुद्धाच्या वेळेस त्यांनी उभारलेल्या प्रयोगशाळेत व कारखान्यात दहा हजारांच्या आसपास कामगार काम करीत होते. त्यांच्या कामाचा पसारा वीस एकरांपेक्षाही जास्त जागेत पसरला होता.

• करमणुकीचा बादशहा

आपली नवीन प्रयोगशाळा उभारल्यानंतर एडिसन यांनी परत घरगुती आणि व्यावसायिक फोनोग्राम या विषयावर कामाला सुरुवात केली. विजेच्या दिव्यासाठी वापरलेल्या पद्धतीप्रमाणेच फोनोग्रामला काम करण्यासाठी उपयुक्त अशा सगळ्या यंत्रणा आणि कार्यपद्धती त्यांनी विकसित केल्या. रेकॉर्डरचे उत्पादन करण्याची साधने आणि यंत्रे, रेकॉर्डरच्या चकत्यांची निर्मिती वगैरे कामे ते आपल्या मृत्यूपर्यंत करीत होते. फोनोग्रामसाठी कानासारखे जसे यंत्र असते तसेच यंत्र त्यांनी डोळ्यासाठीही तयार केले होते. त्यांनी तयार केलेल्या पहिल्या चलत्‌चित्राचे प्रात्यक्षिक १८९१ ला दाखवून व्यावसायिक चित्रपटांची निर्मिती करायला सुरुवात केली. त्यांचे हे काम मूलभूत आणि पुरोगामी होते. त्यानंतर त्यांनी आपण केलेल्या कामातच खूप सुधारणा केल्या; परंतु त्या कामातील भाऊगर्दी बघून त्यांनी आपला मोहरा दुसरीकडे वळवला. त्यांनी विद्युत गाड्यांसाठी स्टोअरेज बॅटरीज् तयार करण्याचे आव्हानात्मक काम सुरू केले. प्रवासी गाड्यांच्या वापराचा आनंद एडिसन यांनी उपभोगला. त्यांच्याकडे गॅसवर, वाफेवर

आणि विजेवर चालणाऱ्या गाड्या होत्या. त्यांच्या मते विजेवर चालणाऱ्या गाड्या या सर्वांत उत्तम होत्या, परंतु तत्कालीन बॅटरीज् या कामासाठी पुरेशा नव्हत्या. यासाठी त्यांनी अल्कलाइनच्या बॅटरीज् तयार करण्याचा प्रकल्प हाती घेतला. हा त्यांनी हातात घेतलेला सर्वांत अवघड प्रकल्प होता. हा शोध लावण्यास त्यांना दहा वर्षं वाट पाहावी लागली आणि तोपर्यंत ज्या विद्युत वाहनांसाठी ही बॅटरी विकसित करण्यात आली होती त्या विद्युत वाहनांची व्यवहारातून हकालपट्टीही झाली होती; परंतु सुदैवाने पुढे रेल्वेतील डब्यात, सिग्नलसाठी आणि खाणीतील दिव्यांसाठी ती फारच उपयुक्त ठरल्यामुळे त्यातही एडिसन प्रचंड पैसा मिळवू शकले.

१८ ऑक्टोबर १९३१ रोजी वयाच्या ८४ व्या वर्षी संशोधनाच्या आणि उत्पादनाच्या आकाशात विहरणारा हा लखलखीत तारा कोसळला आणि विश्वाच्या व्यापक आकाशात विलीन झाला; परंतु आधुनिक मानवतेच्या विकासासाठी प्रचंड मोठी संपत्ती मागे ठेवूनच.

थॉमस अल्वा एडिसन यांच्या चरित्रातून घ्यायचा महत्त्वाचा धडा म्हणजे कोणत्याही परिस्थितीत माघार न घेता, आपल्या जवळ नसलेल्या गोष्टींबद्दल कुरकुर वा तक्रार न करता सकारात्मकवृत्तीने सतत प्रयत्न करीत राहिल्यास माणूस अपूर्व यश आणि कीर्ती संपादन करू शकतो. वयाच्या चौथ्या वर्षी मतिमंद म्हणून शाळेतून हाकलून दिलेल्या, सातव्या वर्षी सहकाऱ्यांकडून खालेल्ल्या मारामुळे जवळजवळ बहिरा झालेल्या, वयाच्या तेराव्या वर्षी नोकरीतून काढून टाकलेल्या या माणसाने आपल्या तळघरातील जागेत कामाला सुरुवात केली आणि त्या तळघराचे रूपांतर साऱ्या जगाचे लक्ष वेधून घेणाऱ्या संशोधन केंद्रात केले. अपयश येत असतानासुद्धा मनाने ताजेतवाने राहून योग्य वृत्ती ठेवल्यास प्रचंड मोठे आणि अद्वितीय कार्य आपण उभारू शकतो, अपूर्व यश संपादन करू शकतो याचे मूर्तिमंत उदाहरण म्हणजे थॉमस अल्वा एडिसन. पांढरा प्रकाश देणाऱ्या दिव्याच्या निर्मितीत हजारो वेळा अपयश येऊनही त्या प्रत्येक अपयशाकडे, ते 'अशा प्रकारे विद्युत दिव्याचा शोध लावता येणार नाही हा शोधच मी लावला आहे, अशा वृत्तीने बघत ते असत आणि त्यानंतर निराश न होता दुसरा मार्ग शोधण्याचा प्रयत्नांची ते सुरुवात करीत असत. केवढी ही जिद्द आणि सकारात्मकवृत्ती.

वृद्धावस्थेकडे झुकल्यावर त्यांच्या कारखान्याला प्रचंड मोठी आग लागली होती. तेव्हा या माणसाने मुलाकरवी आपल्या बायकोला घरून बोलावून घेतले. तिचा हात धरून तिला आगीजवळ नेऊन ते म्हणाले, मीना! हे बघ, अशी आग तू उभ्या आयुष्यात बघितली नसणार! निघणाऱ्या धुराकडे नजर टाकीत म्हणाले, मी माझ्या आयुष्यातील सगळ्या चुका जाळून टाकल्या आहेत. आत्ता कामाला नवीन सुरुवात करायला

पाहिजे! हे म्हणून ते नुसते थांबले नाहीत तर पुढील तीन आठवड्यांच्या आतच त्यांनी ग्रामोफोनचा शोध लावून उत्पादनही सुरू केले. केवढी ही प्रचंड इच्छाशक्ती आणि कार्यप्रवणता!

उतारवयातही ते रोज १७-१८ तास काम अत्यंत उत्साहाने करीत असत. कधी सुट्टी नाही, मौज मजा नाही, की वातावरणात बदलही नाही. एकदा त्यांची पत्नी मीना त्यांना म्हणाली, ''अरे थॉमस, किती काम करतोस! तुला थोडा बदल, थोडी विश्रांती नाही का घ्यावीशी वाटत? चल आता आपण तुझ्या एखाद्या आवडीच्या ठिकाणी जाऊया की जिथे तुला शांत वाटेल, उत्साह येईल आणि तू आनंदी होशील.'' थॉमस हसला आणि म्हणाला, ''हो, असे एक ठिकाण मला माहिती आहे आणि उद्याच आपण तेथे जाऊया, तयारीला लाग.'' मीनाने सर्व तयारी केली. दुसऱ्या दिवशी सकाळी थॉमस तिचा हात पकडून तिला घेऊन निघाला. तिला घेऊन तो कोठे पोचला असेल? त्याच्या प्रयोगशाळेत आणि म्हणतो कसा, ''जगातली हीच माझी सगळ्यात आवडती जागा आहे की जिथे आलो की मला खूप उत्साह येतो. अगदी प्रसन्न वाटते. माझा सगळा थकवा दूर होऊन माझ्या अंगात प्रचंड हुशारी येते.'' केवढी ही कामाची तळमळ आणि बांधिलकी!! दैनंदिन कामाला वैतागून काही विश्रांती घ्यावी असे वाटेल तेव्हा थॉमस एडिसनची आठवण करा. खरे तर आपल्याला आपल्या कामात नाही तर आपल्या मनोवृत्तीत बदल करण्याची गरज असेल.

मृत्यूच्या समीप असताना त्यांना भेटायला एक गृहस्थ आले होते. त्यांनी हेलिकॉप्टरचे मॉडेल करून आणले होते. त्यांना एडिसन म्हणाले, ''सर चला! आपण माझ्या प्रयोगशाळेत जाऊया! आपल्या या मॉडेलमध्ये मी अनेक सुधारणा सुचवू शकेन.'' सुधारणांतील हा आनंद, कामातील उत्साह, तळमळ आणि अपयशातही हार न मानता यश मिळेपर्यंत सतत, सतत आणि सतत प्रयत्न करण्याची ताजीतवानी मनोवृत्ती, कोणत्याही परिस्थितीत माघार न घेता, आपल्या जवळ नसलेल्या गोष्टीबद्दल कुरकुर वा तक्रार न करता सकारात्मकवृत्तीने सतत, अथक प्रयत्न करीत राहिल्यास माणूस अपूर्व यश, कीर्ती संपादन करू शकतो. या गोष्टी केल्या तर आजदेखील अनेक एडिसन आपण जगाला देऊ शकू असे वाटून जाते.

■ ■ ■

सकारात्मकतेकडून यशाकडे

यशाची शिडी चढताना अनेक अडचणींना तोंड द्यावेच लागते. यशाची खरी मजा, खरी गंमत अशा अडचणी पार करून पुढे जाण्यातच आहे, नाहीतर यश यांत्रिक, नीरस झाले असते. यशस्वी होण्यासाठी आपल्याला अतिशय केंद्रित असणे, आपले चित्त अतिशय एकाग्र करणे आवश्यक आहे. त्याचबरोबर आपल्या स्वप्नांच्या आणि उद्दिष्टांपर्यंत पोचण्याचा आपल्याला निर्धार करायला हवा. उदाहरणार्थ, आपण स्वतःचा एक व्यवसाय सुरू करू इच्छिता आहात तर आपल्याला त्यानुरूप, आपले व्यक्तिमत्त्व आणि मूल्ये बनवावी लागतील. हे अशक्य नाही; परंतु मोठ्या कष्टाचे काम मात्र नक्कीच आहे. त्यासाठी आपल्याला कराव्या लागणाऱ्या कामांचे प्राधान्यक्रम तयार करायला हवेत. ध्येयाच्या दिशेने आपले विचार, समजुती आणि दृष्टिकोण घडवायला हवेत, त्याचबरोबर यशासाठी आवश्यक असणारी सकारात्मक मानसिकता तयार करायला हवी. त्यानंतर प्रत्यक्ष कामाला सुरुवात करायला हवी. इथे सकारात्मक विचाराबरोबरच सकारात्मक क्रिया करणे तितकेच महत्त्वाचे आहे कारण प्रत्यक्ष काम केल्याशिवाय हाती काहीच लागत नाही. आपण यशस्वी व्यक्तिमत्त्वांवर एक नजर टाकली तर आपल्याला हे सहजच लक्षात येईल, की आपले उद्दिष्ट साध्य करण्यासाठी त्यांनी अतोनात कष्ट घेतलेले आहेत. आपल्या मार्गात आलेल्या सर्वच अडचणींवर यश मिळेपर्यंत ते कुठेही न थांबता, आवश्यकता असेल तिथे इतरांचा सल्ला घेऊन, अभिनव प्रयोग करून त्यांनी सर्व अडचणींवर मात केलेली दिसते.

इथे अजून एक महत्त्वाची गोष्ट आपल्याला लक्षात ठेवायला हवी, की यश म्हणजे अपयशाचा अभाव नाही तर ते यासहच आहे. अपयशाशिवाय यश असंभव आहे. अपयशानेच यशाची किंमत वाढते. अपयशात सकारात्मक विचार टिकवून ठेवणे महत्त्वाचे ठरते कारण त्यामुळेच आपल्यात चिकाटी आणि सातत्य असे गुण येतात

आणि झालेल्या चुका या मार्गातील अडसर न ठरता यशाकडे नेणाऱ्या पायऱ्या ठरतात. सकारात्मक माणसाकडे यश खेचून घ्यायची ताकद निर्माण होते.

यशापर्यंत पोचण्याच्या सहा क्षमता

निवडलेल्या क्षेत्रात उच्चतम स्थानी पोचावे, असे प्रत्येकाच्या मनात असते. काहींना मात्र अशा वाटचालीत अनंत अडचणींचा सामना करावा लागतो. काही अंगभूत कौशल्ये आपल्याला यशापर्यंत पोचविण्यास सक्षम करतात. या कौशल्यांची जोपासना केल्यास यश दूर नसते.

आपण नेहमी आपल्यापेक्षा जास्त उत्पादक माणसांकडे पाहत असतो. आपल्यापेक्षा त्यांच्याकडे काय जास्त आहे किंवा कोणत्या न दिसणाऱ्या गुणवत्ता आहेत, की त्यामुळे ते त्यांच्या उद्दिष्टांकडे अधिक वेगाने वाटचाल करताहेत, याचा विचार आपल्या मनात नेहमी येत असतो. याचा विचार करताना काही कौशल्ये समोर दिसतात....

• बोलण्याची क्षमता

यशस्वी होण्यासाठी बोलण्याच्या माध्यमातून संवाद साधण्याचे कौशल्य अत्यंत महत्त्वाचे आहे. आयुष्यात विविध थरांमध्ये यशस्वी ठरलेल्या व्यक्तींचा अभ्यास केल्यास असे दिसते, की त्या सर्वांकडे असलेल्या गुणांमध्ये उत्तम बोलता येणे हा गुण प्रकर्षाने आढळतो. आपले विचार, आपल्या कल्पना ही माणसे दुसऱ्याला प्रभावीपणे सांगू शकतात. म्हणजेच माणसाच्या व्यक्तिमत्त्व विकासात बोलण्याची कला फार महत्त्वाची आहे. बोलताना लोकांच्या डोळ्यात पाहणे, समृद्ध शब्दसंग्रह, भाषा आणि श्रोत्यांच्या भाषेत बोलणे या गोष्टी उपयुक्त ठरतात. चांगल्या वक्त्यांची लोक नेहमीच दखल घेतात आणि अशी माणसे लक्षातही राहतात.

• निर्णयक्षमता

निर्णय न घेणे हे तर चुकीचा निर्णय घेण्यापेक्षाही वाईट असते. कारण चुकीचा निर्णय लक्षात आला तर कृतीत बदल करून घेतलेला निर्णय दुरुस्त करता येतो. अचूक निर्णय घेण्याची क्षमता सगळ्याच चांगल्या नेत्यांमध्ये असतेच. किंबहुना ती तशी त्यांनी विकसित केली असते, असे म्हणणे योग्य होईल. प्रत्येक निर्णयाचा काय परिणाम होऊ शकतो याचा विचार निर्णय घेण्याआधी करणे आवश्यक आहे. निर्णयाचे काय परिणाम होतील याचा अभ्यास केल्यास योग्य निर्णय घेण्याची क्षमता निर्माण करू शकतो. अगदी सुरक्षितच पावले टाकण्याची गरज नाही. प्रगती करायची असेल तर धोके पत्करणे अपरिहार्य आहे. धोके असतानाही योग्य निर्णय घेणारे आदरास पात्र ठरतात. अशा प्रकारे घेतलेल्या निर्णयाचे फळही मिळते.

• जबाबदारीची क्षमता

आपण केलेल्या कामाची किंवा कृतीची संपूर्ण जबाबदारी घेणे हे यशस्वी जीवनाचे गमक आहे. अर्थात येथे आपल्या यशाची किंवा अपयशाचीही जबाबदारी घेणे अभिप्रेत आहे. इतर सहकाऱ्यांचा आदर मिळवायचा असेल तर आपली चूक खुल्या मनाने मान्य करा. स्वतःची चूक कबूल करणे यातच खरी नम्रता आहे. आघाडीवर लढणाऱ्यांनाच भव्य यश प्राप्त होते. जबाबदारी उत्तम पार पाडायची असेल तर दररोज आपण काय करायचे, याची यादी तयार करा (टु डू लिस्ट) आणि त्याचा वापर करा. काय केले आणि काय करायचे राहिले याचा मागोवा घेत त्या यादीचे नेहमीच नूतनीकरण करा. त्यामुळे आपली कार्यक्षमता वाढते आणि आपल्या कामाला योग्य दिशाही मिळते.

• सकारात्मक दृष्टिकोण ठेवण्याची क्षमता

दुर्दम्य आशावाद आणि प्रखर इच्छाशक्ती या दोन घोड्यांच्या रथावरून सकारात्मकवृत्ती घोडदौड करत असते. कितीही भयानक वा वाईट परिस्थिती असली तरी सकारात्मक दृष्टिकोण असलेली माणसे आशा कधीच सोडत नाहीत, शक्य असतील ते सर्व प्रयत्न ते करत राहतात. सकारात्मक दृष्टिकोण असलेली माणसे इतरांमध्येही सकारात्मक दृष्टी तयार करतात. अधिक उत्पादक ठरतात. इतरांचे नेतृत्व करण्याची क्षमता अशा माणसांमध्ये निर्माण होते. कोणत्याही विरोधात्मक परिस्थितीत ही माणसे खंबीरपणे उभी राहतात. ती समस्येकडे नाहीत, तर समस्येच्या उत्तराकडे पाहत असतात, लक्ष ठेवतात.

• प्रस्तुतीकरणाची क्षमता

आपल्याजवळ खूप क्षमता आहेत; पण त्या क्षमतांची प्रभावी प्रस्तुती करणे जमले नाही, तर त्याचा किती उपयोग होईल? म्हणून आजच्या युगात या कौशल्याचे खूप महत्त्व आहे. आपल्या व्यक्तिमत्त्वाचा योग्य विकास आणि त्याला साजेसा पोशाख इथपर्यंत पोचण्यास फार उपयुक्त ठरतो. आपल्यात खूप क्षमता आहेत आणि पोशाखात प्रभावीपणा नसला तर आपण इतरांवर प्रभाव कसा टाकणार? अर्थात नुसताच उत्तम पोशाख तात्पुरता प्रभाव पाडू शकेल; परंतु आपल्या उत्तम व्यक्तिमत्त्वामुळे तो दीर्घकाळ टिकेल. उत्तम पोशाख इतरांमध्ये आपली चांगली प्रतिमा निर्माण करू शकतो. आपली पहिली प्रतिमा भविष्यासाठी प्रभावी ठरते.

• नियोजन करण्याची क्षमता

आपल्याजवळ असलेल्या वेळेचा प्रभावी वापर करू शकलो नाही तर सर्व क्षमताही निरुपयोगी ठरतात. आपले नियोजन योग्य नसेल तर आपण वेळ गाठण्यासाठी सतत धावत राहू आणि त्यामुळे प्रभावी काम तर होणार नाहीच आणि आपल्या कामाचा

योग्य प्रभावही पाडता येणार नाही. आपले लक्ष आणि ऊर्जा कामावर केंद्रित होऊ शकत नाही. यासाठी कामाचे वेळापत्रक तयार करून त्याची योग्य ती अंमलबजावणी व्हायला हवी.

जाणून घ्या यशाची सप्तपदी!

आपला जन्मच यशस्वी होण्यासाठी झालाय, यश हा निसर्गाचा नियमच आहे. प्रत्येक परिणामाला कारण असते आणि प्रत्येक कारणाचा एक विशिष्ट परिणाम होणे हे अपरिहार्य आहे. यश हा अपघात नाही, तर तो जाणीवपूर्वक केलेल्या कामाचा परिणाम आहे. आपण यशस्वी व्हावे असे कोणाला वाटत नाही? आपल्यातील प्रत्येक माणसाला यशस्वी व्हावे असे वाटत असते. यश हे आपल्या दृष्टिकोणाचा आणि त्याच्यासाठी आपण घेतलेल्या योग्य परिश्रमाचा परिपाक आहे. डॉक्टर ज्याप्रमाणे रुग्णाची लक्षणे अभ्यासून त्याला झालेल्या रोगाचे निदान करतात, त्याचप्रमाणे यशस्वी आणि अयशस्वी व्यक्तींच्या अवतीभोवती त्यांची लक्षणे आपल्याला बघायला मिळतात, सापडतात. त्यांचे स्वभाव, त्यांची व्यक्तिमत्त्वे याचा आपण अभ्यास केला तर यश आणि अपयश माणसांच्या पदरी का पडते, हे आपण समजावून घेऊ शकतो. आपल्याला यशस्वी व्हायचे असेल, तर यशस्वी होण्यासाठी लागणारे मूलभूत गुण आपण अंगी बाळगायला हवेत. त्याचप्रमाणे अयशस्वी व्यक्तिमत्त्वात असणारे मूलभूत दोष दूर करायला हवेत. उच्च परिणाम साधणारी मनोधारणा असणे आवश्यक आहे आणि ती मिळविण्यासाठी उपयोगी पडतील अशा सात पायऱ्या आज आपण बघणार आहोत. त्या अशा :

यशाची व्याख्या करणे तसे अवघड आहे. ती प्रत्येक माणसागणिक वेगळी होईल. सर्वसामान्यपणे यश म्हणजे 'उचित ध्येयाच्या दिशेने, उद्दिष्टप्राप्तीसाठी करावयाच्या सततच्या प्रवासाची अनुभूती.' मला यशाची व्याख्या 'स्वतः आनंदी राहून इतरांनाही आनंदी करण्याची क्षमता, इतरांवर प्रेम करण्याची आणि इतरांकडूनही प्रेम संपादन करण्याची क्षमता, स्वतःशी, आपल्या सभोवतालच्या माणसांशी आणि विश्वविधानांशी शांतीचे समतोल आणि सुसंवादी जीवन संबंध निर्माण करण्याची क्षमता म्हणजे यश,' अशी करायला आवडेल. असे यश संपादन करण्यासाठी उपयोगी पडतील अशा सात गोष्टींचा विचार येथे करणार आहोत. म्हणजेच 'यशाची सप्तपदी' चालणार आहोत.

• **ज्वलंत इच्छा :** इच्छा ही प्रत्येक कृतीची जननी आहे. आपले उद्दिष्ट गाठण्याची प्रेरणाच ज्वलंत इच्छेतून निर्माण होत असते. शिवाजी महाराजांचे उदाहरण येथे देता येईल. 'स्वराज्याची स्थापना मी करेनच' या ज्वलंत इच्छेतूनच त्यांनी अद्वितीय काम उभे केले. इतक्या प्रतिकूल परिस्थितीत अशी कामगिरी करणारे शिवाजी महाराज हे एकच उदाहरण असेल. नेपोलियन हिल यांनीही म्हटले आहे, की माणसाचे मन ज्या

कल्पना करते त्याच्यावर त्याची श्रद्धा बसते आणि नंतर तो ते करूनही दाखवितो. ज्वलंत इच्छा हीच सर्व ध्येयप्राप्तीची सुरुवात असते. छोटी ठिणगीच पुढे जाऊन मोठा वणवा निर्माण करते. कमकुवत इच्छा मात्र काहीच करू शकत नाही.

• **वचनबद्धता :** सचोटी आणि शहाणपण या दोन मजबूत खांद्यावरच वचनबद्धता उभी राहू शकते. एकदा नुकतेच लग्न झालेला मुलगा आपल्या वडिलांचे आशीर्वाद घ्यायला गेला होता. नमस्कार केल्यावर वडील त्याला म्हणाले, "बेटा, आयुष्यात प्रामाणिकपणा आणि शहाणपणा, या गोष्टी लक्षात ठेव!" मुलाने जरा प्रश्नार्थक चेहऱ्याने वडिलांकडे पाहिले. त्यावर त्यांनी खुलासा केला, की प्रामाणिकपणा म्हणजे दिलेला शब्द तंतोतंत पाळणे आणि शहाणपण म्हणजे अवास्तव शब्द न देणे. दिलेला शब्द पाळायचा म्हणजे सचोटी आणि मुळातच मूर्खपणाचा शब्द न देणे म्हणजे शहाणपणा. यश हे आपले विचार आणि निर्णय याचं फलित असत. ज्ञान म्हणजे प्रचंड सामान्यज्ञान, तर शहाणपण म्हणजे मिळवलेल्या ज्ञानाचा उचित वापर होय.

• **जबाबदारी :** ज्यांना चारित्र्य असते अशीच माणसे जबाबदारी घेतात. हीच माणसे जबाबदारी स्वीकारीत आपले भविष्य घडवू शकतात. उत्तरदायित्व घेणे नेहमीच धोक्याचे असते, त्यामुळेच जबाबदारी घेणे नेहमीच त्रासदायक वाटते, अवघड असते. त्यामुळेच बरेच लोक आपल्याला ठराविक मर्यादा घालून घेतात आणि कोणतेही जबाबदारी न स्वीकारताच सर्वसाधारण निष्क्रिय आयुष्य जगत असतात. अशी माणसे चमत्कार घडविण्यापेक्षा चमत्काराचीच वाट पाहत आपले आयुष्य घालवीत असतात. एका माणसाने एका शेतकऱ्याला विचारले,'चालू हंगामात गहू पेरणार का?' त्यावर शेतकऱ्याने उत्तर दिले,'नाही, कारण यंदा पावसाची काही खातरी नाही.' त्या माणसाने यावर विचारले,'मग तू मका पेरणार का?' तो शेतकरी म्हणाला,'नाही, मक्याच्या पिकावर कीड पडेल अशी भीती वाटते.' यावर त्या माणसाने विचारले,'मग तू काय पेरणार आहेस?' शेतकरी म्हणाला, 'काही नाही. मला कोणताही धोका पत्करायचा नाही.'

• **कठोर परिश्रम :** यश मिळवायचे असेल, तर कठोर परिश्रमाला पर्याय नाही. उत्कृष्ट कामगिरी ही काही अपघाताने होत नाही. त्यासाठी तयारी आणि प्रत्यक्ष काम यांची आवश्यकता असते. प्रत्येकाला यशस्वी व्हायची इच्छा असते; परंतु त्यासाठी श्रम घेण्याची, वेळ देण्याची तयारी फारच थोड्या लोकांची असते. स्वप्न पाहणे आवश्यक आहे; परंतु त्याचबरोबर त्या स्वप्नाची पायाभरणी करण्यासाठी श्रमही घ्यायला हवेत. त्यासाठी दिशा, समर्पण, निर्धार, शिस्त आणि कालमर्यादा ही पायाभरणी आहे. यामुळेच स्वप्नाचे रूपांतर सत्यात करता येते.

• **सकारात्मक श्रद्धा/विश्वास :** सकारात्मक विश्वास हा सकारात्मक विचारांपेक्षा खूप श्रेष्ठ असतो. सकारात्मक विचारसरणीचा फायदा होईल, असे निश्चितपणे वाटणे म्हणजे सकारात्मक विश्वास. नुसत्या इच्छेला किंवा स्वप्नांना येथे वावच नसतो. सामना हा पराभव टाळण्यासाठी नाही तर जिंकण्यासाठीच, खेळण्याची जिद्द हा सकारात्मक विश्वास देते.

• **सातत्याची ताकद :** सातत्य म्हणजे ठरवलेल्या ध्येयावरची निष्ठा. याचाच अर्थ हाती घेतलेले काम पूर्ण होईपर्यंत अविचल प्रयत्न करण्याची तयारी, अविश्रांत प्रयत्न करणे. आपण थकल्यावर काम बंद करणे, वरवर चांगले वाटते; परंतु जेते मात्र यासाठी कस लावतात. स्पर्धा जिंकणाऱ्या खेळाडूंकडे बघा. ते प्रयत्न करतात आणि पूर्णत्वाला गेल्यावरच थांबतात. एडिसनने दिव्याचा शोध लावण्यासाठी हजार अपयश पचवलीत. प्रत्येक प्रयत्नाकडे अपयश म्हणून न बघता एका अयोग्य मार्गाचा शोधच मला लागला, ही जिद्द बाळगली. अपयशी माणसांची सुरुवात तर उत्तमच असते; परंतु ते शेवटी गडबडतात, थकतात आणि प्रयत्न थांबवतात. योग्य हेतूमधूनच सातत्य निर्माण होते. हेतूच जर पक्का नसेल तर आयुष्य कच खाते, घसरडे, निसरडे होते. हेतू नसला तर माणूस सातत्याने प्रयत्न न करताच हार मानतो. पाण्यासारखा मृदू पदार्थ सतत खडकासारख्या कठीण पदार्थावर पडत राहिला तर सातत्यामुळेच त्यात खड्डे पाडतो.

• **कामगिरीचा अभिमान, गर्व :** आपण अंगीकारलेल्या कामात सन्मान असला तरच त्यातून उत्कृष्टता निर्माण होते. कामगिरीचा अभिमान म्हणजे अहंकार नव्हे. यात नम्रता आणि आनंद असतो. माणसाची गुणवत्ता आणि त्याच्या हातून घडणाऱ्या कामगिरीची गुणवत्ता या अविभाज्य गोष्टी आहेत. साशंक हृदयाने केलेले प्रयत्न अर्धवट नाही तर शून्य परिणाम साधतात. प्रत्येक कामगिरी ही त्या माणसाचे स्वतःचे चित्रच उभे करत असते. मग त्याचे काम काही का असेना; कार धुणे, अंगण स्वच्छ करणे किंवा घराला रंग देणे. माणसाचा दर्जा कामाने नाही तर ते काम तो कशा पद्धतीने करतो, त्यावर ठरत असतो. उत्कृष्टता ही आतून येत असते आणि तीच जेत्याचे रूप घेत असते.

जाणून घ्या, यशाचे रहस्य

यश हे एक तत्त्वज्ञान आहे. तत्त्वज्ञान जसे सार्वजनिक असते तसेच ते वैयक्तिकही असते. माझे यशाचे तत्त्वज्ञान असे आहे, स्वतः आनंदी राहून इतरांनाही आनंदी करण्याची क्षमता. इतरांवर प्रेम करण्याची आणि इतरांकडून प्रेम करून घेण्याची क्षमता. स्वतःशी, आपल्या आसपासच्या माणसांशी आणि विश्वविधानांशी शांतीचे आणि समतोल, सुसंवादी जीवन संबंध निर्माण करण्याची क्षमता म्हणजे यश. भौतिक गोष्टी आणि यश हे अगदी भिन्न आहेत. मला हे नक्कीच माहिती आहे की काही माणसांनी

प्रचंड संपत्ती आणि सत्ता जमा केलेली आहे, उच्च पदे मिळवलेली आहेत. मोठ्या प्रमाणात सत्ता त्यांच्या हातात आहे, परंतु या सर्व गोष्टी कुणीतरी आपल्या हातातून काढून तर घेणार नाही ना? या भीतीने ते सदैव ग्रासलेले आहेत; त्यांना यशस्वी म्हणायचे का? त्याचबरोबर मला अशीही माणसे माहिती आहेत की त्यांच्या जीवनात भौतिक गोष्टीचा अभाव आहे, नाव घेण्याइतकी प्रसिद्धीही त्यांच्याकडे नाही. सर्वसामान्य माणसे अशा माणसांची गणना अयशस्वी माणूस म्हणूनच करतात; परंतु त्यांच्याकडे असणारा आनंद हा, आनंदाची स्वप्ने पाहणाऱ्या कितीतरी सर्वसामान्य माणसांपेक्षा जास्त असतो. आधीच्या माणसांकडे मी अयशस्वी माणसे म्हणून बघतो तर नंतरची माणसे मात्र मला अधिक यशस्वी वाटतात.

रिचर्ड चावेझ हे 'रिचर्ड चावेझ असोसिएटस्' या अपंगाना व्यावसायिक शिक्षण देणाऱ्या एका जागतिक संस्थेचे अध्यक्ष होते. ते स्वतः पोलिओग्रस्त होते. त्यांनी केलेली यशाची व्याख्या माझ्या मनात घर करून राहिली आहे. काही माणसे यश, पैसा, अधिकार, प्रसिद्धी यात मोजतात; परंतु मला वाटते की 'आपण तळागाळाच्या माणसांपर्यंत पोचतो का? आपल्या अवतीभोवतीच्या माणसांना उपयोगी पडतो का? भौतिक गोष्टीची खरेदी-विक्री आपण करू शकतो. परंतु अशा धैर्य, विश्वास, ज्ञान या गोष्टी म्हणजे परमेश्वराची अमूल्य देणगीच नाही का? त्यांचा उपयोग तळागाळाच्या माणसांना वर काढण्यासाठी, त्यांचे जीवन उन्नत करण्यासाठी करायला नको का?

माझी आई नेहमीच मला म्हणे, ''अरे प्रकाश! तू इतरांना द्यायला शीक, तेच तुझ्याकडे निसर्गाकडून अनेक पटींनी परत येईल. या येण्याला कदाचित वेळ लागेल; परंतु देण्याची सुरुवात मात्र तू तुझ्याकडूनच करायला हवी, हे पक्के लक्षात ठेव. हा प्रवाह कधीच उलटा वाहत नाही.''

प्रेम आणि आनंद

प्रेम आणि आनंद एकच आहे का? मला असे वाटते ते तसेच असायला हवे; परंतु हा आनंद सर्वसामान्य माणसे समजतात त्या आनंदापेक्षा वेगळा आहे, निराळा आहे. माझी मात्र अशी श्रद्धा आहे की माझ्यासाठी ही दोन्हीही एकच आहेत. यात एक मानसिक आणि आध्यात्मिक समाधान असते. या गोष्टी आपण प्रेमातूनच मिळवू शकतो. प्रेमात हृदय दुखावते, संघर्ष निर्माण होतात; परंतु तरीही त्यात पवित्रता असते, भव्यता असते. त्यामुळे सर्वसामान्य आयुष्यातील काही गोष्टी दूर राहतात. मला असे वाटते की प्रेमाची आणि आनंदाची गुणवत्ता एकच असते. दर्जा एकच असतो. त्यातील पवित्र्यामुळे दुखरे हृदय आणि संघर्ष यांचे उदात्तीकरण होते.

प्रेम आणि आनंद यात काय सारखेपणा आहे की त्यामुळे त्याला पावित्र्याची

किनार प्राप्त होते? याचे उत्तर माणसे आणि फक्त माणसे हेच आहे. माणसे ही फक्त एकट्याच्या कोशातच जगत नाहीत तर आपण सगळे समाजात राहत असतो आणि जगण्यासाठी आपल्याला परस्परांवर अवलंबून राहावे लागते. स्वसन्मान हा नक्कीच सकारात्मक आहे. आपल्याला जगण्यासाठी स्वसन्मानाचीच आवश्यकता असते, परंतु हे तर अर्धसत्य आहे. या सत्याचा दुसरा भाग म्हणजे माणूस, माणसे की ज्यांच्याशी आपला दररोज संबंध येतो, माणसे की ज्यांच्यावर आपल्या वागण्याचा, आपल्या कृतींचा परिणाम होत असतो. माणसे की जे आपल्या प्रेमाचा स्वीकार करीत असतात. माणसांच्या सदिच्छांशिवाय यश मिळविणे अशक्य जरी नसले तरी फार कठीण आहे हे मात्र निश्चित. माझा असा विश्वास आहे की स्वतःच्या बळावर, क्षमतांवर यशस्वी झालेला माणूस असे काही नसते. माणूस हा इतरांची मदत घेतल्याशिवाय कधीच यशस्वी होऊ शकत नाही. वरची पायरी चढण्यासाठी त्याला माणसांच्या प्रेमाची गरज ही लागतेच.

यश आणि सकारात्मक ध्येय

जर आपल्यापुढे उत्तम ध्येय असतील आणि ती मिळविण्यासाठी, प्राप्त करण्यासाठी आपण काम करीत राहिलो तर आपण नक्कीच यशस्वी होऊ शकतो. याचा अर्थ असा नाही की आपली सर्वच स्वप्ने साकार होतील; परंतु त्यातील बहुतेक स्वप्ने नक्कीच साकार होतील. आपण सर्व जाणताच की स्वप्ने सत्यावर आधारित असावयास हवीत. त्यासाठी आपल्या योग्य पारख आणि निर्णयशक्तीचा वापर झालेला असावा. त्याचबरोबर त्यासाठी कठोर परिश्रमही घेतलेले असावेत. त्यासाठी आपण आपले स्वतःचे योग्य पृथक्करण करून आपल्या कमतरता ओळखून, त्या प्रयत्नपूर्वक दूर करायला हव्यात आणि त्यानंतर सकारात्मकतेने आपल्या ध्येयावर लक्ष केंद्रित करून काम करायला हवे; परंतु अशी ध्येये जर आपल्या सभोवतालच्या लोकांना बरोबर घेऊन जाणारी नसतील की ज्यांच्याबरोबर आपण काम करतो आहोत, दररोज वावरतो आहोत, आयुष्य काढतो आहोत, तर ती स्वार्थी आणि योग्य मोबदला, परिणाम न देणारी ठरतील. आपली ध्येये ही इतरांशी पोषक असावीत. ती जर इतरांना इजा करणारी असतील तर मात्र आपली ध्येये स्वार्थी आहेत आणि मग त्यांना परमेश्वराचे आशीर्वाद कसे मिळणार? परंतु जर आपली ध्येये सकारात्मक आणि इतरांना सामावून घेणारी असतील, ती साध्य करण्यासाठी आपल्याला अडचणी आणि संघर्षाचा सामना करावा लागला, तरी माझा असा विश्वास आहे, की आपण यशाच्या मार्गावरच आहात. गोष्टी आपोआपच घडत नसतात, आपणच त्या घडवीत असतो. आपली ही ध्येये, भौतिक संपत्ती, ज्ञान, शहाणपण किंवा लोककल्याण का असेना आपली ही ध्येये पूर्ण करण्याची संपूर्ण जबाबदारी आपलीच आहे, हे निश्चित.

याचा विचार पक्का झाला, की आपल्याला पटेल की यश म्हणजे शुद्ध प्रेम. जेव्हा आपण प्रेम करायला शिकतो, खरे प्रेम, शुद्ध प्रेम तेव्हा प्रत्येक गोष्टीत, प्रत्येक माणसात आपल्याला आनंद भेटतो. हेच तर यशाचे रहस्य आहे. कृती शिवाय कोणत्याही विचाराला, स्वप्नांना काहीच अर्थ नाही. कारण कृतीतूनच खरी प्रेरणा मिळत असते. काहीतरी करण्याचा आपल्यात उत्साह यायला हवा. मी हे असे मानतो, त्याला मुख्य कारण असे आहे, की कृतीशिवाय प्रेम हा रिकामा, अर्थहीन शब्द आहे. आयुष्यावर प्रेम करणे हा दुहेरी मार्ग आहे. आपण जर प्रेमाने सेवा दिली नाही तर आपल्याला काळजी आणि करुणा कोठून मिळणार? आपण आपल्या जोडीदाराचा आणि मुलांचा आदर केला नाही, त्यांच्यावर प्रेम केले नाही तर त्यांच्याकडून आपण तशी अपेक्षा कशी करू शकू? या सर्व गोष्टी म्हणजे स्थितिस्थापक चेंडूसारख्या असतात. तो आपण जितका जोरदार मारू तेवढ्याच जोराने तो आपल्याकडे परत येईल.

अजून एक चमत्कारिक सत्य आपल्याला माहिती आहे का? आपण जेव्हा दुसऱ्याला प्रेम देतो त्या वेळी ते आपल्याकडेच परत येते; परंतु येताना ते अधिक ताकदवान बनून परत येते. परतताना त्याची ताकद अधिक पटीने वाढलेली असते. परत येताना ते भरघोस पीक घेऊन येते. असे असेल तर आपण मात्र प्रेम आपल्याकडेच कुलूप लावून, बंद करून का ठेवावे? तसे केल्यास ते गंजून, निष्प्रभ होऊन संपून जाईल. आपल्या वैयक्तिक, व्यावसायिक, सामाजिक आयुष्यात आपल्याला यशस्वी आणि आनंदी व्हायचे असेल तर प्रेम वाटणे हाच एक रामबाण उपाय आहे. तो अनंत पटीने आपल्याकडे परत येईल याची खातरी बाळगा. मला वाटते निरपेक्षपणे प्रेमाचा वर्षाव करणे हेच खऱ्या यशाचे आणि आनंदचे गमक आहे. सुरुवात करा, प्रेम वाटायला आणि व्हा यशाचे आणि आनंदाचे धनी!

यशाचे सात प्रभावी मार्ग

यशस्वी माणसे विचार कसा करतात? त्यांची कार्यप्रेरणा कोणती असते? काही यशस्वी माणसांशी झालेल्या गप्पागोष्टीतून मिळालेले काही मुद्दे नक्कीच मार्गदर्शक ठरतील. एक गोष्ट प्रकर्षाने जाणवते ती म्हणजे यशस्वी माणसांकडे इतरांना कार्यप्रवण करण्याचे प्रभावी कौशल्य असते. त्यांच्याशी झालेल्या चर्चेतून आलेले सात उपयुक्त मुद्दे पुढीलप्रमाणे :-

• संपूर्ण जबाबदारी घ्या

समाजात आपल्याला अशी अनेक माणसे भेटतात की ते आपल्या अपयशाचे खापर नेहमीच इतरांवर फोडत असतात. आपल्या अपयशाबद्दल ते नेहमीच मातापित्यांना, सरकारला, देशाला वा आपल्या परिस्थितीला जबाबदार धरत असतात. आपल्याला

प्रेरणा देणारी यशस्वी माणसे मात्र असे युक्तिवाद साफ नाकारतात. त्यांचे घोषवाक्य असते, आयुष्यात काही घडवायचे असेल, काही मिळवावयाचे असेल तर ते माझ्याच आणि फक्त माझ्याच हातात आहे.

त्यांना कळून चुकले असते की आपण कुणाला, आपल्या बाहेरील परिस्थितीला जबाबदार धरले तर त्याच गोष्टी आपल्याला यशापासून दूर ठेवतात. आपली शक्ती आपण दुसऱ्याच्या हाती देतो. आपल्या आयुष्याचे नियंत्रण इतरांच्या हातातच जास्त आहे. अशीच त्यांची मनोधारणा असते मी वाचलेली श्री. लेस ब्राऊन यांची कथा मोठी उद्‌बोधक आहे. यांना त्यांच्या जन्मदात्या आईवडिलांनी एक मतिमंद मुलगा म्हणून लेबल लावले होते. त्यांनी हा मुलगा शालेय शिक्षण घेऊ शकणार नाही अशी आपली समजूत करून घेतली होती, त्यामुळे मुलांनी आपल्या सर्व आशा-आकांक्षा सोडून द्याव्यात अशीच परिस्थिती होती; परंतु त्यांच्या सुदैवाने तो एका संवेदनशील शिक्षकाच्या सान्निध्यात आला. त्यांनी त्याला समजावले "बाळा! इतरांचे तुझ्याबद्दलचे मत म्हणजे तुझ्याबद्दलची सत्य परिस्थिती आहे असे होऊ शकत नाही." ब्राऊनला समजले, की आपले भवितव्य आपल्याच हातात आहे. स्वतःच्या प्रयत्नाने ते नामवंत लेखक आणि कायदेतज्ज्ञ झाले. अमेरिकेत एका तासाला २०,००० डॉलर घेणारे ते एक उत्कृष्ट प्रेरणादायक व्याख्याते झाले.

ब्राऊन यांना समजले होते, की आयुष्यात सर्वसाधारणतः निसर्ग, आपला भूतकाळ आणि इतर लोक यांवर आपले काहीही नियंत्रण नसते, परंतु आपल्या स्वतःचे विचार आणि कृती यांवर फक्त आपण नियंत्रण गाजवू शकतो. आपण स्वतः आयुष्यात येणाऱ्या गोष्टीची जबाबदारी स्वीकारणे हीच आपल्या आयुष्यात, आपल्याला ऊर्जा देणारी, शक्ती देणारी गोष्ट आहे.

• ध्येयवादी आयुष्य जगा

ध्येयवादी आयुष्य जगणे हीच तर यशस्वी माणसे आणि इतर माणसे यांना अलग करणारी गोष्ट नाही ना? ध्येयवादी माणसांची खातरी असते की त्यांना विशिष्ट काम करण्यासाठीच पृथ्वीतलावर पाठवले आहे. आयुष्यात ध्येय हेच माणसाला संपूर्ण कार्यशक्तीने कार्यासाठी प्रवृत्त करते. आयुष्यात ध्येय असणे हे फारच महत्त्वाचे ठरते. तर ध्येय नसणे म्हणजे सूकाणू नसलेली बोट.

आयुष्यात योग्य ध्येय नसेल तर आपल्यापुढे कमी समस्या निर्माण होतात आणि आपण नीरस आयुष्य जगतो; परंतु जेव्हा आपण एखाद्या ध्येयासाठी जगतो, तेव्हा आपली कळकळ असते. उत्तम काम, आपल्या कामावर आपले प्रेम जडते आणि ते

आपल्याला भारून टाकते. इतर लोकांना आपल्याबरोबर संबंध जोडायला आवडते. कारण आपल्या कामाची कळकळ त्यांना जाणवते.

आपण विशिष्ट ध्येयासाठी आयुष्य जगता का? आयुष्य जगण्यासाठी आपला विश्वास बसेल असे कारण शोधा, आपला व्यवसाय भोवती उभा करा. महात्मा गांधी, पं. नेहरू यांनी आपल्यातले देशप्रेम जाणले आणि त्या भोवती कारकीर्द उभी केली. जमशेदजी टाटांनी स्वतःतले देशप्रेम जाणले. त्यातूनच त्यांना उद्योगाची प्रचंड प्रेरणा गवसली आणि त्यांनी आपल्या देशासाठी, देशबांधवासाठी संपत्ती निर्माण करणारा प्रचंड व्यवसाय उभा केला.

• लेखी योजना तयार करा

एखाद्या लेखी योजनेशिवाय आपले ध्येय साध्य करण्याचा प्रयत्न करणे म्हणजे नकाशाशिवाय आपल्या प्रचंड देशाची सफर करण्यासारखे आहे. खूप दूर जाण्याआधीच आपण आपला वेळ, ऊर्जा आणि पैसा वाया घालवतो आहोत असे वाटून आपण आपला प्रवास संपवण्याचीच शक्यता जास्त. अनेक यशस्वी माणसांनी सांगितले आहे, की लेखी न ठेवलेली ध्येय ही ध्येय नाहीतच त्या फक्त आपल्या कल्पना किंवा लहरी होतात. ध्येय नसणे म्हणजे फुटबॉल खेळताना दोन्ही बाजूंचे गोल काढून टाकण्यासारखे आहे; परंतु लेखी ध्येय असतील तर आपण कामाची मजा लुटाल आणि थोड्या वेळात आपले ध्येय गाठाल. आपले योग्य प्रयत्नच आपल्याला प्रेरक ठरतील.

• किंमत देण्याची तयारी ठेवा

यश म्हणजे ९९ टक्के घाम आणि एक टक्का नशीब. आपल्याला सुप्रसिद्ध उद्योगपती धीरूभाई अंबानींची गोष्ट माहितीच आहे. सुरुवातीच्या काळात आपण उत्पादिलेला माल विकण्यासाठी प्रस्थापित व्यावसायिकांच्या विरोधाला न जुमानता घरोघर हिंडून या गृहस्थाने आपला माल विकला. किती मोठा लढा द्यावा लागला असेल यासाठी? किती अपार कष्ट सोसावे लागले असतील, अपमान सहन करावे लागले असतील त्यामुळेच अद्वितीय यश त्यांच्या पदरात पडले.

• आपल्या क्षेत्रात तज्ज्ञ बना

काही यशस्वी व्याख्यात्यांशी मी बोललो तेव्हा मला असे जाणवले, की आपल्या क्षेत्रात उत्तम होण्यासाठी त्यांची कार्यप्रवणता, अपार कष्टाची तयारी, आपली कौशल्ये परिपूर्ण करण्यासाठी वाटेल ते करण्याची त्यांची क्षमता धडपड फार मोठी होती. आजकाल 'बेंचमार्किंग' संकल्पना लोकप्रिय झाली आहे. आपल्याला ज्या क्षेत्रात यश मिळवायचे आहे त्यातील सर्वोत्कृष्ट व्यक्ती, उद्योगाची निवड करा. त्यांनी हे यश कसे संपादन केले याची मोजमापे मिळवा. आपल्यापुढे ही ध्येय किंवा उद्दिष्टे ठेवून वाटचाल करा.

इतरांनी हे साध्य केले आहे तर आपण ते जरूर साध्य करू शकू, हा विचार सतत मनांत असू द्या. ह्या विश्वासावर यशाची अनेक शिखरे पादाक्रांत करता येतील.

• कधीच माघार घेऊ नका

'यश म्हणजे अपयशांचा अभाव असे नाही तर अंतिम उद्दिष्ट गाठणे आहे. याचा अर्थ अंतिम युद्ध जिंकणे; प्रत्येक छोट्या, छोट्या लढाया नव्हे.' एडवीन ब्लीस यांचे हे वाक्य खूपच उद्बोधक आहे नाही?

आपण जेव्हा आपले ध्येय गाठण्यासाठी वचनबद्ध असता, तेव्हा माघार घेणे हा पर्याय आपल्यापुढे नसतोच. काहीही करून ध्येय गाठणे ह्या एकमेव कार्यप्रेरणेने आपल्याला झपाटायला, ग्रासायला हवे. कोणत्याही अपयशाने निराश न होता सातत्याने प्रयत्न करणाऱ्यांनाच अंतिम यश मिळते.

• उशीर करू नका

आयुष्यात आपल्याला असे अनेक अनुभव येतात की आपण एखादी गोष्ट पुढे ढकलली की त्यासाठी आपल्याला कायमचेच मुकावे लागते.

लक्षात ठेवा की या पृथ्वीवर आपण कायमचे राहणार नाही. आपल्या जवळ वेळ मर्यादित आहे. या गोष्टीकडे निराशेने अथवा नकारात्मकपणे न बघता यशस्वी माणसे याचा सदुपयोग करून स्वतःला कार्यप्रवण करतात. वेळ वाया न घालवता सतत कार्य करीत उत्साहाने अतिशय आवडीने बघत आपली स्पप्ने साकार करीत असतात.

असे मिळवा यश

आपण यशस्वी व्हावे असे कोणाला वाटत नाही? आपल्यातील प्रत्येक माणसाला यशस्वी व्हावेच असे वाटत असते. मग तो रेल्वे प्लॅटफार्मवरचा भिकारी असो, संगणक प्रणाली उद्योजक बिल गेट असो वा बुद्धत्वाजवळ पोचणारा महान साधक असो. उद्दिष्ट काही का असेना, यश म्हणजे योगायोग किंवा अनपेक्षित घटना नव्हे, तर आपल्या दृष्टिकोणांचा आणि यशासाठी घेतलेल्या योग्य प्रयत्नाचा परिपाक असतो. कितीतरी वेळा आपण पाहतो काही माणसे एकामागून एक अडथळे पार करून आयुष्यातील आपले ध्येय गाठतात. बाकीचे मात्र पहिल्याच अडथळ्याशी थबकून पडतात, असे का? बऱ्याच वेळा असे दिसते की यश म्हणजे काय हे त्यांना कळलेलेच नसते. कुठल्या तरी अस्पष्ट गोष्टीमागे ते नुसते धावत असतात. जेव्हा प्रचंड दमछाक होते, तेव्हा शरीराने आणि मनाने निराश होऊन ते योग्य प्रयत्न सोडून देतात. यशप्राप्तीच्या या प्रयत्नात दोन गोष्टी महत्त्वाच्या वाटतात. पहिली गोष्ट यश म्हणजे नेमके काय हे समजावून घेणे आणि दुसरी यशाची प्रणाली ठरवून प्रामाणिकपणे ती आचरणात आणणे. प्रथम यश म्हणजे काय याची व्याख्या पाहू आणि मग योग्य अशा प्रणालीकडे वळूयात.

यशाची व्याख्या

यश म्हणजे 'उचित ध्येयाच्या दिशेने उद्दिष्ट प्राप्तीसाठी करावयाच्या सततच्या प्रवासाची अनुभूती'. या व्याख्येतील प्रमुख संकल्पना समजावून घेणे महत्त्वाचे आहे.

• **उचित ध्येय** : हा शब्द आपल्या मूल्य प्रणालीशी संबंधित आहे. आपली मूल्ये, विचार करण्याची दिशा कशी असावी हे 'उचित' हा शब्द दाखवतो. आपण अवलंबलेले मार्ग योग्य की अयोग्य हे या शब्दावरून ठरत असते. 'उचित' या ध्येयामुळेच आयुष्याला अर्थ येतो. कृतकृत्यता आणि सार्थकतेची भावना येते. हे नसेल तर यश फोल ठरते. समाजद्रोह करून प्रचंड संपत्ती मिळवणाऱ्या माणसांची अवस्था आपण बघतोच आहोत. एक उदाहरण म्हणून घेऊ, वीरप्पन, दाऊद इब्राहम, ओसामा बिन लादेन अशी किती तर माणसांची नावे घेता येतील. आयुष्यभर समाजापासून तोंड लपवायची मरमरच शेवटी त्यांच्या वाट्याला आली ना? काय उपयोग अशा संपत्तीचा? तेव्हा यश हे आपले आणि आपल्या समाजाचेही भले करणारे असायला हवे.

• **उद्दिष्टे** : आयुष्यात ध्येय नसणे म्हणजे 'अर्थशून्य' आयुष्य होय. त्यामुळे आयुष्य सुकाणू नसणाऱ्या होडीसारखे होते. 'फुटबॉल'चे दोन संघ मोठ्या स्फूर्तीने मैदानात उतरतात; पण तेथे गोलच नसल्यास सामन्याचे काय होईल? उद्दिष्टामुळे आपल्या प्रयत्नात सातत्य येते आणि उत्साह वाढतो.

• **सततचा प्रवास** : यशाच्या प्रवासात कोणतेही स्थानक नसते. हा प्रवास कोठेही न संपणारा, न थांबणारा असतो. एक यश संपादन केले की दुसरे पुढे ठेवले जाते.

• **अनुभूती** : यश ही एक अनुभूती आहे. त्यामुळेच ही अनुभूती माणसागणिक वेगवेगळी असणार आहे. कुणाला सर्वसंगपरित्याग करून हिमालयात जाणे यश वाटेल तर कुणाला हिमालयाएवढी संपत्ती निर्माण करून समाजात राहायला आवडेल. त्यामुळे यश हे क्षेत्र वेगवेगळ्या कामांत समान अनुभूती देणारे आहे.

ही जरी सर्वसाधारण व्याख्या असली तरी प्रत्येकाच्या यशाच्या संकल्पना, उद्दिष्ट, विषय वेगवेगळे असतात म्हणून प्रत्येकाने यशाची स्वतःची स्वतंत्र व्याख्या तयार करणे गरजेचे आहे. उदाहरण म्हणून माझी यशाची व्याख्या, मार्गदर्शक म्हणून देतो आहे. स्वतः आनंदी राहून इतरांनाही आनंदी करण्याची क्षमता. इतरांवर प्रेम करण्याची, इतरांकडून प्रेम संपादन करण्याची क्षमता. स्वतःशी, आपल्या आसपासच्या माणसांशी आणि विश्वविधानांशी शांतिपूर्ण, समतोल, सुसंवादी जीवन संबंध निर्माण करण्याची क्षमता.

यशाची प्रणाली : संगणकीय युग

आपण सध्या संगणकीय युगात राहतो आहोत. संगणकाने माणसाच्या आयुष्याला खूपच गती आणली आहे. पूर्वी सामान्य माणसाच्या दृष्टीने अगदी अशक्य वाटणाऱ्या गोष्टी आता आवाक्यात आल्या आहेत. माणूस संगणकाला माणसाच्या मेंदूपेक्षाही ताकदवान बनविण्याची स्वप्ने पाहत असला तरी आज जगातला सगळ्यात बलवान आणि विस्मयकारक संगणक म्हणजे माणसाचा मेंदूच आहे. माणसाचा मेंदू प्रत्येक सेकंदाला ८०० हून अधिक गोष्टींची नोंद घेऊ शकतो आणि हे, तो सतत सुमारे ७० ते ७५ वर्षे न थकता करतो. मानवाच्या शक्तीचा संगणक करावयाचा असेल तर अमेरिकेतील एकेकाळच्या सर्वांत मोठ्या इमारतीइतकी (Empire state building) जागा लागेल आणि तो काही बिलियन वॉट एवढी विद्युत ऊर्जा फस्त करेल. इतक्या प्रचंड शक्तीचा संगणक सृष्टीकर्त्याने आपल्या प्रत्येकाला सहज उपलब्ध करून दिला आहे. आजच्या संगणकाच्या भाषेत उत्तम 'हार्डवेअर' भौतिक साधन आपल्याला अगदी सहज उपलब्ध आहे. तेव्हा यश मिळवण्यासाठी आता फक्त गरज आहे ती 'सॉफ्टवेअरची.' संगणकीय प्रणालीचे अर्धे-अधिक काम तर आपल्या पित्यानेच केलेले आहे. आता आपण या संगणकाचा पुरेपूर उपयोग करण्यासाठी आपली स्वतःची संगणकीय प्रणाली तयार करायला हवी. हे काम जितके उत्कृष्ट होईल तितके उत्कष्ट यश आपल्याला संपादन करता येईल. आता आपण विचार करणार आहोत तो म्हणजे उत्तमातील उत्तम संगणकीय प्रणाली कशी करता येईल याचा. या प्रणालीतील शिडीवरच्या काही महत्त्वाच्या पायऱ्यांचा विचार आपल्याला करायचा आहे. संगणकीय प्रणाली म्हणजे 'आपल्याला हव्या असणाऱ्या गोष्टी मिळवून देण्यासाठी संगणकास दिलेले आज्ञापत्र.'

ज्वलंत इच्छा

यशाच्या शिडीवरची पहिली पायरी आहे ज्वलंत इच्छा. जे यश आपल्याला मिळवायचे आहे त्याबद्दल आपले सर्वस्व पछाडणारी ज्वलंत इच्छा आपल्या मनात निर्माण व्हायला हवी. या पहिल्या पायरीला पर्याय नाही. आपले ईप्सित साध्य करण्याची तळमळ हीच आपल्याला यशाकडे नेणारी प्रबळ प्रेरणा असते. 'माणसाच्या मनामध्ये जे रुजतं आणि माणूस सतत जे मनात आणतो आणि त्यावर विश्वास ठेवतो ती गोष्ट माणूस हमखास साध्य करू शकतो. आत्यंतिक तळमळ हीच कार्यसिद्धीची सुरुवात असते. ज्वलंत, प्रबळ इच्छा नसेल तर माणसाला भव्यदिव्य असे काहीच साध्य करता येत नाही.'

उद्दिष्टे ठरवा

एक प्रवासी एका चौकात येऊन थांबला. त्याने तेथे असलेल्या एका वयस्कर माणसाला विचारले, 'हा रस्ता कोठे जातो?' त्यावर त्या वयस्कर माणसाने प्रतिप्रश्न केला. ''तुम्हाला कोठे जायचे आहे?'' प्रवाशाचे उत्तर ''मला माहीत नाही.'' यावर वृद्धाचे उत्तर ''मग कोणत्याही रस्त्याने जा. त्याने काय फरक पडतो?'' आपल्याला जर विशिष्ट ठिकाणीच जायचे असेल तर त्या ठिकाणाकडे जाणारा नेमका रस्ताच धरावा लागेल. ईप्सित ठिकाणी पोचण्यासाठी उद्दिष्टे ही अशा नेमक्या रस्त्याचे काम करतात.

आपल्याला, द्रोणाचार्यांनी जेव्हा विद्यार्थ्यांची धनुर्विद्येची परीक्षा घेतली तेव्हाची गोष्ट माहितीच आहे. द्रोणाचार्यांनी परीक्षा देणाऱ्या पहिल्या विद्यार्थ्याला विचारले, ''बाळ! तुला काय काय दिसले?'' तो म्हणाला, ''मला झाड, फांद्या, पाने, आकाश, पक्षी दिसतो आहे.'' द्रोणांनी विद्यार्थ्याला परत पाठविले. अशी अनेक प्रश्नोत्तरे झाली. जेव्हा अर्जुनाची पाळी आली तेव्हा तोच प्रश्न विचारला गेला. अर्जुनाने उत्तर दिले, ''मला फक्त पक्ष्याचा डोळाच दिसतो आहे.'' द्रोणाचार्य म्हणाले, ''फार छान. बाण मार.'' बाण सरळ गेला आणि पक्ष्याच्या डोळ्यात घुसला.

आपल्याला काय करायचे आहे? आणि ते कसे प्राप्त करायचे आहे, याची योजना करायला हवी म्हणजे आपल्या प्रयत्नांना दिशा मिळते. आपले ध्येय आपण कोठपर्यंत गाठले आहे याचा अंदाज घेता येतो आणि आपले प्रयत्न केंद्रित होऊन लक्ष्य गाठता येते. उद्दिष्ट का याचे अजून एक उदाहरण पाहा. स्वच्छ सूर्यप्रकाश पडला आहे. तुमच्याजवळ एक शक्तिशाली भिंग आहे. ते जर आपण सतत नुसते मागे-पुढे करीत राहिलात तर काय साध्य होणार? त्यापेक्षा भिंगाचा प्रकाश एका बिंदूवर घेऊन त्या खाली कागद ठेवला तर तो पेट घेईल. ही ताकद ध्येय असणे व त्यासाठी नेमके प्रयत्न करणे यांची आहे.

कर्तव्यापेक्षा अधिक काम करा

अँड्रयू कार्गेनी हा अमेरिकेत नशीब अजमावण्यासाठी गेलेला एक होतकरू तरुण स्वकर्तबगारीवर लोखंड तयार करणारा जगातील एक मोठा उद्योजक झाला. त्यांच्या मते जगातील काम करणाऱ्या सर्व माणसांची वर्गवारी तीन गटांत करता येते. आपले कर्तव्यही न करणारी माणसे, फक्त कर्तव्यापुरते काम करणारी माणसे आणि आपल्या कर्तव्यापेक्षा थोडे अधिक काम करणारी माणसे. ज्याच्या हाताखालून लाखो माणसे गेली अशा या माणसाची शिफारस आहे की आयुष्यात यशस्वी व्हायचे असेल तर आपण कर्तव्यापेक्षा जास्त काम करायला शिका. यशाची फिकीर करायची गरज नाही ते आपोआपच आपल्या मागे येईल.

जगप्रसिद्ध जॉर्ज डनलॉप आपल्याला माहिती आहेतच. ते अत्यंत गरीब कुटुंबात जन्मले होते. ते राहत होते तेथे त्यांच्या जवळपास पायाने अधू असणारी एक महिला राहत होती. हालचाल करण्यासाठी ती चाकांची खुर्ची वापरत असे. त्या खुर्चीची चाके लोखंडी होती. त्यामुळे ती जेव्हा, जेव्हा हालचाल करी त्या त्या वेळी धक्का लागून तिचा पाय दुखे आणि तिला खूप वेदना होत असत. श्री. जॉर्ज डनलॉप यांना या बाईबद्दल खूप करुणा येत असे. त्या काळी रबर या पदार्थाचा शोध नुकताच लागलेला होता. श्री. डनलॉप यांना एक कल्पना सुचली. त्यांनी रबराच्या पट्ट्या घेऊन त्या गाडीच्या चाकाभोवती गुंडाळल्या, त्यामुळे गाडीला धक्का लागण्याचे प्रमाण खूपच कमी झाले आणि त्या अपंग महिलेला होणाऱ्या वेदनाही खूप कमी झाल्या. पुढे डनलॉप यांनी या कल्पनेचा विकास करून टायरचा शोध लावला व ते जगातील एक अत्यंत श्रीमंत व्यक्ती झाले.

अतूट श्रद्धा

आपल्याला काय करायचे आहे त्याचबरोबर ते कसे करायचे आहे, यावर आपली न डळमळणारी श्रद्धा हवी. श्रद्धा म्हणजे पुराव्याशिवाय एखाद्या गोष्टीवर विश्वास ठेवणे नव्हे तर परिणामांची पर्वा न करता आपल्या ध्येयाचा पाठपुरावा करण्याचे धैर्य दाखवणे होय. मग ही श्रद्धा परमेश्वरावर असो, निसर्गावर असो, आयुष्यावर असो वा आपल्या स्वतःवर असो. ती मोठे काम करून जाते. आपल्याला काय करायचे आहे त्यावर श्रद्धा ठेवून स्वतःला मदत करा म्हणजे आपल्याला जे व्हायचे आहे ते आपण व्हाल.

सकारात्मक बना

काही वर्षांपूर्वी डॉ. वसंतराव गोवारीकरांचा सत्यकथेवर आधारित 'कथा दोन महामानवांची' हा लेख वाचला. त्यात ते सकारात्मकतेचे एक उत्कृष्ट आणि जिवंत उदाहरण देतात. अर्मेनिया देशात आई, वडील आणि एक मुलगा असे एक कुटुंब राहत होते. वडिलांचा मुलावर अतिशय जीव होता. मुलगा प्राथमिक शाळेत शिकत होता. त्याचेही आपल्या वडिलांवर खूप प्रेम होते. 'बाळ, मी जिवंत आहे तोपर्यंत तुला कधीच अंतर देणार नाही; असे बाबा मुलाला नेहमीच सांगत. १९८९ मधील एक दिवस परीक्षा पाहणारा उगवला. बाबा नेहमीप्रमाणे मुलाला शाळेत पोचवून आपल्या कार्यालयात गेले. थोड्या वेळातच एक अजब आणि प्रलयंकारी घटना घडली. सारा गाव भूकंपाने हादरून गेला. बाबा जिवाच्या आकांताने शाळेकडे धावले. समोरचे दृश्य बघून त्याच्या पायाखालची जमीनच सरकली. संपूर्ण शाळा जमीनदोस्त झाली होती. अनेक मुलांचेही पालक आपल्या पाल्याचा शोध घेण्यासाठी आले होते; पण निसर्ग कोपापुढे काय करणार? अशा निराशेने ते घरी परतत होते; परंतु चरित्रनायक बाबा काही सामान्य

नव्हते. त्यांनी आपल्या मुलाचा वर्ग कोठे होता, त्याचा अंदाज घेतला. त्या जागी टिकाव-फावडे घेऊन खणायला सुरूवात केली. अनेक पालकांनी त्यांना समजावण्याचा प्रयत्न केला; पण व्यर्थ. या बाबांनी त्यांना एकच प्रश्न केला माझ्या मदतीला येणार का? कोणीही पुढे आले नाही. यांनी मात्र त्यांचा उद्योग चालूच ठेवला. काही वेळाने पोलीस आणि काही सरकारी अधिकारी तेथे आले. त्यांनीही समजवायचा प्रयत्न केला. वेडेपणा करून आपल्या देहाला उगीचच का थकवता आहात, असाच प्रश्न केला. बाबांचे उत्तर ठरलेलेच होते. आपण माझ्या मदतीला येणार का? प्रचंड जिद्दीने पेटून बाबांचे काम चालूच होते. काही प्रयत्नानंतर दोन, तीन मोठे दगड बाजूला झाले. बाबांना एक मोठे भुयार दिसले. बाबांनी माती बाजूला करावयाच्या आपला प्रयत्नांना अधिक जोर लावला आणि काय आश्चर्य भुयारातून मुलांचा आवाज आला. बाबा मुलाला वर घेण्याचा प्रयत्न करणार एवढ्यात मुलगा म्हणाला, "बाबा, आधी माझ्या मित्रांना वर काढा." एका महामानवाचाच मुलगा तो. वडिलांना सांगत होता, 'मी माझ्या मित्रांना धीर देऊन सांगत होतो, घाबरू नका. माझे बाबा जिवंत असतील, तर ते आपल्याला नक्कीच वाचवतील. बाबा तुमच्याबद्दल खातरी असल्यामुळेच आम्ही तग धरली." त्या वर्गातली सगळी मुले वाचली आणि वर्गातून बाहेर आली. हे सकारात्मक विचारांचे जिवंत उदाहरण. माणसे अडचणीला तोंड द्यावे लागले नाही म्हणून यशस्वी होत नाहीत, तर येणाऱ्या प्रत्येक अडचणीवर मात करून यशस्वी होतात.

यश मिळवायचे आहे ना? मग आपले दृष्टिकोन असेच सकारात्मक ठेवावयास हवेत. त्यासाठी तालीम करायला हवी. सकारात्मक मनोवृत्तीचा आणि प्रेरित राहण्याचा निश्चय रोज सकाळी आपला आपणच करायला हवा. प्रयत्नांची जोड नसेल तर आपला आशावाद म्हणजे वाळूचा किल्ला ठरेल. दिवास्वप्न बघणे आणि भाबडी आशा बाळगणे व्यर्थच किंवा शक्तीचा अपव्यय करणारे ठरते.

विनोदबुद्धी वापरा

आयुष्यात विनोद बुद्धीला अतिशय वेगळे महत्त्व आहे. आयुष्यातील अनेक कठीण प्रसंग विनोदबुद्धीचा वापर करून हलके, सुसह्य करता येतात. वाढलेला तणाव कमी करून गंभीर प्रश्नांची उकल, शांत वातावरणात नैसर्गिक कौशल्ये आणि बुद्धीचा वापर करीत, उत्तमप्रकारे करता येते. पुढील काही प्रसंग पाहा.

- एका रेल्वे स्टेशनवर एक भिकारी नियमितपणे भीक मागत असे. भिकाऱ्याने हात पुढे केला, की एक प्रवासीही त्याला नेमाने पैसे देत असे. एक दिवस प्रवासी भिकाऱ्याजवळ आला आणि बघतो तर भिकाऱ्याचे दोन्हीही हात पुढे. आश्चर्य वाटून प्रवाशाने विचारले, "का रे! आज दोन्ही हात पुढे?" भिकारी उद्गारला, "साहेब! पहिली ब्रँच यशस्वी झाली, म्हणून आता दुसरीही सुरू केली." प्रवासी खूश झाला

आणि भिकाऱ्याच्या हातावर नेहमीपेक्षा जास्त म्हणजे वीस रुपये ठेवून तो पुढे गेला.

- कोर्टात एक खटला चालू होता. एका चोराने एकाच ठिकाणी १२ वेळा चोरी केली होती. न्यायाधीशाने चोराला विचारले, "काय महाशय! आपण एकाच ठिकाणी १२ वेळा चोरी का केलीत?" चोर म्हणाला, "साहेब ती एका बँकेची खिडकी होती आणि त्यावर पाटी लिहिलेली होती, 'भेटीबद्दल धन्यवाद. पुन्हा या!" विनोदाला दाद देऊन न्यायाधीश म्हणाले, "मी आज आपली मुक्तता करतो; पण पुन्हा येथे येऊ नका!"
- एका अरुंद रस्त्यावरून एक माणूस जात होता. दुसऱ्या बाजूनेही एक माणूस येत होता. त्याला पाहून पहिला माणूस तोऱ्यात म्हणाला, "ए मला रस्ता दे !" दुसरा अगदी शांतपणे म्हणला, "मी आपल्याला तीच विनंती करणार होतो." त्यावर पहिला माणूस अजून रागावून म्हणाला, "मी मूर्खांना वाट देत नसतो समजलं का?"

त्यावर पहिला माणूस तितक्यात शांतपणे म्हणाला, "मी मात्र देतो. आपण प्रथम जावे." विनोदबुद्धी शाबूत ठेवल्यामुळे आपण अशा अनेक तणावात्मक परिस्थितीतून, आपल्या मनाची शांतता कायम ठेवून चांगला मार्ग काढू शकतो. यासाठी विनोदबुद्धी जागृत ठेवा.

चिकाटी ठेवा, कधीही माघार घेऊ नका

आपल्या सर्वांनाच आयुष्यात आघात सोसावे लागतात. अपयश सोसावे लागते. माघार घ्यावी लागते. भगवान श्रीकृष्णही याला अपवाद नव्हते. एखाद दुसरे अपयश आले तर आपण काही अपयशी ठरत नाही. बहुतेक माणसे अयशस्वी होतात, कारण ती माघार घेतात.श्री. विन्स्टन चर्चिल एक आश्चर्य होते. त्यांना एकदा त्यांच्याच शाळेतील स्नेहसंमेलनाला अध्यक्ष म्हणून बोलावले होते. नेहमीच्या थाटातच ते समारंभाला उपस्थित राहिले. आपला चिरूट तोंडातून काढला आणि सर्व विद्यार्थ्यांपुढे फक्त तीनच वाक्यांचे भाषण त्यांनी केले. आपण अंदाज करू शकता का कोणती होती ती तीन वाक्ये?

कधीच माघार घेऊ नका! कधीच माघार घेऊ नका! कधीसुद्धा माघार घेऊ नका!

लांबलचक भाषणे लोक काही तासांतच विसरून जातात. विसरेल का कुणी हे भाषण? मोजकेच पण आयुष्याला दिशा देणारे हे शब्द. परमेश्वराने दिलेल्या अप्रतिम, अजोड संगणकाला साजेल अशी योग्य आणि नेटकी संगणक प्रणाली तयार करून जर आपण आपल्या संगणकाला (मेंदूला) दिलीत आणि त्या बरहुकूम प्रयत्नांची शर्थ केलीत तर अंतिम यश आपलेच आहे.

■ ■ ■

लेखक परिचय

जयप्रकाश भालचंद्र झेंडे

२, समर्थ अपार्टमेंट्स, ४, नीलकमल सोसायटी,
कर्वेनगर, पुणे - ४११०५२
मोबाईल : ९४२२०००५७४

- टाटा मोटर्स लि. येथे मेकॅनिकल इंजिनिअर म्हणून उच्च पदांवर कार्य
- निवृत्तीनंतर औद्योगिक सल्लागार म्हणून कार्यरत
- भारतातील विविध उद्योगसंस्थांमध्ये १५०० हून अधिक कार्यशाळांचे आयोजन
- अनेक दैनिके, नियतकालिकांमधून सुमारे ६०० लेख प्रसिद्ध
- व्यवस्थापन, व्यक्तिमत्त्व विकास, इ. विषयांवर आजवर १५ हून अधिक पुस्तके प्रकाशित

पुरस्कार

- 'इन्सान' या राष्ट्रीय पातळीवर काम करणाऱ्या संस्थेतर्फे 'जीवनगौरव' पुरस्कार
- इंदिरा इन्स्टिटट्यूट ऑफ मॅनेजमेंटतर्फे 'प्राइड ऑफ इंदिरा' या पुरस्काराने सन्मानित
- इंटरनॅशनल बुक हाऊस, दिल्ली यांचेतर्फे 'बेस्ट सिटीझन ऑफ इंडिया' या पुरस्काराने गौरव

www.ingramcontent.com/pod-product-compliance
Lightning Source LLC
LaVergne TN
LVHW040440051026
849517LV00002B/687
* 9 7 8 9 3 8 6 2 0 4 6 7 7 *